Tác Giả Đọc Tác Phẩm.

VIỆT NAM CỦA CON, VIỆT NAM CỦA CHA
của Christina Võ và Nghĩa M. Võ

"Một hồi ký đáng ghi nhớ, nhiều cảm xúc về quá khứ và hiện tại của đất nước Việt Nam mà hai thế hệ từng trải qua."

FOREWORD REVIEWS

"Sự kết hợp căng thẳng giữa *Mott Street* của Ava Chin và nét dịu dàng trong *Taking Woodstock* của Elliot Tiber... Một đóng góp sâu đậm vào nền văn học của cộng đồng Việt hải ngoại."

KIRKUS REVIEWS

"Việt Nam Của Con, Việt Nam Của Cha vượt ra khỏi lằn ranh thế hệ để mang đến cái nhìn bao quát về một dân tộc. Với cảm nhận rất chân thật, cả Christina và Nghĩa đã vật lộn với một cuộc đổi dời, biến chuyển của bể dâu và định hình bản sắc sau hậu quả lâu dài của chiến tranh. Một bản song tấu đặc biệt hơn bao giờ hết, lần đầu tiên xuất hiện trong văn đàn."

ERIC NGUYEN, tác giả của *Things We Lost to the Water*

"Việt Nam Của Con, Việt Nam Của Cha, do Christina Võ và cha của cô, ông Nghĩa M. Võ cùng viết, là một cuộc 'hồi hương,' tìm lại những gì thuộc về họ và cả sự hòa giải. Đây là cuốn sách không thể bỏ qua cho những ai bị tác động bởi chấn thương tâm lý và những ai cần chữa vết thương tinh thần cho chính họ và cho người thân."

NGUYỄN PHAN QUẾ MAI, tác giả của *Dust Child*

"Một quyển hồi ký của cha và con, đầy lôi cuốn của hai thế hệ đã đắm chìm trong mất mát. Một áng văn đẹp và một khúc khải hoàn cho quê hương."

AMY M. LÊ, tác giả của *Snow in Vietnam*; CEO, Quill Hawk Publishing

"Quyển sách này chứa đựng rất nhiều điều: một phát họa về đất nước Việt Nam qua lăng kính của cha và con; một biến cố lịch sử; một cuộc tìm kiếm không ngừng nghỉ; một sự chiêm nghiệm về bản thể; một nỗi khao khát thuộc về; một cái nhìn đa chiều, chi tiết về một gia đình tỵ nạn và bức tường mà những đứa trẻ trong ngôi nhà ấy phải đối diện trong hành trình tìm về nền văn hoá, thời đại, di sản của cha mẹ của họ; một câu chuyện hùng hồn về những tác động đến việc chúng ta định hình bản thân mình như thế nào."

ALLISON HONG MERRILL, tác giả của *Ninety-Nine Fire Hoops*

"Nghĩa M. Võ and Christina Võ đã cùng viết lên một áng văn thật đẹp."

ROGER CANFIELD, tác giả của *Hawks on the Other Side: Vietnam Peace Movement 1963-1967*

VIỆT NAM CỦA CON
VIỆT NAM CỦA CHA

VIỆT NAM CỦA CON
VIỆT NAM CỦA CHA

CHA CHẠY KHỎI QUÊ HƯƠNG. CON TÌM VỀ ĐẤT TỔ

HỒI KÝ SONG ĐÔI

CHRISTINA VÕ
& NGHĨA M. VÕ

THREE ROOMS PRESS
New York, NY

Việt Nam Của Con, Việt Nam Của Cha
My Vietnam, Your Vietnam Phiên bản tiếng Việt
Tác giả: Christina Võ và Nghĩa M. Võ

© 2025 Christina Võ và Nghĩa M. Võ
Kalynh Ngô dịch tiếng Việt

Sách đã ấn định bản quyền. Không được sao phép bất cứ phần nào của cuốn sách này, ở mọi hình thức, dù là bản điện tử hay bản in ấn mà không có sự đồng ý bằng văn bản của nhà xuất bản, ngoại trừ người điểm sách, có thể trích dẫn những đoạn ngắn trong bài giới thiệu. Để được phép sử dụng bản quyền, vui lòng gửi thư đến địa chỉ bên dưới hoặc gửi thư điện tử tới editor@tworoomspress.com. Bất kỳ thành viên của các tổ chức giáo dục muốn sao chép một phần hay toàn bộ sách in hoặc bản điện tử để dùng trong lớp học; các nhà xuất bản muốn xin phép đưa tác phẩm vào tuyển tập, xin gửi yêu cầu tới Three Rooms Press, 243 Bleecker Street # 3, New York, NY 10014.

Đây là tác phẩm sáng tạo phi hư cấu. Các sự kiện được viết lại theo chuỗi ký ức sắc nét nhất của tác giả. Vài tên riêng đã được thay đổi để bảo vệ quyền riêng tư của nhân vật. Ngoài ra, vài phần của cuốn sách này, bao gồm lời thoại, nhân vật và tính cách nhân vật, địa điểm và thời gian, có thể không hoàn toàn là sự thật.

ISBN 978-1-953103-53-6 (Ấn bản bìa mềm, phiên bản Tiếng Việt)
ISBN 978-1-953103-54-3 (Ấn bản điện tử, phiên bản Tiếng Việt)

TRP-115

Ngày phát hành: 25 Tháng Ba, 2025
Publication date: March 25, 2025

Ấn bản đầu tiên
First edition

THIẾT KẾ BÌA VÀ SÁCH:
KG Design International, www.katgeorges.com

MINH HOẠ BÌA:
Xuan Loc Xuan
behance.net/xuanlocxuan | instagram.com/xuanlocxuan

NHÀ XUẤT BẢN:
Publishers Group West: www.pgw.com

Three Rooms Press
New York, NY
www.threeroomspress.com
info@threeroomspress.com

Mến tặng Thủy, vì tình yêu, sự ủng hộ và lòng bao dung.

Anh chẳng thể hiểu tôi

Nếu chưa từng biệt xứ

Nhân gian chung dạng người

Nhưng chẳng cùng nhịp đập.

—Du Tử Lê—

MỤC LỤC

VIỆT NAM CỦA CON
VIỆT NAM CỦA CHA

LỜI PHI LỘ

NGHĨA

Vào một ngày rất xa xưa ở Việt Nam – một đất nước có bề dày lịch sử và đầy ắp những câu chuyện cổ tích – tôi sinh ra giữa một thế giới bị tàn phá bởi chiến tranh. Theo truyền thuyết, người Việt Nam là con cháu của Lạc Long Quân và Âu Cơ. Thế rồi đến ngày nọ, họ chia tay. Lạc Long Quân mang 50 con về biển, Âu Cơ mang 50 con lên núi. Sự chia cách này được ghi chép là cuộc ly dị đầu tiên của lịch sử – báo trước định mệnh của dân tộc Việt Nam trong nhiều thế kỷ sau.

Giữa năm 1600 và 1802, trong hơn 200 năm, Việt Nam bị chia cắt thành hai phần, có biên giới gần giống của miền Bắc và miền Nam những năm 1960. Phía Bắc do vua Lê cai trị, được hậu thuẫn bởi các đời chúa Trịnh, gọi là thời "Vua Lê Chúa Trịnh". Phía Nam do nhà Nguyễn thống trị. Hai miền không giao kết. Các cuộc chinh chiến kéo dài 50 năm sau đó làm cho người dân Nam, Bắc càng chia cách nhau hơn. Năm 1859, người Pháp đổ bộ vào Việt Nam tạo ra sự phân chia mới: miền Nam trở thành thuộc địa của Pháp. Miền Trung và Bắc do vua ở địa phương cai trị. Sau Đệ Nhị Thế Chiến, đất nước này bị xẻ đôi lần thứ ba – lần này là chế độ cộng sản nắm giữ miền Bắc và miền Nam theo chế độ dân chủ. Miền Bắc cai trị dựa trên nguyên tắc kỷ luật hà khắc và thận trọng, ngược lại miền Nam chủ trương tự do cá nhân và kinh tế thị trường.

Vùng đất chia hai này là quê hương của tôi, nơi tôi chứng kiến biết bao tàn khốc của chiến tranh và các cuộc trỗi dậy. Bất chấp sự bất ổn và điêu tàn, tôi vẫn đến trường và học lên đại học. Cuối cùng thì tôi học xong trường y và trở thành bác sĩ, vào Quân Đội Miền Nam Việt Nam để phục vụ quốc gia.

Nhưng khi chiến tranh kết thúc, quê hương tôi thất thủ, tôi, cũng như bao người khác, phải bỏ chạy để thoát chế độ cộng sản. Tôi bắt đầu hành trình vượt biển để đến vùng đất mới. Tôi lênh đênh trên con tàu nhỏ đến một nơi bất định. Sau hai tháng trong các trại tỵ nạn, tôi đặt chân đến Hoa Kỳ – một đất nước mênh mông, hiện đại, và xa lạ. Sau nhiều năm bôn ba, tôi cố thổ tại một thành phố nhỏ, cố gắng xây dựng một đời ý nghĩa. Tôi không cô độc vì có hàng ngàn đồng hương cũng phải trải qua khó khăn và thử thách như thế.

Đó là câu chuyện đời tôi, đan xen cùng lịch sử phong phú của một đất nước bị chia đôi, là minh chứng hùng hồn cho ý chí kiên cường không gì lay chuyển của con người vượt qua trở ngại, đi tìm vùng đất hòa bình.

Hiểu về quá khứ để giúp chúng ta định hình chúng ta là ai. Với người Việt Nam, quê hương chúng ta hình thành từ lịch sử của chiến tranh và phân rẽ, đã ảnh hưởng đến cả một dân tộc, trong đó có gia đình chúng ta và cá nhân mỗi người. Như những vết máu trên quân phục, lịch sử nhắc nhở chúng ta về nỗi đau chiến tranh. Có lẽ, sự chia cắt đất nước, bắt nguồn từ truyền thuyết Lạc Long Quân và Âu Cơ, vẫn không nguôi ngoai trong tâm trí của mỗi người dân Việt mỗi khi chúng ta gắng sức tìm lại bản thể từ lịch sử.

Trong chuyến vượt đại dương, tôi vẫn hay nhìn chăm chú vào những con sóng biển bao la, tìm kiếm cảm giác bình yên, để rồi một ngày nhận ra mình có thể tìm thấy sự bình yên đó ở một đất nước khác, trong khi vẫn khắc khoải trong lòng một tình yêu sâu thẳm và nỗi khao khát cố hương. Đó là sự chia lìa ám ảnh tôi suốt cuộc đời.

CHRISTINA

TÔI KHÔNG BAO GIỜ NGHĨ RẰNG Việt Nam sẽ giữ một vị trí quan trọng trong câu chuyện đời tôi. Đó là một vùng đất xa xôi và không thân thuộc. Tôi lớn lên ở một thị trấn nhỏ miền Đông Nam và Trung Tây, nơi không có đến 1% dân số gốc Á. Ngay cả một chuyến du lịch, tôi cũng chưa từng có ý định, đừng nói đến việc sinh sống ở đó. Rất dễ dàng để phủ nhận bản sắc gốc Việt của tôi trong biển người da trắng. Cha mẹ tôi cất giữ chặt miền quá khứ của hai người, không bao giờ tiết lộ với chị em tôi. Cha và mẹ nói với nhau bằng tiếng Việt nhưng không dạy chúng tôi một từ – dù đó là "xin chào." Cha mẹ tách rời chúng tôi ra khỏi thế giới của họ – một thế giới mà trong đó, cha mẹ nhốt chặt cái quá khứ dường như đã tuyệt vọng. Có vài ẩn ý, chủ yếu là những tấm ảnh đen trắng tôi tìm thấy trong cái hộp nhỏ dưới tầng hầm của nhà, là ảnh của cha mẹ tôi ở một thời điểm và một nơi khác. Tôi chỉ biết những mảng rời rạc và khao khát được xâu chuỗi lại toàn bộ câu chuyện đó.

Thời thơ ấu, đã có vài lần tôi ở rất gần với nền văn hóa người Việt. Chúng tôi viếng thăm gia đình bên nội ở những nơi có đông cộng đồng Việt Nam như Orange County, California và phía Đông New Orleans, nơi hàng trăm ngàn người gốc Việt, tạo thành một Việt Nam thu nhỏ trên đất Mỹ. Chú của tôi dẫn chúng tôi đi ăn phở vào buổi sáng. Tôi đã hỏi chú làm sao người ta có thể ăn một món ăn cầu kỳ – hủ tiếu và thịt bò nấu đặc biệt – cho điểm tâm. Chú tôi trả lời, "nếu con về Việt Nam, con sẽ hiểu." Vào tối Chủ Nhật, gia đình tôi có thói quen ăn một món mà chị em tôi hay gọi vui là "khéo tay hay làm trên bàn ăn," đó là chúng tôi cùng làm gỏi cuốn – một hình ảnh nhỏ thoáng qua về nguồn gốc văn hóa của tôi.

Cũng giống như cha mẹ luôn giữ kín quá khứ, tôi muốn che giấu tất cả những gì có thể lộ ra tôi là người Việt Nam. Tôi ghét cả tên lót của mình, Tuyết, vì nó rất xa lạ. Bất cứ khi nào có bạn đến nhà chơi, tôi bỏ đi những vật dụng trông như của "ngoại kiều" – như nước mắm và tương ớt Sriracha – tôi không muốn mình trông khác biệt với bạn bè.

Mãi cho đến khi mẹ tôi bị chẩn đoán mắc bệnh ung thư, tôi mới biết thêm về gia đình bên ngoại. Mẹ đã sống xa họ suốt hai mươi năm, kể từ khi mẹ rời Việt Nam. Vài tháng sau khi có tin mẹ bệnh nan y, anh của mẹ ở Louisiana liên lạc với anh của cha tôi ở New Orleans, và họ đã đoàn tụ. Các chị của mẹ và bà ngoại tôi ở Châu Âu đến thăm, kể cho nhau nghe những câu chuyện ty nạn, về hành trình họ đã đến và dựng lại cuộc đời trên quê hương thứ hai ở Thuy Sĩ và Pháp như thế nào. Những câu chuyện đó giúp tôi hiểu ý nghĩa quan trọng của Việt Nam trong quá khứ của gia đình. Chỉ khi đó, tôi biết mình có một người anh đã mất ở Việt Nam. Nhiều năm sau, tôi biết tên của anh là Thắng.

Ở trường đại học, khi tôi bắt đầu khám phá về bản sắc người Mỹ gốc Việt của mình, thì trong tâm trí, tôi đã bắt đầu ý thức về chủng tộc. Năm thứ nhất, tôi làm thêm ở một nhà hàng Nhật Bản, kết bạn với những phụ nữ khác cũng làm việc ở đó – một người Nam Hàn, một người Nhật, và một người Mỹ gốc Hoa nhưng sinh ra ở Việt Nam. Tôi đã chú ý tạo mối quan hệ thân thiết có thể với những người gốc Á khác, đặc biệt là tình bạn, tình chị em – điều mà tôi chưa bao giờ có trước đây.

Khi tôi và bạn trai thời đại học chia tay, anh hỏi tại sao chúng tôi chưa bao giờ nói chuyện về việc trở thành một đôi đa chủng tộc trong trường. "Em có bao giờ nghĩ rằng mọi người sẽ chú ý đến chúng ta không?" Tôi nhận ra, bản sắc chưa từng là thứ mà tôi suy nghĩ đến nhiều và tìm hiểu nó. Thật ra, tôi đã có nhiều cơ hội hòa nhập vào cộng đồng người Việt trong trường học và thậm chí học tiếng Việt, nhưng tôi không thích. Tôi chôn kín di sản văn hóa gốc Việt của mình.

Và cứ thế, khoảng một năm sau đại học, một khao khát đột nhiên bùng cháy trong tôi là được đến một nơi, biết về một đất nước, và quan trọng, biết về bản thân mình nhiều hơn. Cuối cùng, tôi thực hiện chuyến du lịch về Việt Nam. Nơi tôi hiểu sâu hơn về lịch sử gia đình. Tôi khám phá bản thể của mình là một người Mỹ gốc Việt. Tôi được gọi là Việt Kiều, một người Việt sống ở nước ngoài, và cuối cùng tôi đã bắt đầu hiểu về ba của tôi. Khi tôi đặt chân lên quê cha đất mẹ, Việt Nam không còn là một vùng đất xa xôi nữa. Việt Nam đã mãi mãi trở thành một nơi chốn gắn liền với câu chuyện của tôi.

ĐI | ĐẾN

CHRISTINA

North Carolina | 2002

ÁNH SÁNG ĐÈN HUỲNH QUANG. KHU làm việc độc lập. Bãi cỏ cắt tỉa gọn gàng trong khuôn viên của trụ sở chính toàn cầu. Mọi thứ của một công ty Mỹ đa quốc gia luôn rập khuôn, gò bó đối với một người vừa tốt nghiệp đại học, bước vào cuộc đời. Góc làm việc nhỏ của tôi là nơi duy nhất trong cuộc sống và công việc mà tôi cảm thấy mình được tự do kiểm soát. Tôi có thể dán tấm thiệp in ảnh một nhà sư Phật giáo đang nhìn vào dòng suối, tấm ảnh đen trắng về Tháp Eiffel và một tấm thiệp màu hồng có câu nói tôi thích nhất của Eleanor Roosevelt: "Ý nghĩa của cuộc sống chính là được sống." Bất chấp những lời khuyến dụ về thế giới bên ngoài bốn tấm vách ngăn nhỏ nơi tôi ngồi làm việc, tôi vẫn biết mình còn quá trẻ để phải bị chôn vùi trong không khí ngột ngạt của môi trường này.

Một sáng nọ, khi đang làm việc, tôi mở hộp thư điện tử cá nhân và nhận được một lá thư từ Chương Trình Phát Triển Liên Hiệp Quốc (United Nations Development Programme) ở Hà Nội. Họ thông báo nhận tôi vào chương trình thực tập sáu tháng. Một loạt cảm giác vừa phấn khởi, nhẹ nhõm, và cả lo lắng bao trùm lấy tôi khi lướt qua những điểm chính: chương trình thực tập sẽ bắt đầu vào mùa Thu và tôi sẽ làm việc với nhóm phát triển xã hội và tình trạng đói nghèo trong một dự án HIV/AIDS.

Tôi chạy như bay đến bàn của một đồng nghiệp, cũng là một thực tập sinh, người đã trở thành một trong những người bạn thân của tôi và báo tin cho anh. "Tôi sẽ đi Việt Nam – Tôi sẽ đi thật đó!" Tôi reo lên, như thể tôi là người giành được tấm vé trúng thưởng duy nhất thoát khỏi căn phòng này.

SÁU TUẦN TRƯỚC KHI BỘ PHẬN tiếp thị có buổi gặp gỡ, tôi chợt nhận ra mình cần phải để lại sau lưng môi trường làm việc đa quốc gia này, nếu không, tôi sẽ luôn luôn bị mắc kẹt trong một cuộc sống mà tôi không chút mong muốn. Tôi vào buổi học trễ vài phút. Tôi muốn thả mình cả ngày vào một trong những chiếc ghế dài sang trọng ở tiền sảnh. Nhưng thay vì thế, tôi pha một tách cà phê ấm, loại cà phê bình thường, từ quầy pha chế lớn ở hành lang. Tôi cố gắng không gây ra tiếng động khi đi vào phòng họp lớn, nơi sẽ diễn ra các hoạt động trong ngày và chọn một chỗ ngồi ở xa.

Người giảng huấn đến từ California. Ông mặc chiếc áo polo màu vàng, tính cách cởi mở, trông rất lạc quan. Ông nói lớn, "Chào buổi sáng!" khi bước lên sân khấu. Tôi đã tự nghĩ, "có lẽ người California nào cũng như thế."

Ông bắt đầu bằng câu: "Hôm nay tôi muốn chúng ta tìm hiểu về nhau theo một cách mà các bạn không thường làm mỗi ngày. Đó là chúng ta sẽ đi quanh phòng, mỗi người kể với nhau về một điều mà các đồng nghiệp chưa biết về bạn. Đây sẽ là câu chuyện để chúng ta nhớ về nhau trong suốt ngày hôm nay."

Tôi lắng nghe đồng nghiệp của mình, phần lớn ở tuổi trung niên hoặc lớn hơn, lần lượt nói về thành tựu của họ. Nhiều người kể lại chuyện thời sinh viên hoặc nói về khát khao của những năm tháng trước khi họ bước vào công việc hiện tại của họ ở tập đoàn này. Người nói về việc từng tham gia một ban nhạc, người nhắc lại chuyến du lịch nước ngoài thú vị nhất, những kỷ lục thể thao đáng nhớ nhất. Không một ai trong họ nói về điều họ nhớ nhất trong cuộc sống hoặc công việc thiện tại.

Tôi tự nghĩ: "Đây có phải là những gì tôi tìm kiếm không? Đây có phải là thời điểm sẽ trở thành điểm son trong cuộc đời tôi không? Nếu phải, thì tôi đang làm gì ở đây?"

Khi ấy, tôi 22 tuổi, là nhân viên phụ tá cho bộ phận tiếp thị thương mại HIV/AIDS của một công ty dược phẩm lớn trong chín tháng. Tôi bắt đầu là thực tập sinh ở bộ phận giao tế với bệnh nhân nhưng sau đó nhận ra công việc tiếp thị thú vị hơn. Tôi nói mong muốn của mình với một trong những người quản lý và được chuyển sang một nhóm có ngân sách lớn nhất. Thật buồn cười khi nhóm này có tên là "Phòng tiếp thị HIV/AIDS." Chúng tôi không tiếp thị HIV/AIDS. Chính xác là công ty lần đầu tiên bán ra thị trường các loại thuốc đơn và thuốc phối hợp điều trị HIV/AIDS.

Khi tôi chuẩn bị vào đại học, cha tôi rất muốn tôi theo ngành y để trở thành một bác sĩ như ông. Tôi hiểu, căn bản là ông muốn tôi có sự ổn định và an toàn. Với quan điểm của một người ty nạn như ông, chỉ khi trở thành bác sĩ, luật sư, kỹ sư mới gọi là thành công trong cuộc đời. Thay vào đó, tôi chọn ngành sức khỏe cộng đồng. Không phải vì tôi yêu thích, mà vì ngành học này cho tôi nhiều sự lựa chọn hơn là y khoa, và tôi đoán là cha sẽ hài lòng, vì dù sao tôi cũng chọn lĩnh vực chăm sóc sức khỏe.

Nhìn bên ngoài, công việc chuyên môn đầu đời của tôi rất tốt. Tôi có một mức lương cao và các quyền lợi đầy đủ. Cơ hội vào tập đoàn thuận lợi ngay trước mắt. Nhưng thật sự những thứ đó không hấp dẫn tôi. Tôi thức dậy mỗi sáng, lòng ngao ngán khi nghĩ đến lái xe hai mươi phút từ nhà ở Chapel Hill đến tổng công ty ở Research Triangle Park.

Những người bạn lớn tuổi lưu ý rằng công việc hiện tại sẽ là một yếu tố "đắt giá" trong hồ sơ làm việc của tôi. Nhưng điều tôi mưu cầu nhiều hơn không phải là vật chất, mà là tinh thần. Tôi muốn mình làm chủ một đời sống ý nghĩa và có mục đích thật sự, không chỉ đơn giản là có ngôi nhà hai tầng với hàng rào trắng ở vùng ngoại ô xinh đẹp.

Tôi hoàn tất chín tháng thực tập ở công ty dược phẩm. Tôi hỏi những đồng nghiệp đi trước về con đường sự nghiệp của họ, và quan trọng là, họ có hài lòng với công việc hiện tại không? Một người trả lời rằng cô ước gì mình đã chọn ngành y. Một người khác trong nhóm, cảm nhận sự mâu thuẫn trong suy nghĩ của tôi, bảo đảm rằng tôi sẽ có một tương lai vững vàng ở công ty. Cô ấy nói: "Em có thể là một đại diện bán dược phẩm ở bất cứ nơi nào trong nước. Em có thể đi bất cứ nơi nào em muốn." Tôi được cử đến San Diego để hỗ trợ một đại diện bán hàng ở đó, nhưng ngày làm việc của anh ta làm cho tôi buồn chán hơn cả chính những ngày làm việc của mình. Anh ta lê bước từ văn phòng bác sĩ này đến văn phòng bác sĩ khác, kéo theo túi nhỏ chứa đầy thuốc, dành cho các trợ lý nhiều lời khen với mục đích có cơ hội gặp các bác sĩ. Sau hai giờ đồng hồ, tôi đã biết, ngay cả khi tôi sống ở một thành phố xinh đẹp như San Diego, tôi cũng không muốn làm công việc này.

Tương lai có vẻ không tươi đẹp như những đồng nghiệp đi trước đã khẳng định.

Người bạn đồng sự hỏi lại: "Bạn nói gì?"

Mải miết trôi theo hàng loạt suy nghĩ trong đầu, tôi quên mất mình đang nói chuyện.

"Tôi sẽ đến Việt Nam để sống và làm việc," tôi lặp lại.

Tôi chưa từng chủ động nghĩ đến việc đi Việt Nam. Lần này một khi đã nói ra, tôi biết mình phải thực hiện. Đây là một giấc mơ chưa chạm đến, một khát khao cháy bỏng trong tôi – có thể tôi sẽ ở đó vài năm – điều mà chưa bao giờ xuất hiện trong suy nghĩ của tôi, cho đến giờ phút này. Nhưng khi tôi đã nói ra như thế, tôi biết bằng cách nào đó tôi sẽ biến điều đó thành hiện thực.

Một cuộc sống thú vị hơn có thể đang chờ tôi ở Việt Nam. Tôi đã sẵn sàng khám giá một đất nước và một dân tộc tôi chưa từng biết, kể cả một câu chuyện lịch sử của riêng mình.

Vài tuần sau buổi học buổi họp mặt, tôi ngồi trong tiệm cà phê Starbucks trên con đường chính của thành phố tôi sinh sống. Ở bàn bên cạnh, một người đàn ông khoảng 30 tuổi đang nói chuyện với một phụ nữ cùng trang lứa, tôi đoán như thế. Tôi chợt chú ý khi nghe người đàn ông nói về một người bạn của anh ấy tên Thomas, người từng làm cho văn phòng *Asia Foundation* ở Hà Nội.

Người này nói: "Anh ấy (Thomas) yêu cuộc sống ở Việt Nam. Mọi chuyện đang rất tốt với Thomas."

Tôi viết nhanh vào tờ giấy ghi chú *Thomas, Asia Foundation*. Tôi đã tin rằng cuộc trò chuyện mình tình cờ nghe lỏm được, và anh Thomas nào đó chắc chắn là sợi dây liên kết với tương lai của tôi ở Hà Nội.

Trong lúc tôi cân nhắc về những ngày sắp tới của mình ở Việt Nam, tôi không trao đổi với cha, cũng không tìm lời khuyên từ ông. Tôi đã chọn Hà Nội là nơi đến đầu tiên, mà không phải Sài Gòn, nơi cha mẹ tôi đã gặp nhau ở trường Y. Tôi đã đọc một bài viết về miền Bắc Việt Nam trong mục Du Lịch của báo The New York Times, và tôi đã yêu Hà Nội từ lúc đó, một vẻ đẹp quyến rũ, cổ kính với những con đường rợp bóng cây, kiến trúc lịch sử của Pháp và những hồ nước thơ mộng.

Tất cả những cơ quan từ thiện NGO quốc tế và tổ chức phát triển đều tọa lạc ở Hà Nội. Do đó, tôi có thể đặt cược tấm bằng tốt nghiệp ngành Sức Khỏe Cộng Đồng của mình vào một cơ hội thực tập ở Hà Nội.

Tôi chỉ hiểu lờ mờ rằng đối với cha tôi, nói đến Hà Nội là nói đến miền Bắc Việt Nam, nói đến chủ nghĩa cộng sản. Tôi thậm chí không thể hiểu rằng, khi tôi mạo hiểm chọn đến Hà Nội thay vì Sài Gòn, thành phố nơi ông đã lớn lên, thành phố ông yêu say đắm, thì chẳng khác nào là sự phản bội đối với ông. Tôi quá vô tâm không chú ý đến bất cứ điều gì khác, ngoại trừ cuộc phiêu lưu của riêng mình.

Tôi mua những tấm thẻ điện thoại viễn liên quốc tế từ một siêu thị Châu Á ở cuối con đường, bắt đầu liên lạc với những tổ chức quốc tế có trụ sở ở Hà Nội. Tôi chỉ gọi vào chiều tối, trước khi đi ngủ, vì giờ của Việt Nam sớm hơn North Carolina 10 tiếng. Bất cứ khi nào có ai đó nhấc máy, tôi cũng không biết mình nên hy vọng hay không. Tôi lo lắng không biết liệu có ai sẽ chấp nhận tôi không.

Một buổi chiều, tôi đã gọi đến Asia Foundation. Vị giám đốc điều hành nhấc máy và tôi nhanh chóng trình bày câu chuyện của mình với ông ấy một cách rõ ràng.

Tôi cố gắng nói với giọng tự tin hết sức có thể: "Tôi vừa tốt nghiệp Đại Học North Carolina tại Chapel Hill và tôi đang tìm một công việc thực tập ở Hà Nội."

Ông ấy trả lời: "Tôi hiện đang rất bận nhưng tôi có một cựu sinh viên Carolina ở đây. Cô có thể nói chuyện với cậu ấy."

Tôi biết người mà ông nói là Thomas. Tôi mỉm cười.

Tiếng nói trầm ấm và chất giọng nhẹ nhàng miền Nam của Thomas làm tôi cảm thấy yên tâm. Anh ấy hỏi: "Tôi có thể giúp gì cho cô?"

"Tôi muốn làm việc ở Việt Nam," tôi trả lời. "Tôi muốn thực tập về sức khỏe cộng đồng, ngành mà tôi đã học và tốt nghiệp. Sẽ càng tốt hơn nếu tôi có thể làm việc về dự án HIV/AIDS."

"Tôi biết người mà cô có thể nói chuyện về điều này," Thomas bảo đảm với tôi. "Tôi sẽ gửi thư điện tử cho bà Laura, là vợ của người điều hành ở đây. Bà Laura là thành viên của văn phòng Điều Phối Viên Thường Trú của Liên Hợp Quốc (United Nations Resident Coordinator.) Có thể họ sẽ giúp cho cô."

"Và khi cô có mặt ở Hà Nội," anh ấy nói thêm, "chúng ta có thể đi ăn tối với nhau. Cứ cho tôi biết cô cần gì trước khi khởi hành."

"Cảm ơn rất nhiều!" Tôi trả lời Thomas, thật sự kinh ngạc vì sự may mắn của mình. Vài tháng sau đó, tôi tìm thêm những mối quan hệ khác ở Việt Nam. Thời điểm đó, dường như mọi thứ đều xuất hiện đúng lúc. Một giáo sư ở Đại Học Columbia University từng nghiên cứu về đề tài phát triển của Việt Nam nói với tôi rằng, hai trong số các cựu sinh viên của ông đã từng ở Việt Nam và ông có thể liên lạc với họ. Thì ra, hai sinh viên đó chính là sếp của Thomas và vợ của ông ấy. Do đó, khi bà Laura nhận thư giới thiệu về tôi từ chồng của bà và vị cựu giáo sư, bà nhanh chóng phát họa một chương trình thực tập phù hợp cho tôi.

Về cá nhân mình, tôi thật sự ngạc nhiên khi mọi chuyện diễn ra nhanh chóng đúng như tôi mong muốn. Nó như một sự sắp đặt đã định sẵn.

Vào một buổi chiều, trong tâm trạng phấn khởi khi chính thức nhận thư chấp thuận thực tập, tôi va vào một người bạn Mỹ gốc Việt, người cũng từng tham gia Hội Sinh Viên Việt Mỹ ở trường đại học. Tôi tự hào báo cho cô bạn biết là tôi sẽ đến Việt Nam.

"Thật là lạ," cô ấy thốt lên. "Tôi nhớ khi tôi gọi bạn vào đầu năm thứ nhất và hỏi bạn có muốn tham gia Hội Sinh Viên Việt Nam không. Bạn nói rằng bạn không thật sự phù hợp làm những việc liên quan đến người Việt Nam. Và bây giờ bạn sẽ đến Việt Nam."

Tôi bật cười. Bạn của tôi nói đúng. Nhưng rất nhiều thứ đã thay đổi sau thời gian đó. Trong phần lớn cuộc đời tôi, ngoài việc biết cha mẹ tôi là người Việt Nam, tôi hầu như không có cảm giác gắn bó với mảnh đất ấy. Theo nhiều cách, tôi đã chối bỏ phần Việt Nam trong con người mình. Đất nước và con người ở đó đã từng hoàn toàn không tồn tại trong suy nghĩ của tôi. Giờ đây, tôi khao khát được tìm hiểu về nguồn gốc của mình - về một nơi mà gia đình tôi, và chính tôi, đã đến từ đó.

Tôi không ngờ rằng một ngày nào đó, tôi sẽ nhớ lại quãng thời gian ở Việt Nam như một trong những năm tháng đẹp nhất đời mình.

NGHĨA

Connecticut | 1975

CHIẾC AMTRAK BÓNG BẨY, THANH LỊCH, chầm chậm đi vào ga xe lửa New London, Connecticut ở bờ Tây Thames River và dừng lại đủ thời gian cho khách xuống ga. Đó là cuối Tháng Sáu năm 1975, tôi đứng trước nhà ga xe lửa, suy nghĩ miên man về tương lai của mình.

Tôi hình dung, có lẽ người Anh đã đặt chân lên vùng đất này đầu tiên và họ gọi thành phố này là New London bên cạnh Thames, để nhớ về một nơi trên thế giới, có thành phố London của họ nằm nép mình bên sông Thames. Nếu là người Pháp, chắc họ đã gọi là Nouveau Paris sur Seine (New Paris bên dòng sông Seine); nếu là người Đức, nơi đây có thể là New Frankfurt bên dòng Rhine. Như những người du mục tìm vùng đất mới từ nhiều thế kỷ trước, tôi cũng sẽ ao ước có một tên gọi để hoài tưởng cố hương.

Tôi luôn nghĩ việc tôi dừng chân ở đất nước này là một phép nhiệm mầu. Sự có mặt của tôi ở đây đánh dấu chương cuối của một hành trình hai tháng, bắt đầu ở miền Nam tan rã và bị bức tử của tôi. Từ đảo Phú Quốc tôi lên thuyền chạy trốn, cuối cùng đến đảo Guam, và tiếp tục đến trại tỵ nạn Fort Indiantown Gap ở Harrisburg, ngoại ô Philadelphia.

Chỉ hai tháng trước – 30 Tháng Tư, 1975 – cộng sản Bắc Việt cưỡng chiếm Sài Gòn, kết thúc cuộc chiến đẫm máu tương tàn kéo dài 21 năm, đẩy hàng trăm ngàn người Việt phải bỏ chạy khỏi quê hương miền Nam. Chứng kiến sự tàn khốc và thảm cảnh chiến tranh kéo dài, theo bản năng, tôi biết mình phải trốn thoát, nếu không mình sẽ bị cầm tù, thậm chí có thể bị giết. Cộng sản đã ngang nhiên đoạt lấy miền Nam Việt Nam. Họ đã gửi 16 sư đoàn tấn công quốc gia của chúng tôi lúc đó chỉ có 11 sư đoàn. Tôi chỉ thấy hai tương lai khả thi ở miền Nam: hoặc tôi chấp thuận những đường lối khắt khe của cộng sản, hoặc tôi sẽ chết trong nhà tù của họ.

Giờ đây, sau cuộc chạy trốn ngoài dự tính từ Việt Nam đến Mỹ, tôi chợt nhận ra rằng tôi cũng như những đồng hương ty nạn khác, không biết gì về quốc gia này và cả tương lai phía trước. Ngay cả ngôn ngữ của họ tôi cũng không biết. Mặc dù Mỹ đã từng tham chiến trong chiến tranh Việt Nam gần hai thập kỷ, hai nước gắn bó chặt chẽ vì chiến tranh – chống cộng sản, đánh nhau, chiến thắng, và đau xót vì làm kẻ thua cuộc. Không đơn giản chỉ là trao đổi văn hóa hay lịch sử. Tôi không biết mình sẽ hòa vào đất nước này như thế nào.

Chiến tranh kết thúc, tổng cộng 130,000 trong số 17 triệu người (ít hơn 1% dân số) đã có thể đi ty nạn tìm tự do và sinh tồn, thoát khỏi đòn thù của cộng sản Bắc Việt. Vài năm sau đó, thêm ba triệu người nữa của miền Nam làm "thuyền nhân" bỏ nước ra đi, chỉ có hai triệu người may mắn đến được các trại tạm bợ ở Đông Nam Á. Khoảng một triệu người đã chết trên biển vì gió bão, cướp biển tấn công, kiệt sức hoặc thiếu lương thực và nước uống.

Cuộc luân chuyển bất ngờ từ nơi có chiến tranh sang đất nước hòa bình đè nặng tâm trí tôi. Không ngờ bây giờ tôi lại ở đây, đang đứng trên đường phố của một thị trấn nhỏ và yên bình ở một đất nước yên ả. Người dân miền Nam đã lao vào cuộc tìm kiếm bầu không khí hòa bình này suốt hơn hai thập kỷ, nhưng không may mắn có được. Giờ đây, thật kỳ lạ, nhiều người trong chúng tôi đã tìm thấy nó – không phải ở đất nước với hàng dừa xanh đẹp và những cánh đồng lúa vàng của chúng tôi, mà ở một vùng đất xa lạ tên là nước Mỹ.

Vì sao lại là Mỹ? Tại sao lại cách biệt quê nhà 10,000 dặm? Tôi đã rất bối rối để tìm ra câu trả lời thỏa đáng vào lúc đó. Nhưng ít nhất, tôi tự nghĩ, sẽ không còn tiếng súng, tiếng đại bác, tiếng lựu đạn nổ, tiếng hỏa châu rơi, những thân thể dị dạng, hay tiếng khóc than của những bà mẹ, con gái và những người thân quen khác.

Tôi ở trại Indiantown Gap suốt một tháng để chờ được bảo trợ. Một ngày nọ, tôi nghe tin một bệnh viện ở tiểu bang Connecticut cần người có bằng cấp tương đương theo yêu cầu của họ và người phỏng vấn sẽ đến đây trong vài ngày tới để tìm các ứng viên tiềm năng. Tôi muốn là một trong các ứng viên, nhưng tôi là người tỵ nạn đang kẹt trong trại, không tìm được trang phục phù hợp cho buổi phỏng vấn. Tôi không có đôi giày nào vừa ý, cả áo khoác cũng không có.

Bất chấp điều đó, tôi đã đến buổi phỏng vấn.

Bệnh viện đang cần tuyển nhân sự nội bộ vì không còn "giấy chứng nhận" cho chương trình nội trú. Tôi không biết "chứng nhận" đó là gì. Tất cả những gì tôi muốn là công việc. Vài tuần sau, tôi nhận được tin báo rằng tôi và một người bạn được một bệnh viện nhỏ ở Connecticut bảo trợ. Tôi thấy nhẹ nhõm; Tôi tự nghĩ, đây là điều làm cho nước Mỹ vĩ đại – tạo cơ hội cho tất cả mọi người, bao gồm cả người tỵ nạn.

Ngày kế tiếp, vợ chồng bạn của tôi và bảy người con, cùng với tôi lên một xe lửa ở Harrisburg, Pennsylvania, đi về một tương lai vô định.

Chúng tôi đã ở nơi an toàn, nhưng tâm trí tôi bị vây kín bởi các suy nghĩ về kinh tế để sinh tồn. Liệu những di dân – những người hành hương hiện đại đến từ một quốc gia nhỏ bé, không còn hiện hữu, có thể tạo dựng một tương lai ở vùng đất xa lạ? Tôi nghĩ đến tất cả những chuyện có thể phải đối mặt: an toàn chính trị, đào tạo y tế, tìm công việc, nuôi dưỡng gia đình, trau dồi ngôn ngữ, tương lai của tôi, đất nước đã bị mất và tài sản cá nhân cũng không còn. Những nỗi lo lắng xuất hiện dồn dập, đan xen vô trật tự trong tâm trí tôi. Bây giờ tôi đã hiểu, có được hòa bình đồng nghĩa với chấp nhận những luồng gió mới và những vấn đề "vô tiền khoáng hậu."

Xe lửa đến điểm cần phải đến, New London, tiểu bang Connecticut. Chúng tôi rời sân ga. Làn gió mát lạnh thoáng qua người, mang tôi quay về với thực tại, thoát khỏi những lo lắng. Mặc dù gần đến Tháng Bảy, trời vẫn mát, nếu không muốn nói là lạnh với những ai đến từ vùng nhiệt đới. Tôi nhìn quanh mình; thành phố với bờ biển và bãi cát dài thoai thoải theo bờ, gợi lại trong tôi bãi biển Vũng Tàu, nơi bà tôi đã sống và tôi đã trải qua vài năm tuổi thơ của mình. Sự khác biệt duy nhất là New London, với đặc điểm là những ngôi nhà theo phong cách Cape Cod cổ kính, quyến rũ (đây là lần đầu tiên tôi nhìn thấy) và lối sống luôn tất bật, ở một vùng ôn đới. Trong khi Vũng Tàu, với những hàng dừa và không khí vùng quê tỉnh lẻ, triền miên đắm mình trong cái nóng oi bức của vùng nhiệt đới. Khi ấy, tôi đã không biết sẽ còn rất nhiều điều để tôi so sánh sau cảm nhận đầu tiên này. Tôi sẽ vĩnh viễn đi tìm những gì tương đồng với Việt Nam trong suốt những năm tôi ở Mỹ. Dù tôi hòa nhập tốt với cuộc sống mới thế nào, chắc chắn nỗi lòng hoài hương vẫn không thể nào vơi.

Mất liên lạc với gia đình, bạn bè và quay cuồng trong sự mất mát lớn nhất – mất quê hương miền Nam Việt Nam – tôi ngập ngừng đặt chân lên vùng đất mới, hướng về một tương lai vô định.

Trên chuyến xe lửa đến New London, tôi biết thêm về người bạn, đồng nghiệp mới của mình. Anh là Tùng, độ tuổi ngoài 40, đã làm việc 12 năm trong ngành Y ở Việt Nam. Tôi để ý thấy Tùng có vẻ thấp thỏm, không ngồi yên. Anh hay đứng lên trong suốt chặng đường. Mỗi lần xe lửa dừng ở ga, Tùng lại đứng lên và hỏi đã đến nơi chưa, sau đó kiểm tra tên của các sân ga rồi nhìn lại trong bản đồ. Tôi hiểu cảm giác bất an mà anh đang có. Tấm bản đồ trong tay của anh là vật hữu hình duy nhất anh có thể nắm giữ trên lộ trình tương lai vô định chúng tôi đang đi đến.

Trong chiến tranh và thời kỳ loạn lạc, các gia đình thường bị phân tán. Một số, phần lớn là những người đàn ông trung niên sống không xa nhà, đã có thể trốn thoát cùng gia đình của họ. Hầu hết thanh niên, như tôi, bị buộc chạy khỏi quê hương một mình, vì chúng tôi đang phục vụ trong quân đội và chỉ được tự do trốn đi khi đơn vị tan rã. Tôi ra đi đơn độc sau khi đơn vị của mình giải binh. Mãi sau này tôi mới nhận được tin báo của gia đình là vợ tôi và đứa con trai hai tuổi của chúng tôi vẫn còn ở miền Nam.

Tôi đợi Tùng và gia đình lấy đủ hành lý trước khi vào thành phố, nơi truyền thông địa phương đang chờ để chào đón chúng tôi. Tôi đoán họ đã được bệnh viện địa phương thông báo. Tôi ngạc nhiên và choáng ngợp trước sự tiếp đón ồn ào. Lẽ ra tôi muốn có một giờ đầu tiên yên tĩnh ở ngôi nhà mới của mình, nhưng tôi biết mình không có tiếng nói trong việc này.

Vài nhiếp ảnh gia đã chụp ảnh, đặc biệt là ảnh của Tùng và gia đình anh. Chúng tôi được thông báo sẽ có một cuộc họp báo sau buổi chụp ảnh. Theo tôi hiểu, sự có mặt của chúng tôi đang được quan tâm nhiều ở thị trấn nhỏ này.

Tùng là người nói nhiều nhất trong buổi họp báo. Anh kể về những gì đã trải qua trong quá khứ, cuộc trốn chạy và gia đình của mình. Anh nói với các ký giả rằng anh sinh ra ở miền Bắc Việt Nam và đã sống trong vùng cai trị của cộng sản. Năm 1954, ngay trước hiệp định đình chiến chia đôi đất nước, anh và gia đình di tản về phía Nam. Gia đình anh đã định cư ở Sài Gòn và giờ đây, 21 năm sau, sau khi Sài Gòn thất thủ, họ lại một lần nữa phải chạy trốn cộng sản.

"Cả cuộc đời của tôi, tôi luôn phải trốn chạy cộng sản," Tùng nói. "Tôi luôn tìm cách tách gia đình tôi, bản thân tôi thật xa họ."

Riêng tôi thì quá kiệt sức sau chuyến đi, tôi không nói nhiều về mình. Tôi chỉ muốn được nghỉ ngơi sau hành trình dài.

Khi buổi phỏng vấn kết thúc, tôi đến quầy cà phê, hy vọng có một bữa ăn nóng, và nhận ra quầy đã đóng cửa. Đêm đầu tiên của cuộc sống tự do thật sự – đêm đầu tiên của tôi ở Mỹ sau khi rời trại tỵ nạn – tôi lên giường ngủ với cái bụng trống rỗng.

Ngày kế tiếp, tôi đến nhà của Tùng và anh cho biết anh đã hỏi ý trưởng khoa phẫu thuật của bệnh viện về chứng nhận của chương trình. Chúng tôi cần có một năm thực tập để được phép tham dự kỳ thi cấp giấy chứng nhận của hội đồng tiểu bang. Khi có giấy phép, chúng tôi có thể làm việc. Nhưng chương trình này không được chứng thực, có nghĩa là một năm thực tập cũng không giúp chúng tôi có giấy phép hành nghề. Tùng nghĩ rằng anh và gia đình cần rời đi để có thể tham dự một chương trình được công nhận ở nơi khác.

Vài ngày sau, Tùng nói với tôi là một người bạn của anh đã ghi danh cho anh vào danh sách chờ đợi một năm chuyển tiếp tại một bệnh viện ở New Jersey. Tùng và gia đình sẽ đến đó. Chỉ trong vòng một tuần lễ, họ thu xếp hành lý và rời đi. Tôi tin đó là một quyết định đúng cho Tùng và đại gia đình của anh. Tôi không phản đối sự chọn lựa của Tùng. Nhưng bây giờ, người bạn duy nhất của tôi đã ra đi.

Người quản lý lẽ ra nên giải thích cho tôi là chúng tôi cần thực tập một năm để được dự kỳ thi cấp giấy chứng nhận của tiểu bang trước khi gửi tôi đến New London. Nếu lúc trước tôi hiểu rõ tình hình này, tôi sẽ ở lại trại tỵ nạn để tìm cơ hội khác.

Khi đã quen và thích nghi với thị trấn nhỏ ở mảnh đất mới này, tôi nhận thấy bài báo phỏng vấn Tùng trong ngày đầu tiên đến thị trấn đã thu hút rất nhiều sự chú ý. Ở cửa hàng tạp hóa, có người hỏi tôi có phải là người đàn ông có bảy đứa con không. Tại tiệm cắt tóc, người ta hỏi tôi câu tương tự. Tôi cảm thấy mừng vì mọi người nhầm tôi với Tùng, khiến tôi có thể ẩn mình khỏi sự quan sát của mọi người. Có quá ít người Việt trong thị trấn nên tôi đoán người ta dễ nhầm lẫn hai chúng tôi.

Vài tuần sau khi tôi đến New London, người đứng đầu trường điều dưỡng địa phương hỏi tôi có thể nói chuyện về Việt Nam cho sinh viên được không. Tôi không biết phải nói gì nhưng bà ấy kiên trì đến mức cuối cùng tôi cũng đồng ý. Tôi tìm quanh các thư viện và nhà sách để tìm tài liệu về Việt Nam cho buổi nói chuyện nhưng không tìm được. Vì vậy, tôi đã tự ứng phó và nói về lịch sử, địa lý, giáo dục và cách suy nghĩ của người Việt Nam.

Trong suốt buổi nói chuyện, có người hỏi tôi, "Ở Việt Nam, người ta gặp nhau như thế nào? Có phải trong quán rượu không?"

"Chắc chắn là không," tôi đáp. "Xã hội Việt Nam còn cổ hữu và mọi người không hoan nghênh việc nam và nữ gặp nhau trên đường phố, đặc biệt là trong các quán bar, nơi mang ý nghĩa không tốt ở Việt Nam."

Không lâu sau buổi nói chuyện, tôi nhận cuộc gọi từ một phụ nữ Nhật Bản kết hôn với một thuỷ thủ người Mỹ, Ed. Bà nói đã lâu rồi bà không gặp một người Châu Á nào nên rất nóng lòng muốn gặp tôi. Cuối cùng, chúng tôi trở thành bạn thân, bà là người ủng hộ tôi, điều rất cần cho một người đang sống xa gia đình.

Ngày nọ, một phụ nữ ở nhà thờ, người từng bảo trợ cho một nhóm người Việt tỵ nạn gọi điện thoại cho tôi và hỏi tôi có muốn bà muốn giới thiệu tôi với nhóm này không. Tôi vui mừng đồng ý vì tôi rất mong có những người bạn đồng hương. Tôi biết ra có bốn người Việt trong thị trấn nhỏ này, độ tuổi từ 21 đến 25 và độc thân, ngoại trừ một người. Họ sống cùng trong một khu chung cư phức hợp ở trung tâm thành phố, do nhà thờ địa phương bảo trợ. Những người này từng phục vụ trong quân đội. Bằng cách nào đó họ đã rời khỏi

Việt Nam. Bây giờ, họ là công nhân trong xưởng và học tiếng Anh vào ban đêm.

Kết giao với những người Việt tỵ nạn khác giúp tôi thích nghi với cuộc sống của mình ở New London. Tôi cảm thấy thoải mái khi có điều gì đó làm cho tôi nhớ về quê hương, là nơi nương tựa cho quá khứ của tôi. Tuy nhiên, tôi biết mình không có lựa chọn nào khác ngoài việc tiến về phía trước, đứng trên đôi chân mình ở mảnh đất mới này.

CHRISTINA
North Carolina | 2002

VÀI THÁNG SAU KHI TÔI CHÍNH thức nhận giấy thực tập, tôi bắt đầu lên kế hoạch cho chuyến đi mạo hiểm đến Việt Nam. Tôi liên lạc với Lara, người Mỹ gốc Việt, đến từ Carolina, đang học lấy bằng tiến sĩ. Tôi gặp Lara tại hội nghị y tế cộng đồng vào năm cuối đại học. Lara nói với tôi rằng cô dự trù sẽ đến Hà Nội vài tháng để nghiên cứu luận án. Tôi gửi thư điện tử cho Lara, và biết cô cũng sẽ có mặt ở Hà Nội cùng thời điểm thực tập của tôi. Cô mời tôi ở lại nhà dì của cô ấy vài tháng trong thời gian tôi tìm nơi cư trú. Tôi biết Lara sẽ là "cái phao" cho tôi khi tôi đến vùng đất xa lạ.

Lara giới thiệu cho tôi biết thêm một người bạn gốc Việt. Cô ấy tên Thi. Thi đã từng có khoảng thời gian ở Việt Nam và sẽ chuyển đến Chapel Hill để lấy bằng tiến sĩ về sức khỏe cộng đồng. Khi Thi đến Chapel Hill chỉ vừa đúng hai tháng cuối tôi còn ở đó, nhưng tình bạn giữa hai chúng tôi đã trở nên thân thiết.

Thi như người chị gái của tôi, trong nhiều lĩnh vực: Thi thông minh và hiểu chuyện, luôn chủ động trong các sự việc. Khi tôi chuẩn bị chuyến đi, chị đã chỉ tôi cách sắp xếp hành lý như thế nào để có thể mang theo được nhiều nhất có thể những vật dụng cần thiết. Thời gian làm bạn với Thi khiến tôi nhận ra mình khao khát được kết nối nhiều hơn với Việt Nam, và đặc biệt là với gia đình. Tôi và người chị ruột, lớn hơn tôi hai tuổi, lại không thân thiết với nhau. Khi tôi quyết định liều mình cho chuyến đi đến Việt Nam thì chị sanh con đầu lòng. Chị em tôi không song hành trên cùng một con đường, và tôi không có được cảm giác về tình thân như với Thi. Mặc dù tôi đã luôn mong ước có cha ở bên cạnh tôi nhiều hơn để giúp tôi định hướng cho những bước đi kế tiếp. Vậy mà, hai từ "giúp con" dường như nghẹn lại ở đâu đó trong tôi.

Một buổi chiều, Thi mang đến tập ảnh cũ và kể cho tôi nghe những câu chuyện trong lúc chị ấy ở Việt Nam.

Thi nói: "Chị ước gì mình có thể ở Hà Nội thêm thời gian nữa. Vài ngày trước khi chị về Mỹ, chị thấy một bản tin tuyển người ở Liên Hiệp Quốc. Chị đã đặt thư xin việc dưới cánh cổng."

Tôi nghiêng đầu ngạc nhiên hỏi: «Chị có thể ở Hà Nội lâu hơn sao?»

"Đúng, chị nghĩ chị sẽ như thế nếu có được công việc đó," Thi trả lời.

Tôi đùa rằng có lẽ tôi sẽ gặp được bạn trai ở đó. "Có lẽ Thomas sẽ là bạn trai của em!" Tôi nói và cười lớn. "Điều đó thú vị chứ, nếu cuối cùng, người đã giúp em đến được Việt Nam lại là bạn trai của em?"

Trong khi đùa giỡn với Thi, tôi biết mình đang bắt lấy một điều gì đó có thật – trong tình hình này là một ai đó cho tôi một cái phao. Tôi tự hỏi mình sẽ ở Việt Nam bao lâu, và liệu tôi, có giống như Thi, có hy vọng ở lại khi hết thời gian thực tập hay không. Trong những bức ảnh của Thi, tôi nhận ra kiến trúc Pháp của một số tòa nhà ở Hà Nội mà tôi đã thấy trên internet. Một bức ảnh về một người đàn ông đang hút thuốc, ngồi nghỉ ngơi trên xích lô đợi khách – trông như đã được chụp từ nhiều thập kỷ trước. Tấm ảnh toát lên vẻ lãng mạn; thậm chí huyền bí.

Hà Nội bắt đầu cho tôi cảm giác rất thật – và lo sợ. Nó khác với nơi tôi đang sống, và tôi nhận thức rất rõ Việt Nam vẫn là một quốc gia đang phát triển, về mặt kỹ thuật. Tôi đã sẵn sàng đối diện với những thử thách cho cuộc sống nơi đó chưa?

Những tuần cuối cùng của tôi ở Mỹ, tôi tự hỏi mình đang làm gì, liệu tôi có thể thật sự thích nghi với một quốc gia đang phát triển hay tôi sẽ tiếc nuối về những tiện nghi mà tôi đã quá quen thuộc.

TÔI KHÔNG BAO GIỜ HỎI CHA về suy nghĩ của ông đối với việc tôi sẽ đi Việt Nam. Ông không nói, nhưng tôi mong được biết: Có phải ông không đồng ý? Ông có ủng hộ chuyến phiêu lưu của tôi không? Ông có nghĩ là tôi dũng cảm khi mạo hiểm đến đó không?

Tất cả là sự im lặng.

Giữa cha và tôi, không có nhiều cuộc đối thoại. Mẹ của tôi, khi còn sinh thời, là chiếc cầu nối cho các mẩu chuyện của chúng tôi. Nếu chị em tôi cần điều gì đó, mẹ sẽ hỏi cha tôi. Chúng tôi không bao giờ nói trực tiếp với cha về bất cứ vấn đề nào, thật sự là như thế. Tôi không tự tin khi hỏi chuyện cha. Nếu tôi hỏi, tôi cũng không nhận được câu trả lời đầy đủ, thường câu trả lời của cha tôi chỉ là những tiếng nói lầm bầm. Tôi sợ cha. Khi mẹ qua đời lúc tôi 14 tuổi, tôi không biết mình sẽ nói chuyện với cha như thế nào.

Tôi ngầm biết cha tôi yêu Việt Nam, dù ông chưa bao giờ nói ra điều đó. Tôi không chắc mình hiểu điều này ra sao khi còn nhỏ, nhưng sau khi mẹ tôi qua đời – điều mà dường như là một bước ngoặt để cha tôi tìm kiếm lại quá khứ và những vết thương của đời mình. Cha tôi bắt đầu viết về lịch sử Việt Nam và thu thập các câu chuyện của người Việt tỵ nạn khác. Tôi biết sẽ không ai có thể dành nhiều thời gian để viết về một điều gì nếu họ không yêu quý nó.

Cuốn sách đầu tiên của cha tôi là "Đoá Sen Hồng" (The Pink Lotus), một câu chuyện hư cấu về cuộc đời ông. Khi cuốn sách xuất bản, tôi còn là một đứa trẻ vị thành niên, và nó không hấp dẫn tôi. Tôi thậm chí không đọc cả nội dung, chỉ lướt qua những phần tôi thích – cụ thể là phần ông viết về mẹ tôi và cuộc vượt thoát khỏi Việt Nam của ông. Tôi biết những nội dung chính: Ông là bác sĩ quân y của Quân Đội Miền Nam Việt Nam đóng ở Đồng Bằng Sông Cửu Long. Sau đó ông chuyển ra Phú Quốc. Từ nơi này, ông đã chạy trốn khi Sài Gòn rơi vào tay cộng sản. Nhưng tôi không biết, và cũng không muốn hiểu bản chất của câu chuyện cũng như tình yêu sâu thẳm của cha tôi với Miền Nam.

Còn rất nhiều câu chuyện chưa từng nói ra trong gia đình về lịch sử của chúng tôi. Vào tuổi niên thiếu đó, tôi chưa đủ ý thức để hiểu sự thờ ơ của mình có thể gây tổn thương cho cha mẹ như thế nào.

TRONG SUỐT NHỮNG NĂM TRUNG HỌC, lớp của tôi tổ chức buổi đi thăm viện bảo tàng ở Indianapolis, khoảng 60 dặm về hướng Bắc thành phố tôi đang sống. Chúng tôi dừng lại ở một nhà thờ nhỏ. Tôi chú ý ở quầy bán hàng lưu niệm bán những quốc kỳ nhỏ của các quốc gia trên thế giới, dạng cắm lên bàn. Tôi tiến đến, ngập ngừng hỏi người bán hàng về quốc kỳ của nước Việt Nam (vì tôi không biết lá quốc kỳ đó ra sao nên không thể tự tìm được.) Ông ấy đưa cho tôi một lá cờ màu đỏ có ngôi sao màu vàng ở giữa.

Khi trở về nhà hôm ấy, tôi tự hào để lá cờ lên mặt bàn trong bếp, kế bên điện thoại, tin rằng cha tôi sẽ rất vui.

Ngược lại, tôi bị cha la rầy.

"Tại sao con làm như thế?" cha tôi gằn giọng hỏi, một giọng nói hiếm khi tôi nghe từ ông. "Đây không phải lá cờ chính danh."

Ông lấy lá cờ ra khỏi bàn ngay lập tức.

Tôi đã không biết cha làm gì với lá quốc kỳ đó – ông dấu nó đi hay vứt vào sọt rác – nhưng vài ngày sau, một lá cờ khác được đặt vào: một lá cờ vàng có ba sọc ngang màu đỏ.

"Đây mới thật sự là quốc kỳ của Việt Nam – quê hương của cha," ông nói với tôi.

Mãi đến những tháng năm sau này, tôi mới kết luận rằng mối quan hệ của cha và tôi luôn bị bao vây và có lẽ còn bị định hình bởi những nỗi buồn không thể nói ra. Tôi mua nhầm quốc kỳ của Việt Nam. Cha không thể nói chuyện với lớp lịch sử ở trường trung học của tôi về Chiến Tranh Việt Nam. Tôi quyết định mạo hiểm đến Hà Nội, mà không phải là Sài Gòn.

NGHĨA

Connecticut | 1975

TÔI NHANH CHÓNG NHẬN RA TÔI có quá nhiều điều không biết khi trở thành di dân ở một đất nước xa lạ – không chỉ là trong bệnh viện, nơi có rất nhiều công việc y khoa phải làm, mà ngay cả trong đời sống mỗi ngày của tôi. Bởi vì thế – mặc dù bệnh viện không chứng nhận, nhưng tôi không lãng phí ngày tháng của mình ở New London. Tôi dùng khoảng thời gian đó để học cách diễn đạt điều mình muốn nói bằng Anh ngữ, và đặc biệt, để các bệnh nhân của tôi có thể hiểu được. Công nghệ y tế của Hoa Kỳ tân tiến và khác biệt nhiều so với những gì tôi đã thực hành ở Việt Nam. Tôi được mở rộng tầm mắt, chuẩn bị cho con đường phía trước – đó là chương trình đào tạo phẫu thuật trong năm năm đầy cam go.

Sau vài tuần, tôi nhận ra mình sẽ không làm được gì nhiều nếu không có xe hơi. Ở vài quốc gia khác, xe hơi có thể được xem là một tài sản xa xỉ và một biểu tượng của địa vị, nhưng ở Mỹ lại là một thứ cần thiết. Khi tôi cần gấp vật gì, tôi phải chờ đến khi một ai đó có thể chở giúp tôi đến cửa hàng. Tôi không thể hỏi đi nhờ xe mãi, và tôi cũng không muốn thế. Bạn bè của tôi có thời gian biểu riêng và những việc riêng của họ. Tôi quyết định tìm một chiếc xe cho mình.

Vì chưa có kinh nghiệm mua xe hơi, tôi đã nhờ Ed giúp. Tôi bị thu hút ngay khi nhìn thấy chiếc xe Ford Pinto đậu trong trại tỵ nạn, loại xe hấp dẫn với giới trẻ thời bấy giờ. Đến thời điểm mua xe, Ed là người thương lượng giá cả. Tôi không biết liệu mình có mua được chiếc xe với giá tốt hay không, nhưng tôi đã rất hạnh phúc vì mình có một chiếc xe.

Tôi và vợ chồng Tuấn, anh của tôi, ở chung với nhau thời gian đó. Anh Tuấn tìm được việc làm cho một cửa hàng địa phương, lương vừa đủ qua ngày. Nhưng sự sắp xếp này kéo dài không lâu. Tuấn đã quen với cuộc sống dư dả ở Việt Nam, nên biết rằng tương lai sẽ không đi đến đâu nếu cứ tiếp tục là nhân viên bán hàng. Anh quyết định đi học tiếp. Với sự giúp đỡ của một nhà tài trợ, anh bắt đầu tìm hiểu điều kiện vào đại học và lên kế hoạch lấy bằng cấp về dược. Tuấn và vợ chuyển đến Columbus, tiểu bang Ohio – gần với gia đình bên vợ – và bắt đầu học các môn bắt buộc để ghi danh vào trường dược.

Đó là vào cuối Tháng Mười, lá cây chuyển màu đẹp mê đắm – một vẻ đẹp mà mãi về sau tôi mới cảm nhận được trọn vẹn, một vẻ đẹp mà tôi chưa bao giờ nhìn thấy ở Việt Nam. Tôi nhận thấy sắc tố của lá chuyển từ xanh đến vàng, rồi nâu, đỏ, nhưng vì quá bận với công việc hàng ngày và giúp người anh chuyển nhà nên đã không thật chú ý. Dần dần, tôi bắt đầu quan sát các thời kỳ giao mùa. Những chiếc lá rơi nhẹ nhàng xuống đất, tạo thành từng khối lá to ở mỗi góc đường. Chỉ vài tuần sau, tất cả các nhánh cây đều rụng lá. Hiện tượng thiên nhiên này hoàn toàn mới lạ với tôi.

Năm đầu tiên ở Mỹ, tôi cũng không để ý về hai lần đổi giờ trong một năm. Do đó, một ngày nọ, khi tôi đến sở và không thấy ai, tôi đã hỏi thư ký phải chăng hôm nay là ngày lễ.

Anh ấy trả lời: "Không phải, mà là ông đến sớm hơn một giờ so với ngày thường. Hôm nay bắt đầu giờ mùa Thu, ông phải chỉnh đồng hồ lùi lại một tiếng."

Từ đó trở đi, tôi đã hiểu sự quan trọng của việc chú ý đến những đặc điểm mới lạ ở nơi mình đến, để "nhập gia tùy tục."

Vài tuần kế tiếp, chúng lái xe đến Ohio, ngang qua thành phố của người Amish ở Pennsylvania, rồi Pittsburgh. Nhiệt kế giảm dần, đợt khí lạnh tràn qua vùng Trung Tây. Dưới mắt của di dân mới sang Mỹ, hình ảnh những bông tuyết trắng bay phất phới, bám vào tấm kính trước của xe trước khi kịp tan biến, là một khung cảnh tuyệt đẹp. Tôi nhận ra có quá nhiều điều mới lạ trong cuộc sống ở vùng đất mới này. Tôi sững sờ trước các mùa khác nhau và vẻ đẹp của thiên nhiên mà tôi chưa từng được nhìn thấy ở quê hương mình.

Về sau, khi hai cô con gái của tôi ra đời, tôi đặt tên cho các con theo các mùa: Thu, là "mùa Thu," và Tuyết, nghĩa là "bông tuyết." Chỉ đến khi trưởng thành, các con của tôi mới hiểu được ý nghĩa hai cái tên đó đối với tôi như thế nào: Làn gió mới của một khởi đầu mới và nguồn cảm hứng về vẻ đẹp thiên nhiên xung quanh chúng ta.

CHRISTINA

Indiana | 2002

TRƯỚC KHI đi Việt Nam, tôi trải qua vài ngày ở tiểu bang Indiana với cha và Alice, kế mẫu của tôi. Cha và dì Alice đã ở bên nhau năm năm và làm lễ cưới cách đây hai năm. Dì Alice và tôi có cùng tên lót. Tôi không biết lý do gì mình đã khó chịu vì điều này. Qua nhiều năm, tôi nghe nhiều câu chuyện khác nhau về cuộc gặp gỡ giữa cha tôi và dì Alice. Một người trong gia đình kể cho tôi nghe rằng cậu tôi ở New Orleans đã làm giới thiệu hai người quen nhau. Một phiên bản khác tôi nghe được từ bạn thân của người mẹ quá cố của tôi, Teri, rằng hai người đã gặp nhau trước khi mẹ tôi qua đời, trong một sự kiện nào đó. Người bạn đó của mẹ tôi cho rằng dì Alice đã ở bên cha tôi kể từ sau lần gặp đầu tiên ấy.

Năm Giáng Sinh đầu tiên vắng mẹ, cha lái xe chở chúng tôi đến New Orleans để đón lễ với gia đình của cậu. Lúc đó, tám tháng sau khi mẹ mất, chúng tôi vẫn không biết tên của người phụ nữ mà cha tôi hay nói chuyện qua điện thoại, nhưng chị em tôi biết cô ấy sống ở New Orleans.

Khi đến đoạn đường rẽ vào nhà của cậu, cha tôi vẫn chạy thẳng và cũng không nói gì. Tôi biết chúng tôi đang đến nhà của dì Alice trước. Mặc dù tôi không biết về người phụ nữ mà mình chuẩn bị gặp, nhưng tôi vẫn muốn cha tạo bất ngờ cho dì nên tôi nói cha dừng lại siêu thị để mua một bó hoa.

Dì Alice mở cửa đón chúng tôi. Mẹ của dì đứng phía sau. Tôi không thể ngừng suy nghĩ về việc dì trông khác với mẹ tôi như thế nào. Dì rất cao, thậm chí cao hơn cha tôi, vóc dáng mảnh khảnh, mái tóc đen mượt mà, dài đến giữa lưng. Trong những tấm ảnh của mẹ tôi chụp khi bà còn trẻ, tôi thấy mẹ tôi rất đẹp, nhưng theo thời gian bà đã tăng cân, rồi sau đó lại gầy đi nhiều khi mắc bệnh ung thư.

Dì Alice dẫn chúng tôi đi thăm một vòng quanh nhà. Dì chỉ cho chúng tôi xem nhiều tác phẩm nghệ thuật do dì sáng tác. Tôi thích thú và cảm thấy dì thật tài năng hơn mẹ tôi – một người nội trợ. Tôi không thấy mẹ có năng lượng sáng tạo trong việc nuôi dạy chị em tôi – nuôi dưỡng gia đình chúng tôi.

Chúng tôi đi ăn phở trong một nhà hàng Việt Nam cuối con đường. Dì Alice hơi lúng túng hỏi thăm chúng tôi về cuộc sống. Chị của tôi rất ít nói. Còn tôi thì cố gắng tỏ ra lịch sự nhưng trong thâm tâm, tôi nghĩ về mẹ, về lần cuối cùng mẹ và tôi ăn phở với nhau.

Hai tháng trước khi mẹ tôi qua đời, bà xin cha đưa bà đến Trung Tâm Ung Thư MD Anderson ở Houston MD để hỏi có phương pháp điều trị mới lạ nào có thể cứu được mạng sống của bà không. Buổi hẹn kéo dài vỏn vẹn năm phút. Không có hy vọng nào cả. Sau đó, chúng tôi đi thẳng đến một tiệm phở. Tôi nhìn mẹ tôi lúc đó tay đang cầm đôi đũa, giơ cao lơ lửng, ánh mắt vô hồn thả vào khoảng không, cam chịu sự thật rằng cuộc đời của bà sắp kết thúc.

Dì Alice đã khơi dậy ở cha tôi một điều gì đó mà tôi chưa từng thấy trước đây – một cuộc sống vững vàng và tràn đầy sinh lực. Tôi nhớ mình đã đọc những bài thơ ông viết không lâu sau khi gặp dì Alice. Sau này, tôi hiểu được dì đã nhóm lại ngọn lửa tình yêu của ông dành cho Việt Nam. Chính những năm đầu ở bên cạnh dì, ông đã viết tiểu thuyết "Đóa Sen Hồng" và bắt đầu chấp bút những cuốn sách về lịch sử Việt Nam. Tôi tin rằng tình yêu, sự đam mê, và cả vết thương đang lành mà ông đã tìm được ở dì, đã giúp ông xoa dịu nỗi đau khi rời bỏ quê hương. Ngay cả khi chỉ là một thiếu niên chưa từng bước vào tình yêu, tôi hiểu dì Alice đã nhóm lên một ngọn lửa nào đó từng bị dập tắt trong tâm hồn cha tôi – một ngọn lửa bị ngủ vùi trong những tháng năm sống với mẹ, có lẽ vì ông đã quá chú tâm vào việc nuôi dưỡng chị em tôi.

Dì Alice và cha tôi ở hai nơi trong suốt mối quan hệ của hai người.

Năm dì khoảng 40 tuổi, dì học xong trường Y, một nghề thứ hai. Sự kiên trì của dì có thể là một tính cách khác mà cha tôi ngưỡng mộ. Dì học toàn thời gian, làm thêm công việc bán mỹ phẩm Mary Kay để tự chi trả học phí. Khi tôi là còn học trung học và hai năm đầu đại học, dì Alice đã là nhân viên nội trú của bệnh viện ở Indianapolis. Mỗi cuối tuần, dì lái xe hai giờ đồng hồ để gặp cha tôi. Vào hai năm cuối đại học, dì Alice được học bổng của Đại Học Duke University ở Durham, North Carolina – cách nơi tôi ở chỉ 15 phút lái xe. Thỉnh thoảng tôi đến thăm dì.

Tôi không bao giờ quên những họa phẩm dì treo trên nơi bàn ăn, trong căn hộ ở Durham. Đó là bức tranh dì và cha tôi, cả hai mặc áo dài truyền thống Việt Nam, ngồi bên nhau hạnh phúc trên chiếc xích lô, nụ cười rạng rỡ trên gương mặt khi đạp xe qua một cánh đồng lúa vàng. Mãi về sau tôi mới nghĩ ra rằng, cha tôi yêu bức họa này biết dường nào.

Sau nhiều năm nuôi dưỡng mối quan hệ xa như thế, cha và dì làm đám cưới khi tôi gần xong đại học. Tiệc cưới diễn ra trong một khán phòng nhỏ ở khách sạn thuộc Bloomington, Indiana, khoảng 30 dặm về phía Bắc nhà của cha tôi. Trong phần văn nghệ, cha và dì mời ca sĩ Elvis Phương, một nam danh ca của Việt Nam, thường trình diễn trong chương trình Paris by Night. Sau này tôi mới biết ông ấy là người bạn thời ấu thơ của cha tôi.

Tôi cảm thấy có một chút ganh tị, thậm chí là tức giận, đối với dì Alice. Tôi đã thường tự vấn bản thân vì sao. Có phải vì dì đã thay thế vị trí của mẹ tôi? Có phải tôi đã nghĩ chính dì đã lấy đi sự quan tâm cha dành cho tôi không?

Vài năm sau, tôi có câu trả lời rất rõ. Nó phức tạp hơn những gì tôi đã nghĩ. Đó chính là sự ganh ty bắt nguồn từ sự thật là dì Alice có thể gắn kết với cha tôi theo một cách mà tôi thấy mình không làm được với tình yêu đích thực của ông: Việt Nam.

ÍT NGÀY TRƯỚC CHUYẾN KHỞI HÀNH của tôi đến Hà Nội, dì Alice và cha đưa tôi đi ăn các món tự chọn ở một nhà hàng người Hoa, nơi nhóm bạn nữ gốc Việt của dì Alice gặp nhau mỗi Chủ Nhật sau khi họ chơi tennis ở một câu lạc bộ địa phương.

Nhà hàng chuyên các món Châu Á và giá bình dân, $7.95 cho bữa ăn tự chọn ngày Chủ Nhật. Những tách trà bằng sứ trắng được đặt ngay ngắn giữa mỗi bàn. Dì Alice dẫn chúng tôi đến một cái bàn đã có hai người phụ nữ Việt Nam ngồi chờ trước. Cả hai mặc trang phục chơi tennis dễ thương – váy ngắn cùng bộ với áo thun, và phần trang điểm còn nguyên vẹn trên gương mặt. Dì giới thiệu họ tên là Thủy và Hiền.

Nhìn những phụ nữ này, tôi không nghĩ dì Alice có thể hòa hợp với họ: dì không phải phụ nữ chăm chút ngoại hình của mình sau một trận banh tennis. Dì không thoải mái, luôn lúng túng khi phải chưng diện. Trong ngày cưới của mình, dì mặc một chiếc váy trắng xòe may bằng tay. Tôi nhớ có một lần, dì mặc một áo sơ mi màu vàng cùng với quần bó sát màu hồng nhạt. Dì cũng không phải là kiểu phụ nữ có thể dễ buông mình vào một cuộc tán phét – một tính cách mà tôi rất kính trọng ở dì.

"Christina sẽ về Việt Nam sống," dì bất ngờ nói với nhóm phụ nữ. "Vài ngày nữa cháu sẽ đến Hà Nội."

Dì Alice có một đặc điểm là thường nói ra một câu gì đó giữa lúc không khí buổi nói chuyện không được thoải mái. Dì thể hiện điều này trong những lần dì cố gắng trở thành một thành viên của gia đình tôi nhiều năm qua. Tuy nhiên, lần này tôi cảm nhận được điều ẩn sâu trong câu nói của dì với hai người phụ nữ kia: dì tự hào về tôi.

Tôi ngồi im lặng trong bàn ăn, cả cha tôi cũng thế. Tôi nhìn xuống tấm giấy lót bàn in họa tiết 12 cung hoàng đạo của người Trung Hoa. Dù đã biết tính cách của biểu tượng cung tuổi của mình, tôi vẫn đọc kỹ dòng mô tả: Người tuổi Mùi có khả năng vượt qua mọi khó khăn. Đây là điểm nổi bật của họ. Vẻ ngoài dịu dàng của họ có thể gây hiểu lầm vì ẩn sâu trong đó là sự mạnh mẽ kiên cường.

Khi tôi nhìn lên, tôi có thể bắt gặp những người phụ nữ trước mặt đang nhìn tôi, rồi họ liếc nhìn nhau đầy ái ngại.

Tôi đoán rằng ít nhất mình cũng nhận được lời khuyến khích, dù không hoàn toàn là thật, từ họ – những lời khen ngợi về sự dũng cảm của tôi khi quyết định đi khám phá những điều mình chưa biết. Cũng giống như tôi đã ao ước, hy vọng nghe những lời đó từ cha mình.

Người phụ nữ tên Thủy nói: "Ồ, con bé sẽ không thích khi ở Việt Nam đâu. Con bé sẽ làm gì ở đó?"

Bà ấy nói với dì Alice những điều đó. Bà và người phụ nữ kia không nhìn vào tôi, và tôi cũng không tỏ ý có sự giao tiếp với họ. Tôi vẫn còn nhút nhát khi gặp những người Việt lớn tuổi hơn, vì không biết phải nói gì hoặc xưng hô thế nào cho lễ phép, lịch sự.

Tôi muốn nói với những người bạn của dì Alice rằng chuyến đi Việt Nam sẽ là chuyến đi kỳ diệu. Tôi muốn kể cho họ biết bà Lara đang chờ tôi đến và Thi đã giới thiệu tôi cho hai người bạn thân nhất của chị ấy ở Hà Nội, đó là Anh và Nguyệt, hai cô gái địa phương, thân thiết với Thi như chị em trong thời gian Thi ở đó. Tôi muốn nói rằng tôi đã cảm nhận được sự kết nối thân tình với những phụ nữ đó.

Người phụ nữ tên Hiền hỏi thêm: "Cháu nó còn độc thân à? Bao nhiêu tuổi rồi?"

Dì Alice tự hào bảo vệ tôi bằng câu trả lời: "Cháu 22 tuổi, và sẽ đi Việt Nam một mình."

"Chỉ mới 22 tuổi, 'quá Mỹ,' lại còn độc thân," người phụ nữ tên Thủy nói với dì Alice bằng một giọng bất bình.

"Và ở đó (Việt Nam) còn rất dơ nữa," người tên Hiền nói thêm vào, vừa nói vừa lắc đầu. "Cháu nó sẽ quay lại Mỹ nhanh thôi. Tôi không nghĩ là cháu có thể ở bên ấy."

"Tôi còn không nghĩ là họ có một nhà tắm đúng nghĩa ở đó," người tên Thủy nói tiếp với nụ cười khẩy.

Dì Alice nhanh nhẹn trả lời: "Cháu nó sẽ ổn."

Tôi vẫn giữ im lặng, chưa thể nhận ra giọng nói có vẻ phản bác đó và cách hỏi chuyện này là điển hình trong văn hóa Việt Nam. Ngoài gia đình bốn người gồm cha mẹ và chị em tôi, tôi chưa trải qua đủ thời gian với người Việt Nam để hiểu về điều đó. Khi ấy tôi không biết là chẳng bao lâu nữa, tôi sẽ nằm trong sự soi xét của một số người Việt – những người lạ mà có thể sẽ liên tục hỏi tôi về tuổi, tình trạng hôn nhân, và nhiều điều khác.

Tôi phát hiện ra đối với những người phụ nữ này, việc đến Việt Nam không phải là một cuộc phiêu lưu thú vị như tôi nghĩ. Đó là đất nước mà họ đã bỏ lại phía sau để tìm cơ hội cho một cuộc sống tốt đẹp hơn. Mặc dù tôi muốn tranh luận với họ và thuyết phục họ hãy vui mừng cho tôi như dì Alice, nhưng tôi lại quá rụt rè để nói lên ý kiến của mình. Họ không thể hiểu rằng đi Việt Nam là một bước tiến lớn trong cuộc đời tôi – một hành trình đi vào những điều chưa biết.

Cha tôi vẫn giữ phong cách quen thuộc của ông, không nói gì với những người phụ nữ đang bàn tán không đúng về kế hoạch của tôi. Lúc ấy, tôi tha thiết cần nghe điều gì đó từ ông; tôi muốn năn nỉ ông: Cha hãy nói gì đi. Nói gì cũng được. Nói là cha rất tự hào về con. Đây là một cuộc phiêu lưu lớn. Không gì phải sợ.

Nhưng thay vào đó, là sự im lặng.

Dì Alice đã lên tiếng với những lời tích cực: "Cuộc sống sinh động khắp nơi, nhiều màu sắc. Con có thể thấy rõ sự sinh động trên từng con đường, trong từng cửa tiệm. Có những người có cửa hàng ngay trước nhà để bán đồ, như cửa hàng tiện dụng hoặc sửa xe máy. Còn tầng trên ngôi nhà là diện tích để họ sinh sống. Nó khác rất nhiều với ở đây."

Những gì dì Alice nói đã quyến rũ tôi, nhưng lúc đó tôi không thể hiểu được "cuộc sống hiển hiện khắp nơi" thực sự có nghĩa là gì.

VÀO BUỔI CHIỀU, TRƯỚC KHI TÔI khởi hành, chúng tôi đi nhà sách. Cha mua cuốn hồi ký Việt Nam – Ngôi Nhà Trên Phố Mơ của Dana Sachs, một ký giả người Mỹ viết về những kỷ niệm của bà khi sống ở Hà Nội vào cuối những năm 1990.

Cha đưa cho tôi cuốn sách. "Cuốn sách này có vẻ thú vị với con."

Tôi tự hỏi liệu cuốn sách đó và cuộc lữ hành của nữ ký giả ấy có phải là điều mà cha tôi cũng tò mò không. Có lẽ ông muốn cuốn sách là một món quà chân thành, nhưng đối với tôi, dường như cha tôi coi chuyến đi Việt Nam của tôi giống của Sachs - chuyến phiêu lưu của một người Mỹ ngây thơ ở Hà Nội. Bất kể mục đích là gì, dường như việc cha mua tặng cho tôi cuốn sách là lời ông muốn nhắn gửi cho tôi trước chuyến đi.

HÀNH TRÌNH

NGHĨA
Việt Nam | 1974

HÀNH TRÌNH DI DÂN CỦA TÔI đến đất nước Hoa Kỳ, một vùng đất yên bình và xa lạ, bắt đầu từ Tháng Giêng năm 1974 khi tôi nhập ngũ quân lực Việt Nam Cộng Hòa. Năm đó tôi 27 tuổi. Gần hai thập niên đã trôi qua kể từ ngày Việt Nam bị chia đôi. Tôi đã lớn lên, đi học và làm việc trong một quốc gia bị chiến tranh tàn phá. Tất cả những gì tôi biết chỉ là chiến tranh. Chứng tích của chiến tranh hiện diện ở khắp nơi: trên những bức tường, báo chí, trong các lời thoại của phim, lời nhạc, và đặc biệt nó hiện rõ trên gương mặt của những người bạn gặp trên đường phố. Ẩn sau chiếc mặt nạ thanh thản của những người Á Châu này là nỗi buồn, sự tuyệt vọng, và mệt mỏi. Người ta có thể cảm nhận nỗi đau, thất vọng, chịu đựng, và bây giờ là nỗi đau đớn tận cùng tinh thần lẫn thể xác của kẻ thua cuộc. Thật khó cho người dân Việt có thể ngăn dòng nước mắt dâng trào, lăn dài trên đôi gò má gầy gò của họ.

Tất cả sinh viên thời bấy giờ đều phải thụ huấn trong lúc học đại học. Khi tôi và các đồng môn tốt nghiệp vào Tháng Mười Hai năm 1973, chúng tôi chọn đơn vị cho mình. Tháng Giêng năm 1974, chúng tôi nhập ngũ.

Không giống với quân nhân Hoa Kỳ, chúng tôi phục vụ trong quân đội suốt chiến tranh chứ không chỉ một năm. Thời gian tại ngũ có thể kéo dài năm năm, mười năm hoặc cho đến khi chúng tôi bị thương hoặc tử trận, hoặc khi chiến tranh kết thúc. Mặc dù cuộc chiến đã kéo dài gần hai thập niên, nhưng chiến tranh, giống như những đợt gió mùa nhiệt đới, dường như chưa bao giờ dừng lại.

Là một y sĩ, tôi tường thuật công việc với đội hỗ trợ y tế Quân khu 4 (MRIV) đóng tại thành phố Cần Thơ, Đồng Bằng Sông Cửu Long. So với tiền tuyến phía Bắc, gần khu phi quân sự, khu vực này tương đối yên bình. Người dân không bị quấy rầy khi làm công việc kinh doanh riêng của họ và không có lệnh giới nghiêm ban đêm. Tuy nhiên, các đồng nghiệp của tôi lại rải rác khắp đất nước: ở miền Bắc và phía Nam Miền Nam Việt Nam, thuộc các đơn vị chiến đấu hoặc tại bệnh viện quân y, trạm y tế.

Dù trước đây tôi chưa bao giờ đến Đồng Bằng Sông Cửu Long, nhưng tôi biết vùng này là vựa lúa của Miền Nam Việt Nam. Cần Thơ, một thành phố trực thuộc tỉnh trên dòng sông Mekong, yên tĩnh, thanh bình, người dân sống đời nhàn nhã, những cánh đồng lúa vàng, nhiều kinh rạch, những dòng sông nước lợ có những con thuyền tam bản chở đầy trái cây, hoa và sản phẩm của địa phương, lả lướt băng theo dòng chảy để đến khu chợ nổi. Những con thuyền này chạy bằng động cơ hoặc các thanh niên trẻ, thường là các cô gái (do các chàng trai đã được gọi nhập ngũ theo phía quân nổi dậy hoặc phe quốc gia) dùng cánh tay khỏe mạnh, nhịp nhàng khua đôi mái chèo bằng gỗ. Tôi nhớ mình đã nghe những câu hò sáu câu đặc trưng của vùng đồng bằng nói về tình yêu và sự chia lìa. Lãng mạn, âm nhạc, cách sống giản dị, và mộc mạc là bản chất của người dân vùng đồng bằng.

Nguồn nước sông Mekong vốn trong vắt, nhưng lại chuyển sang một màu sậm không diễn tả được sau khi chảy ngang qua năm quốc gia Đông Nam Á khác. Vai trò của nó như một bể chứa rác thải của những cư dân và các nhà máy công nghiệp tọa lạc dọc theo bờ sông. Tuy nhiên, cũng chính dòng nước này đã mang theo phù sa bồi đắp màu mỡ cho đất đai khu vực đồng bằng. Cá, tôm vẫn sống và thậm chí sinh trưởng rất mạnh trong môi trường đó. Người dân từng đánh bắt được những con cá đồng to, có con nặng đến 150 kí lô, ở cách vùng nước đó 400 dặm về phía thượng nguồn.

Dù sau này có đổi thay thế nào đi nữa, thì đây vẫn là hình ảnh của Miền Nam Việt Nam trong tâm trí tôi: một dân tộc hiền lành yêu chuộng hòa bình, nghèo khó nhưng hạnh phúc cho đến khi chiến tranh ập đến và hủy diệt đời sống sinh nhai của họ. Họ từng có đủ cơm ăn, có cá da trơn, và rất nhiều trái cây nhiệt đới – và họ hài lòng với cuộc sống dù không dư dả về vật chất.

KHI VỪA ĐẾN ĐƠN VỊ, TÔI và một đồng đội được phân nhiệm ký giấy chứng tử cho một thiếu úy tử trận đêm hôm trước. Nhiệm vụ đáng sợ này không phải là điều chúng tôi mong đợi trong ngày đầu tiên nhận nhiệm vụ.

Chúng tôi được biết anh ấy là sĩ quan chỉ huy của trại lính kiên cố cách thị trấn sáu mươi dặm về phía Nam. Trong lúc anh đi kiểm tra vòng ngoài của doanh trại thì giẫm phải một quả mìn. Sau tiếng nổ vang trời, cả người anh bị xé nát.

Khi nhìn phần thi thể còn sót lại của người sĩ quan, tôi đứng im lặng không biết phải làm gì. Nguyên nhân cái chết quá rõ ràng: cánh chân và bàn chân phải vỡ vụn, cùng với hàng trăm mảnh bom ghim rải rác khắp cơ thể. Vị sĩ quan trẻ với một cơ thể tráng kiện, gương mặt trẻ thơ như chưa bao giờ bị ám ảnh bởi mùi vị đau khổ của chiến tranh, cho đến giờ phút hiện tại.

Tôi ký vào giấy chứng tử và rời đi.

Tôi không thể không nghĩ về những giọt nước mắt sẽ rơi xuống vì người lính này trong buổi chiều hôm đó. Anh ấy còn quá trẻ, có lẽ chỉ vừa tốt nghiệp trường quân đội vài năm, nhưng đã sớm trở thành nạn nhân của chiến tranh. Vợ và cha mẹ của anh ấy chắc chắn sẽ rất đau khổ. Họ sẽ không làm được gì khác ngoài việc khóc cho đến khi nước mắt cạn khô, đôi mắt sưng húp. Tôi hình dung người góa phụ sẽ tự hỏi, "Vì sao bi kịch này lại xảy đến với tôi? Tại sao lại là tôi? Tại sao? Ai sẽ chăm sóc những đứa con nhỏ của chúng tôi? Chúng tôi sẽ sống làm sao? Có thể cô sẽ tự trách mình vì đã không chăm sóc chồng chu đáo, hoặc đã không dành nhiều thời gian ở bên cạnh anh hơn. Và cha mẹ của người lính xấu số có lẽ cũng tự hỏi những câu tương tự: Trong số triệu triệu bậc cha mẹ trên đời này, vì sao lại chọn chúng tôi? Với gia đình, anh ấy là con trai, là chồng, một người đầy nghị lực, hứa hẹn một tương lai tươi sáng phía trước. Nhưng ở ngay giây phút đau buồn này, anh chỉ còn là một thân xác lạnh lẽo, một hình hài không trọn vẹn quấn trong lá cờ vàng có ba sọc ngang màu đỏ – một tương lai bị tước đoạt bởi sự tàn nhẫn của chiến tranh.

Tôi tự nhủ với bản thân, Chiến Tranh là một thứ tàn bạo, vô nghĩa, và không thể tha thứ được.

Hình ảnh về cơ thể bị xé nát của người sĩ quan trẻ ám ảnh tôi suốt một thời gian. Không phải tôi chưa từng nhìn thấy người chết. Tôi từng chứng kiến rất nhiều trong các khóa huấn luyện ở bệnh viện. Tôi bị tác động bởi mức độ tổn thương vô nghĩa mà người lính này phải nhận lấy ở một lứa tuổi còn quá trẻ. Tôi mất ngủ nhiều đêm vì bị ám ảnh bởi thi thể không lành lặn của người lính ấy. Nó làm tôi nhớ đến mùi nội tạng đang phân hủy bám dai dẳng trên bàn tay của bác sĩ phẫu thuật dù đã rửa tay rất nhiều lần. Tôi biết viên sĩ quan trẻ giờ đã an nghỉ bình yên, không còn phải chịu đau khổ nữa. Nỗi đau đã chuyển sang gia đình của anh ấy và đó là sự đau đớn tận cùng.

Bi kịch này tất nhiên không phải là duy nhất. Thời điểm đó, mỗi tháng, hàng trăm, hàng ngàn người lính phải chịu chung số phận trên khắp Miền Nam Việt Nam. Trận thắng nào cũng phải trả giá bằng núi hài cốt của lính chết trận. Kẻ chiến thắng duy nhất chính là cái chết.

Tôi đã từng nghĩ rằng "kẻ chiến thắng" đó rất dễ dàng có thể là tôi hoặc đồng đội của tôi. Sống và chết chỉ là kỳ tích hoặc số phận cho tất cả chúng ta thời kỳ ấy. Số thương vong mỗi ngày một tăng đã củng cố thêm tư tưởng này, điều mà nhiều người trong chúng ta còn hoài nghi. Những vụ giết người bạo lực và những cái chết vô nghĩa của biết bao người vô tội, để lại vết sẹo trong tâm hồn của tuổi trẻ chúng tôi, đến mức chúng tôi không còn đủ khả năng để chống chọi với nỗi đau và sự thống khổ. Không phải chúng tôi vô cảm để nước mắt không thể rơi trên đôi gò má gày gò nữa. Mà những dòng nước mắt chỉ giảm đi so với những năm qua.

Kết thúc bi thảm của cuộc đời người sĩ quan này làm tôi nhớ đến một người bạn cùng lớp của tôi, một sinh viên dễ thương và tốt bụng đã chết năm 1967 khi một hỏa tiễn do quân cộng sản Bắc Việt bắn vào Sài Gòn trong một đêm nọ, rơi vào nhà của anh, giết chết anh ấy và cả gia đình. Tôi chỉ biết chúng tôi mất một người bạn đồng môn trẻ tuổi, thơ ngây, vài ngày sau khi hung tin lan khắp trường. Hỏa tiễn rơi khắp nơi trong thành phố, vài lần mỗi tháng, chúng tôi buộc phải đặt những bao cát trong nhà và ẩn trú khi nghe tiếng pháo kích hoặc tiếng còi báo động có hỏa tiễn bắn tới khu vực.

Những năm 1960, 1970, theo tường thuật của các ký giả trong nước và quốc tế, Sài Gòn dường như không bị ảnh hưởng bởi chiến tranh. Nhưng thực tế, người Sài Gòn sống hôm nay không biết ngày mai sẽ ra sao. Một người có thể hiện diện ở đây ngày hôm nay và ra đi ngày hôm sau vì những cuộc tấn công do Việt Cộng ném lựu đạn vào người đi chợ hoặc rạp chiếu bóng, cho nổ tung các tòa nhà có người Mỹ thường ra vào, và bắn hỏa tiễn vào thành phố. Đây là thực tế cuộc sống ở một đất nước bị chiến tranh dày xéo.

Cuộc sống ở vùng nông thôn trầm lặng và an toàn hơn nhiều so với Sài Gòn phố thị ồn ào. Việt Cộng nằm vùng có thể gây chú ý trên bản tin hàng ngày nếu đánh vào những thành phố lớn; riêng thị trấn nhỏ và nông thôn thì không nhiều lắm. Nhưng trên mọi nẻo đường đất nước, kể cả Đồng Bằng Sông Cửu Long, chiến tranh và tàn tích của nó vẫn có thể thấy ở khắp nơi.

Không biết vì sao cuộc sống lúc ấy làm cho tôi nghĩ đến hoa Sen, loài hoa thanh cao trồng trong bùn và phải vươn lên khỏi bùn lầy trước khi nở bung cánh. Tôi không ngạc nhiên khi hoa Sen được hiểu như một chiến binh tuyệt mỹ.

Cũng giống như đối với hoa Sen, tôi cảm thấy gắn bó với những đồng nghiệp ở Đồng Bằng Sông Cửu Long. Chúng tôi đã phải kiên cường vượt qua thời gian đó và hy vọng tìm được con đường dẫn đến ánh thái dương.

CHRISTINA

Virginia | 1998

LẦN đầu tiên tôi nghe cha tôi nói về vấn đề gì đó, nhiều hơn một hoặc hai câu, là tại đám tang của mẹ tôi. Lần thứ hai, khoảng một năm rưỡi sau đó, tôi nghe cha tôi phát biểu trước những bạn học cũ của ông tại buổi họp mặt lớp Y Khoa Sài Gòn ở Tysons Corner, Virgina. Khi ấy tôi là sinh viên năm nhất đại học, lái xe từ North Carolina về Virginia để gặp cha và dì Alice từ Indiana bay về. Một người bạn học mà cha tôi gặp ở New Orleans vài năm trước khi đến thăm cậu tôi, đã gọi cho cha thông báo về buổi họp mặt. Người đó cho biết cuộc gặp sẽ diễn ra tại nhà của một bạn cùng lớp – gọi là 'Tòa Bạch Ốc," vì nó được xây dựng như một bản sao của tư dinh và nơi làm việc của tổng thống Hoa Kỳ. Người bạn của cha tôi khuyến khích ông đến dự. Cha tôi đã đồng ý và tôi hình dung là ông sẽ rất phấn khởi khi lần đầu tiên gặp lại những người quen cũ sau một thời gian rất dài.

Tôi chỉ nghĩ rằng tôi sẽ đi cùng với cha và dì Alice đến buổi họp mặt, nhưng tôi đã không dự đoán mình sẽ được nghe ông phát biểu. Hầu như trong suốt cuộc đời mình, trong suy nghĩ của tôi, cha tôi là một người ít nói, và tôi đã sống trong nỗi sợ hãi, dè dặt khi phải đối thoại với cha, vì những gì ông hồi âm chỉ là một cái gật đầu, một từ "ừ," hoặc "không." Trao đổi với cha tôi là một điều khó khăn. Bất cứ khi nào bạn của tôi đến nhà, cha chỉ ở trong phòng của ông, cố gắng tránh mặt hoặc giao thiệp với họ. Điều này cũng tạo ra cả một nỗi sợ trong lòng những người bạn của tôi – tôi cảm thấy cả đời mình luôn dè dặt tránh những cuộc nói chuyện với cha của mình.

Vì chúng tôi luôn sống ở những thành phố nhỏ, nên cha mẹ của các bạn tôi biết về nghề nghiệp chuyên môn của cha tôi. Khi là một bác sĩ, ông dường như rất khác với hình ảnh khi ông là một người cha. Vài năm sau, cha mẹ của bạn bè tôi nhận xét về sự tử tế, chu đáo, ân cần và điềm tĩnh của ông đối với các bệnh nhân, và cách ông giải thích cẩn thận, chi tiết cho từng người về tình trạng bệnh lý của họ. Thật khó để tôi tin người đàn ông thân thiện, dễ bắt chuyện mà tôi đang nghe nói đến chính là cha của mình.

Khi ở Northern Virginia, chúng tôi đi thăm Bảo Tàng Chiến Tranh Việt Nam, nhìn thấy bức tường nổi tiếng khắc tên của hơn 58,000 tử sĩ trong Chiến Tranh Việt Nam. Chúng tôi cũng đến Eden Center ở Falls Church, Virginia – khu trung tâm thương mại của cộng đồng người Việt ty nạn, sầm uất với nhiều cửa hàng đủ loại.

Ở ngay giữa khu vực đậu xe của Eden Center, một lá cờ miền Nam Việt Nam – nền vàng có ba sọc đỏ – tung bay trong những cơn gió mạnh. Lá cờ này đã bị cấm ở quê hương của những di dân gốc Việt. Như cha tôi đã từng nhắc nhở khi tôi mua nhầm quốc kỳ hiện tại của Việt Nam thời học trung học, cờ vàng mới đúng là lá cờ chính danh. Tôi đã tự hỏi, nhưng chưa bao giờ hỏi, vì sao cha tôi không chọn cuộc sống ở gần cộng đồng người Việt và tại sao chúng tôi phải sống tách biệt, chuyển đến những thành phố nhỏ nơi dân số gốc Á chiếm chưa đến 1% tổng số dân ở đó. Ngay cả khi còn là sinh viên đại học, tôi đã biết rằng ngoài gia đình, việc có một cộng đồng bạn bè là người Việt Nam, có thể giúp chị em tôi cảm thấy bớt lẻ loi, đặc biệt sau khi mẹ chúng tôi qua đời. Một lần nữa, cộng đồng này chưa bao giờ thu hút tôi. Tôi không thể hình dung cuộc sống ở Little Saigon hay bên ngoài New Orleans, đã gắn chặt với cộng đồng người Việt đến thế. Nó tương tự như công việc của tôi ở công ty đa quốc gia Mỹ, thế giới đó khiến tôi cảm thấy ngột ngạt.

KHI CHÚNG TÔI ĐẾN "TÒA BẠCH ỐC," tôi ngạc nhiên vì quy mô và sự hào nhoáng của nơi này. Sàn nhà sáng óng ánh. Từ đại sảnh, tôi có thể nhìn thấy phòng khách trang nhã với bộ trường kỷ sang trọng. Tôi đã nghĩ và có sự so sánh với ngôi nhà của chúng tôi ở Indiana, nơi có vẻ đơn giản và nhỏ bé.

Chủ nhân buổi họp mặt đưa chúng tôi đến thang máy để xuống tầng hầm, nơi dùng làm phòng tiệc vào buổi chiều: ít nhất có mười bàn tròn và một khu vực dài cho các món ăn tự chọn.

Trong lúc món ăn được mang lên, mỗi người khách có cơ hội phát biểu. Có nhiều tiếng ồn và hoạt động diễn ra trong buổi tiệc. Tôi cảm thấy hoàn toàn lạc lõng vì là một người không hiểu và không nói được tiếng Việt. Khi khách mời nói chuyện, tôi chỉ đơn giản là quan sát và lẫn mình vào môi trường xung quanh. Đột nhiên, tôi cảm thấy nhẹ nhõm khi có dì Alice ở đó vì tôi không thể tưởng tượng được việc đến sự kiện đó một mình với cha tôi.

Sau này, tôi biết qua những bài viết của cha tôi về vài người bạn học cũ mà ông đã kết nối lại được trong buổi họp mặt đó. Họ kể ông nghe về cuộc sống của họ và đã xây dựng lại cuộc đời như thế nào kể từ khi rời Việt Nam: nhiều người đang điều hành các hoạt động tư nhân ở Mỹ hoặc Canada. Vài người làm việc chuyên môn về phụ khoa, nhi khoa, gây mê và phẫu thuật. Một người chưa bao giờ vượt qua được bài kiểm tra tương đối mặc dù đã cố gắng nhiều lần, và cuối cùng dẫn đến một công việc trong hãng xưởng. Một người khác đã vượt qua kỳ thi nhưng không thể tìm được một vị trí trong chương trình nội trú. Vài người trốn thoát vào năm 1975 khi chiến tranh kết thúc, nhưng phần lớn bị bắt lại và phải chịu tù cải tạo.

Tôi đã ngạc nhiên khi những người tham dự buổi họp mặt chiều hôm ấy hoàn toàn né tránh nói về Việt Nam – những ký ức mà tôi cho rằng rất khó để gợi đến. Những người bạn học này chọn nói về những gì họ đã trải qua và những thành công của người thân từ khi đặt chân đến Mỹ.

Tôi không ngờ là cha tôi đã đứng lên và phát biểu ngày hôm đó. Khi cha nói, tôi cảm thấy một cảm giác bồn chồn trong lòng, như thể tôi là người đang nói chuyện với một nhóm người xa lạ.

Với tờ giấy trước mặt, cha tôi bắt đầu, bằng tiếng Anh:

Vào một ngày rất xa xưa, tôi sinh ra ở một trong những quốc gia đẹp nhất trên hành tinh này. Thật không may, đất nước này bị chia cắt và dần dần bị tàn phá bởi một trong những cuộc chiến dài nhất lịch sử.

Tôi được rửa tội trong chiến tranh. Tôi sống và lớn lên với chiến tranh, và chỉ vượt thoát được khi chiến tranh kết thúc.

Tôi đã chứng kiến đất nước tôi bị chia hai, gần một triệu người chạy trốn cộng sản miền Bắc để tìm cuộc sống mới ở miền Nam Thái Bình Dương.

Tôi gắng sức đi qua quãng đời học sinh và sinh viên giữa bầu không khí chiến tranh, cách mạng, các cuộc nổi dậy, chông chênh và sự tàn phá...

Vừa tốt nghiệp xong, tôi được gọi nhập ngũ để phục vụ đất nước. Chẳng bao lâu, chiến tranh kết thúc cùng sự sụp đổ của quê hương tôi.

Lúc đó, đến lượt tôi chạy trốn chế độ cộng sản. Và cùng với hàng trăm ngàn đồng bào khác, tôi nhảy lên chiếc thuyền và trôi về nơi vô định...điều duy nhất tôi biết là tôi đã mất quê hương tôi, gia đình tôi, và đời sống của tôi. Điều đọng lại lớn nhất với tôi trên con thuyền nhỏ giữa đại dương bao la, vắng lặng này không phải là việc tôi đánh mất bản thể của mình, mà sự thật là, lần đầu tiên trong cuộc đời, tôi có được sự tự do mà tôi chờ đợi, một sự bình an trong tâm mà tôi từng mơ ước...

Tôi đặt chân đến một đất nước hiện đại, rộng lớn, tiên tiến nhất trên thế giới. Tôi định cư ở một quốc gia khác biệt hoàn toàn với quê cũ của tôi về suy nghĩ, phong tục, và cách sống. Qua nhiều năm khó khăn, kiệt sức trải qua các khóa huấn luyện, điều đã gây tổn thương cho bản thân tôi và gia đình tôi, tôi định cư tại một thành phố nhỏ cố gắng sống cuộc đời ý nghĩa.

Kịch bản này đã tái diễn hàng nghìn lần trên khắp thế giới đối với những đồng hương của tôi. Ngày hôm nay, một ngày trước Lễ Độc Lập, ba mươi bạn cùng lớp của tôi đã tập trung tại Virginia để kỷ niệm buổi họp lớp đầu tiên sau một phần tư thế kỷ và chia sẻ quan điểm của họ.

Lá thư này xin gửi đến gia đình chúng ta và những người thân yêu đã bỏ mạng trong hành trình đi tìm tự do; những đồng nghiệp của chúng ta và những đồng bào không thể vượt thoát, đang phải nhẫn nhục chịu đựng chế độ cộng sản ở Sài Gòn; và những bạn học của tôi ở Đại Học Y Khoa Sài Gòn. Tôi chia sẻ với họ những cuộc vùng vẫy vì sinh tồn, chia sẻ nỗi đau, nỗi sợ hãi của họ, và gia đình của họ, nhưng lúc đó tôi không biết chúng ta đã có thể đi xa như thế này.

Bài nói chuyện của cha tác động mạnh đến tôi. Sự sâu sắc của ông đã lay động tôi, khuấy động điều gì đó tận trong xương tủy của tôi. Có lẽ chính bài phát biểu này đã tạo trong tôi một nỗi khao khát được đến Việt Nam, tìm hiểu và khám phá đất nước mà cha tôi dường như yêu thương vô cùng.

Mặc dù thế, khi tôi nhìn quanh căn phòng ngày hôm đó, tôi không thể phủ nhận là các đồng nghiệp của cha tôi, những bác sĩ khác, dường như không đồng cảm với cảm nghĩ và mong muốn của ông. Có lẽ chỉ một số ít thật sự có cùng nỗi lòng với ông. Chắc là với những người ấy, Việt Nam là một điều gì khác. Có lẽ nhiều người ở đó, như hai người chủ của "Tòa Bạch Ốc" này, thích dồn sức xây dựng cuộc sống mà họ đã tạo nên ở Hoa Kỳ; có lẽ, không giống với cha tôi, họ không muốn tập trung năng lực của mình để lần mở lại quá khứ, thay vào đó, họ chọn tìm sự thỏa mãn với hiện tại, trên quê hương mới của họ.

Khi tôi một mình mạo hiểm đến Việt Nam vài năm sau đó, vì có một điều gì đã thúc giục trong tôi, kêu gọi tôi biết và hiểu cha tôi – không phải là một người cha như tôi đã biết, nhưng là người đã phát biểu trong buổi họp mặt. Ông ấy sâu sắc, thông thái, mặc dù ông là một người đàn ông ít nói, nhưng tôi nhận ra những chiều sâu thăm thẳm, sôi sục ẩn bên dưới tính trầm lặng của cha tôi. Ở mức độ nào đó, tôi chợt nhận ra người cha mà tôi đã và đang tìm kiếm sẽ xuất hiện khi tôi hoàn toàn hòa mình vào Việt Nam.

NGHĨA

Miền Nam Việt Nam | 1974–1975

BỐN THÁNG MỘT LẦN, TÔI đến trại quân sự Chi Lăng, một trung tâm huấn luyện tân binh của vùng 4 Chiến Thuật, ở góc Tây Nam miền Nam Việt Nam gần biên giới Campuchia và cách thành phố Châu Đốc khoảng 15 dặm. Châu Đốc tọa lạc bên sông Hậu, một nhánh của sông Mekong, và kênh Vĩnh Tế, từng là lãnh thổ của vương quốc Phù Nam, do miền Nam Việt Nam và Campuchia cai trị đến nay, và từ thuở khai sinh đến thế kỷ thứ V sau công nguyên (CE) thuộc chủ quyền của Thái Lan. Thủ đô là Óc Eo, là một nơi trao đổi thương mại hùng mạnh, cách Châu Đốc một trăm dặm.

Suốt thời gian ở đó, trại quân sự có cơ sở y tế và một bệnh viện gồm mười giường, do một bác sĩ và ba nam y tá quản lý. Khoảng cùng thời gian này, một trận dịch sốt xuất huyết tràn qua khu vực, ảnh hưởng đến các binh sĩ của trại tập huấn đông người. Không đủ sức trước số lượng bệnh nhân bất ngờ đổ dồn về, bác sĩ ở trại yêu cầu chi viện, do đó mỗi tháng một người trong chúng tôi từ Đồng Bằng Sông Cửu Long được điều đến để hỗ trợ bác sĩ chăm sóc bệnh nhân.

Ngôi làng quanh trại vắng lặng, gần như buồn chán tuyệt đối, nhất là buổi chiều tối. Cả khu vực khô cằn, sỏi đá với những thảm thực vật nhỏ xíu, tạo nên một khung cảnh như bề mặt của mặt trăng bao bọc bởi một ngọn núi, hơn là thiên đường nhiệt đới. Mặc dù nơi này thiếu các hoạt động giải trí, ngôi làng vẫn có đầy đủ điều kiện cần thiết cho cuộc sống khắc nghiệt của trại và sinh tồn nhờ sự hiện diện của những tân binh. Ở một vài nơi, con đường duy nhất được trải nhựa trước khi biến thành con đường đất bình thường cách thôn vài dặm.

Những buổi trưa Chủ Nhật, các trận đá gà ở địa phương là niềm vui duy nhất cho cả tuần. Nơi này không có rạp chiếu phim hoặc khu vui chơi trong nhà. Một số dân làng giải trí bằng cách ngồi trong quán cà phê mái rơm, vừa hút thuốc, uống bia hoặc cà phê trong lúc thưởng thức giọng hát êm dịu của Khánh Ly và Lệ Thu, những ca sĩ nhạc nhẹ nổi tiếng bấy giờ. Những ca khúc phản chiến, yêu chuộng hòa bình của Trịnh Công Sơn và Phạm Duy cũng vang lên từ những cuộn băng cassette.

Trong thời gian công tác luân phiên ở trại, tôi ở trong một khu nhà xây cho các cố vấn quân sự Mỹ trước đây. Họ đã rời miền Nam Việt Nam vài năm trước. Những tòa nhà bỏ trống và không được bảo trì. Những căn phòng trống, rộng lớn tạo cảm giác như những khu xưởng chứa máy bay hơn là một chỗ ngủ thoải mái. Những cánh cửa cần phải sửa chữa; chất liệu gỗ bị cong lên do thời tiết khắc nghiệt, bung ra khỏi phần khung ở các góc cửa. Vào buổi sáng, những tia nắng mặt trời – là tín hiệu đánh thức chúng tôi ở trại – xuyên qua các kẽ hở và chiếu vào những căn phòng không có cửa sổ. Máy lạnh và quạt đã bị tháo gỡ từ lâu để cung cấp cho các sĩ quan địa phương ở phía bên kia trại. Một bóng đèn duy nhất ở đầu sợi dây điện dài khoảng 30 phân treo lơ lửng trên trần nhà. Trên những bức tường, không có bất kỳ bức tranh hay đồ vật trang trí nào.

Trong khu nhà có thể ở ít nhất tám người, tôi là người khách duy nhất. Lối vào nhà để một bàn bida không ai sử dụng. Sân quần vợt, nơi mà một thời rất náo nhiệt, giờ hoàn toàn vắng lặng – không có tiếng bước chân chạy, tiếng quả banh lông đập xuống sàn, hoặc tiếng vợt va chạm vào quả banh. Cảm giác kỳ lạ ở khu nhà hoang vắng này, theo tôi, nó phản ảnh tâm trạng chung của quốc gia lúc bấy giờ. Đèn đã tắt; người Mỹ đã rời đi. Người Việt Nam phải tự chiến đấu với năng lực tối thiểu có được.

Đêm nọ, tôi được giao nhiệm vụ nói chuyện với một nhóm tân binh về bệnh sốt xuất huyết, muỗi và vi khuẩn gây bệnh. Trong trại đã có vài người tử vong, và người chỉ huy nghĩ rằng nói cho những tân binh biết về căn bệnh là điều quan trọng.

Nhìn gương mặt lo lắng và mệt mỏi của những binh sĩ tuổi vị thành niên đang ngồi trên bãi đất trống để nghe (hoặc giả vờ nghe) những gì tôi nói, tôi lại nhớ đến thời gian mình đã từng ở vị trí như họ vài năm trước, trong bốn tuần huấn luyện quân sự ở trại quân sự Thủ Đức, phía Bắc của Sài Gòn.

Sẽ không lâu, những chàng trai này sẽ được điều động về đơn vị của họ để tiếp tục cuộc chiến và chính thức trở thành lính trận đối diện với quân thù. Cuộc giao tranh có thể làm cho họ trở thành những người đàn ông mạnh mẽ khi trao cho họ sứ mệnh giết người, hoặc họ sẽ bị giết chết trong một cuộc chiến kéo dài. Tôi nghĩ đất nước đã nợ mỗi người thanh niên này sự tôn trọng và ngưỡng mộ. Họ đã bị tách khỏi gia đình của họ để đi theo tiếng gọi bảo vệ quê hương và cần được ghi nhận phẩm cách cao quý ấy, cho dù chiến tranh diễn ra như thế nào.

Thật không may, điều này đã không xảy ra với rất nhiều người Việt Nam từng phục vụ cho đất nước của họ.

Chủ Nhật Tháng Bảy năm 1974, một nhóm các sinh viên du học sinh Việt Nam từ nước ngoài hồi hương trong kỳ nghỉ Hè. Họ được ghi danh để nói chuyện với các sĩ quan quân đội với chủ ý nhằm thu hẹp khoảng cách giữa các sĩ quan và du học sinh.

Tất cả chúng tôi không bất ngờ với sự kiện này. Không ai biết chương trình đã diễn ra được bao lâu và chính phủ miền Nam đang cố gắng hoàn thiện điều gì.

Tôi nghĩ rằng, thu hẹp khoảng cách là điều có ích, mặc dù nó không phải lúc nào cũng thành công. Những người ra nước ngoài để mở rộng nền học vấn thuộc về một nhóm người tinh hoa. Họ đủ tài trí để xin học bổng hoặc cha mẹ của họ đủ giàu có để ghi danh cho họ vào một trường đại học nào đó ở trời Tây. Trên tất cả, họ được hoãn quân dịch một thời gian dài, có thể trong suốt cuộc chiến. Họ không phải lo lắng bị gọi nhập ngũ hay sự bấp bênh của cuộc sống trong một đất nước bị chiến tranh tàn phá.

Đối với những sinh viên còn ở lại trong đất nước chúng tôi, cuộc sống ở miền Nam Việt Nam có thể rất khắc nghiệt. Mỗi ngày trôi qua là một lời nhắc nhở liên tục về chiến tranh: quân dịch, người bị thương, góa phụ, người tàn tật, và nhiều thứ khác. Họ phải ghi danh vào các trường đại học địa phương để được hoãn nhập ngũ cho đến khi tốt nghiệp, sau đó vẫn phải buộc gia nhập quân đội. Cuộc sống của hai nhóm sinh viên này rất khác nhau.

Cuối Tháng Tư 1975, tôi vẫn đóng quân ở Cần Thơ sau khi hoàn tất đợt công tác gần một tháng ở trại Chi Lăng. Tôi đang chờ những giấy tờ cần thiết để quay về Sài Gòn thăm gia đình đã lâu không gặp, thì nhận được tin bất ngờ: Tôi được điều ra đảo Phú Quốc, một hòn đảo ở cực Tây Nam Việt Nam, nằm ngoài khơi 100 dặm từ Rạch Giá, thành phố thuộc tỉnh Kiên Giang. Tôi đến đó để thế chỗ một đồng nghiệp vừa mới kết hôn và sắp đi hưởng tuần trăng mật.

Cơ sở tại Phú Quốc được xây dựng để hỗ trợ y tế cho những người tỵ nạn từ miền Trung Việt Nam mới chuyển đến đảo. Mặc dù tôi chưa bao giờ đến Phú Quốc nhưng tôi biết nổi tiếng ở Phú Quốc là nước mắm, loại tạo thêm vị mặn cho món ăn và định hình phong cách nấu ăn của người Việt.

Tôi không thoải mái với mệnh lệnh này, phải nói ít nhất là như thế, nhưng tôi không thể làm gì khác để thay đổi. Thế là, tôi quay về hướng Tây Nam.

Nhìn lại, mệnh lệnh vào phút cuối thực sự là một điều may mắn – nhưng tôi chỉ nhận ra sự thật này vài tuần sau đó.

CHRISTINA
Hà Nội | 2002

VÀO KHOẢNG NỬA đêm của một buổi tối oi bức giữa Tháng Chín, tôi về đến Phi Trường Quốc Tế Nội Bài, cách Hà Nội khoảng 30 dặm. Vừa bước ra ngoài, một luồng hơi nóng bất thình lình thổi vào người.

Tôi nhìn lướt qua những gương mặt Việt Nam không quen biết trong biển người ngoài phi trường để tìm một người quen – bạn của tôi, Lara, người ra đón tôi. Chỉ với rất ít những mối quan hệ tôi có ở Hà Nội – Lara, Thomas, các bạn đồng nghiệp tương lai của tôi, và Anh, Nguyệt – tôi quyết định dùng làm màu sắc vẽ nên một bức tranh có vẻ giống cuộc sống ở đó.

Trong lúc quá cảnh ở Phi Trường Quốc Tế Seoul, tôi chú ý đến một nhóm sinh viên nước ngoài. Họ tụ lại với nhau trên sàn, trò chuyện, nghe nhạc, và lướt qua các cẩm nang du lịch Việt Nam. Nhìn họ, tôi ước gì mình cũng đang du lịch với một nhóm bạn, để tôi cũng có những người bên cạnh, cùng tôi trải qua một cách vụng về những ngày khởi đầu lạc lõng, bấp bênh ở vùng đất lạ.

Tôi đã tự hỏi làm sao để tôi có thể qua khỏi giai đoạn chuyển đổi này một mình. Lara đề nghị tôi đến ở căn phòng trong nhà của dì cô ấy ở Hà Nội – hoặc, nói cách khác là tôi sẽ ở chung phòng với Lara. Cô ấy nói tiền ở khoảng $300, bao gồm các bữa ăn. Tôi đã đồng ý, cho dù tôi không chắc là mình sẽ thích những món ăn chuẩn bị sẵn đó. Ý kiến của dì Alice là giá đó có vẻ quá cao đối với một căn phòng trong ngôi nhà ở Việt Nam, chưa nói đến việc ở chung phòng. Và tôi không biết ngôi nhà Lara nói đến nằm ở địa điểm nào. Nhưng tôi không có cơ hội để tham khảo về giá thuê nhà cửa ở Hà Nội, hay để biết rằng thời điểm đó hầu hết mọi thứ ở Việt Nam, từ thuê xe máy đến mua chai nước, đều có thể "trả giá" được.

Tôi cũng đã không quan tâm; tôi quá lo nghĩ về tất cả những điều mới mẻ mà tôi sẽ gặp ở Hà Nội đến nỗi tôi đã không muốn thêm vào danh mục những việc cần làm của mình là tìm một căn phòng. Lara đã gửi điện thư cho tôi một danh mục những đồ dùng mà cô ấy muốn tôi mang cho dì của cô, gồm cả các túi ni-lông có khóa kéo và giấy cuộn. Tôi đã nghĩ nếu đây là những món quà, thì còn những tiện nghi nào khác không có ở Hà Nội? Lara cũng dặn tôi nên mang theo băng vệ sinh dạng que đủ dùng cho cả chuyến đi. Cô giải thích trong điện thư rằng chính quyền (Hà Nội) không chấp nhận những sản phẩm này vì họ cho rằng đây là loại băng vệ sinh khuyến khích phụ nữ nhét vật gì đó vào vùng kín của họ.

Một người phụ nữ bước ra khỏi đám đông, vẫy tay và mỉm cười. Lara! Tôi thở phào nhẹ nhõm. Ít nhất thì ở giai đoạn này, cuộc hành trình diễn ra tương đối dễ dàng.

TÔI ĐÃ RẤT MỆT NÊN KHÔNG chú ý nhiều lắm đến đoạn đường dài về trung tâm thành phố ngày hôm đó. Tôi không có chút ý niệm gì về đường phố ở Hà Nội, cũng không biết nhà dì của Lara tọa lạc ở khu nào trong thành phố. Sau này tôi biết nhà dì ở quận Tây Hồ, cái tên được đặt theo tên của một trong những hồ lớn nhất ở góc Tây Bắc của Hà Nội, khoảng 15 phút lái xe từ trung tâm thành phố. Chung quanh hồ là những biệt thự hai tầng xinh đẹp có cổng ra vào, có những cây cổ thụ che phủ. Những biệt thự này thường cho người nước ngoài thuê – chủ yếu là nhân viên đại sứ quán hoặc những người ký hợp đồng làm việc quốc tế, lựa chọn nơi ở có không gian rộng, không khí trong lành và ít tiếng ồn hơn so với các căn nhà ở trung tâm thành phố.

Vào thời điểm đó, các vùng phụ cận, cùng với phần lớn Hà Nội chưa sử dụng hết tiềm năng phát triển. Con đường chính Xuân Diệu dẫn ra Hồ Tây chỉ có rải rác vài cửa hàng – một cửa hàng nội thất bằng tre, một cửa hàng đèn và vài nhà hàng Việt Nam. Khách sạn Sheraton, với bối cảnh nhếch nhác và biểu tượng chữ "S" không sáng đèn nhưng vẫn dễ nhận biết, đã bị các nhà đầu tư hết tiền bỏ hoang trước khi hoàn thành việc xây dựng khách sạn.

Ngõ, hay còn gọi là hẻm nhỏ, nơi có nhà dì của Lara là một phần của "mê lộ" gồm những con đường nhỏ ngoằn ngoèo tụ lại, tạo nên cảm giác như một ngôi làng bé với những ngôi nhà liền kề nhau. Nhiều gia đình Việt Nam tận dụng từng mét vuông trong không gian sống của họ, dùng tầng thứ nhất của ngôi nhà để làm cửa tiệm, bán hàng hóa hoặc mở tiệm may, tiệm sửa xe máy, hoặc tiệm làm tóc, và nhiều loại kinh doanh khác. Tôi đã bắt đầu tin rằng, bằng cách nào đó tất cả người Việt Nam đều là những người buôn bán, và cuối cùng tôi đã hiểu được ý của dì Alice khi nói "cuộc sống sinh động."

Sau khi trải qua vài ngày ở nhà của cô Hoa, tôi đã biết thêm về lối sống của người Việt Nam. Tôi cũng học được cách gọi "cô" là cách gọi đúng để chỉ một người phụ nữ lớn tuổi hơn nhưng nhỏ tuổi hơn mẹ của mình. Chị (chị lớn,) anh (anh lớn,) và em (em gái) được dùng với những người cùng thế hệ; bác dùng để gọi một người lớn tuổi hơn cha mẹ của mình, và v..v...Ban đầu tôi bị nhầm lẫn, và tôi cũng ngại mình đoán không đúng tuổi của một ai đó và vô tình xúc phạm họ.

Lara nói với tôi rằng nhà cô của Lara là một ngôi nhà truyền thống Việt Nam, xây cao và sâu chứ không rộng vì không gian hạn chế trong một Hà Nội quá đông dân. Đôi khi nhiều thế hệ sống cùng nhau trong một ngôi nhà. Họ dùng chung nhà bếp và diện tích chung ở tầng một, sau đó mỗi thế hệ trong gia đình có thể sống ở tầng khác. Lara giải thích một số nhà ở Việt Nam, cả gia đình sống chung trong một phòng – làm cho tôi đã thấy sự cương quyết của mẹ tôi từng để chị em tôi ngủ cùng phòng với bà khi chúng tôi còn nhỏ, có vẻ hợp lý. Trước đây tôi thấy lạ là mẹ tôi không bao giờ cho phép chúng tôi có phòng riêng khi còn nhỏ; bây giờ tôi hiểu rằng thói quen đó hẳn làm cho bà dễ chịu.

Tôi ở chung với Lara trong phòng ngủ trên tầng hai. Căn phòng được sơn màu xanh nhạt không sáng sủa lắm – cùng màu với tường nhà bếp – nơi có những bóng đèn huỳnh quang, là thứ mà tôi cảm thấy thật buồn thảm, và hai tấm nệm có thể gập lại để trên sàn nhà, mua ở một trong những con đường trong Phố Cổ, nơi bán chăn và ra giường.

Tôi bắt đầu có câu hỏi về tiền nhà khi lần đầu tiên nhìn thấy sự sắp đặt này. Tôi đã nghĩ như thế này thì có vẻ không hợp lý với giá $300, và tôi thất vọng.

Toàn bộ ngôi nhà đơn giản, không được trang trí gì, chỉ vài bức họa hoặc tranh điêu khắc cảnh biển cả được treo rải rác, gợi cho tôi nhớ về những ngôi nhà mộc mạc, đơn giản mà tôi đã lớn lên ở đó. Tôi đã luôn so sánh nhà của mình với nhà của những người bạn Mỹ của tôi, những ngôi nhà được trang trí đẹp hơn, ấm cúng hơn, và bằng cách nào đó trông hài hòa hơn. Bây giờ, tôi đã bắt đầu hiểu, đơn giản đó là phong cách của người Việt.

Phòng khách của nhà cô Hoa nằm ở tầng một, trực diện với nhà bếp, có sáu cái ghế gỗ cao, chạm trổ hình hoa lá, đặt xung quanh một cái bàn thấp. Căn phòng không đẹp cũng không thoải mái, có chức năng như một nơi giải trí cho khách – nếu không, nó sẽ chẳng dùng để làm gì cả.

Trong những tuần tiếp theo, tôi thấy cô của Lara đón tiếp bạn bè và người nhà trong căn phòng đó, một lượng khách đều đặn mà tôi phải học cách nhận biết theo phong cách người Việt. Dì để sẵn bộ ấm trà nhỏ trên cái bàn thấp để đón những người khách đến sau.

Tôi không biết cô của Lara giới thiệu tôi với khách của dì thế nào; họ nói chuyện bằng tiếng Việt nên tôi đã không hiểu hết những cuộc đàm đạo đó. Tôi không quan tâm. Tôi đã quen với thời gian lớn lên trong gia đình mà cha mẹ nói với nhau nói với nhau bằng tiếng Việt và tôi hoàn toàn không hiểu một từ nào cả.

Tôi bắt đầu chú ý đến những người khách này thường bàn tán về sự có mặt của tôi, và tôi đã quen với những từ như "béo," có nghĩa là "fat." Khi tôi than phiền điều này với Lara, cô ấy chỉ đơn giản khuyên tôi gạt bỏ nó đi.

Lara nhún vai nói: "Cách của người Việt là vậy đó."

NHỮNG TUẦN ĐẦU TIÊN, TÔI THỨC dậy mỗi sáng bởi những âm thanh không quen thuộc: tiếng gà gáy ở sân sau, tiếng nồi niêu xoong chảo khua inh ỏi, tiếng công trình xây dựng ở nhà hàng xóm bên cạnh, và những lời nói tôi không hiểu gì cả, phát ra ồn ào từ chiếc loa treo trên cột điện thoại gần nhà. Người Việt Nam rất vui và thích buổi sáng, đó là điều tôi đã học được nhanh chóng.

Mỗi ngày, trước khi mặt trời mọc, người dân địa phương đi đến Hồ Hoàn Kiếm tọa lạc ở trung tâm Hà Nội. Đàn ông thì tập tạ trên vỉa hè, đôi khi ở giữa đường. Người lớn tuổi tập thái cực quyền, phụ nữ theo từng nhóm tập thể dục nhịp điệu. Âm nhạc được mở rất to, người hướng dẫn các bài thể dục hô lớn, "Một, hai, ba..." Những nhóm khác tụ họp lại chơi vũ cầu.

Tôi sợ khi nghĩ đến bữa điểm tâm cô Hoa làm cho chúng tôi. Tôi không biết trước cô sẽ làm món gì. Những món ăn lạ lẫm được đặt trong một vật trông giống cái lồng bằng nhựa để tránh ruồi. Thỉnh thoảng cô cho chúng tôi ăn thức ăn còn lại từ đêm qua – một lần là thịt kho, một món thịt heo caramen; lần khác là bánh mì Pháp với chả lụa, món mà cha của tôi hay ăn vào buổi sáng. Phần ăn luôn luôn có trái cây kèm theo – măng cụt, chôm chôm hoặc một loại chuối nhỏ, mùi vị không khác với những trái chuối bình thường nhưng vì lý do nào đó mà tôi rất ghét.

Bữa điểm tâm không phải là dở; chỉ là đôi khi tôi không có cảm giác muốn ăn, đặc biệt là những món cầu kỳ vào buổi sáng. Và cô Hoa muốn chúng tôi dùng hết phần điểm tâm mà dì đã chuẩn bị.

Khi bụng tôi đã no, cảm giác buồn nôn đôi khi lại xuất hiện.

Trong khi đó, cô Hoa đứng gần bàn ở bếp, nói "ăn đi" - căn bản là khuyến khích tôi tiếp tục ăn.

Bây giờ thì chung quanh tôi là những phụ nữ Việt Nam nhỏ nhắn và xinh. Phần lớn họ cao ngang bằng tôi nhưng nhẹ hơn tôi khoảng 9kg hoặc 13 kg. Tôi càng cảm thấy tự ti hơn một chút về ngoại hình của mình so với lúc bắt đầu chuyến đi. Tôi chưa bao giờ có thể trạng gầy gò – vai của tôi rộng và dáng người mập mạp. Khi đến Hà Nội, có lẽ là thời điểm tôi nặng ký nhất trong đời. Do đó, khi cô Hoa thúc giục tôi ăn nhiều thêm, tôi thấy không hợp lý; tôi đã nghĩ lẽ ra cô phải muốn tôi ăn ít lại vào buổi sáng, vì mọi người có vẻ như đã nhận xét rằng tôi quá ký.

Cô Hoa và tôi ít khi trò chuyện với nhau. Tiếng Anh của cô ở mức ngang bằng với tiếng Việt của tôi. Cuối cùng Lara đã dịch những từ cần thiết, chủ yếu là những câu hỏi đơn giản, chúng tôi dùng khi trò chuyện qua lại. Tia mắt sắc nhọn của cô Hoa nhìn xuyên vào tôi làm tôi cảm thấy không dùng hết phần điểm tâm cô đã chuẩn bị là tôi xúc phạm cô, làm cho cô thất vọng, khiến tôi nhớ lại hồi còn nhỏ, trong bếp, mẹ tôi bắt tôi phải ăn hết thức ăn trong đĩa, bất chấp tôi nài nỉ rằng tôi đã no rồi.

Một buổi sáng, Lara giải thích cho tôi biết tôi phải mời cô Hoa dùng điểm tâm, vì cô là người lớn nhất trong bàn ăn.

Tôi sợ mình phải giao tiếp toàn bộ tiếng Việt. Tôi tham gia các lớp học, nhưng vì lý do nào đó, tôi cảm thấy có lỗi vì tôi đã không tự cam kết mình phải học nói. Tôi phụ thuộc vào Lara, hoặc một ai đó chung quanh nói tiếng Việt và tiếng Anh để dịch giúp tôi, và tôi đã làm tất cả những gì có thể để né tránh gọi một ai đó mà tôi gặp bằng cách gọi trịnh trọng. Nói tiếng Việt là điều tôi ước gì cha của tôi khuyến khích tôi phải làm, nhưng vì có sự khác biệt giữa người miền Nam Việt Nam và người miền Bắc Việt Nam, tôi tự hỏi liệu ông có quan tâm không – nếu đối với ông, việc học nói tiếng Bắc còn tệ hơn cả việc hoàn toàn không nói tiếng Việt.

Tôi đã có thể hiểu Lara phải mang trách nhiệm làm đúng các nguyên tắc của gia đình cô như thế nào. Dù sao, cô ấy cũng là một đại diện, một sứ giả cho gia đình người Mỹ. Tôi đã bắt đầu hiểu phần lớn các gia đình bị chia rẽ theo cách này – những ai đã rời Việt Nam đến những quốc gia khác trên thế giới, và những ai phải ở lại Việt Nam. Dù là với phía bên nào, cảm giác cũng rất phức tạp. Có những điều đáng nhớ cần gìn giữ và những bí mật cần giữ kín; tôi chắc chắn trước khi Lara đến Hà Nội, cô ấy đã biết những điều gì nên và không nên nói với các thành viên trong gia đình của cô.

Vì tôi không có gia đình ở Hà Nội hay bất cứ nơi nào khác ở Việt Nam (cho đến thời điểm đó,) tôi muốn mình hoàn toàn tự do, không phụ thuộc vào trách nhiệm với gia đình, tôi không đến Việt Nam chỉ để làm theo những quy tắc do cô của một người bạn đưa ra.

Một hình thức của nguyên tắc đó là giới nghiêm lúc 10 giờ tối. Cô Hoa không muốn dậy để mở cổng chính giờ đó, và chúng tôi thì không được phép giữ chìa khóa. Lara có vẻ không bận tâm với thời gian biểu như thế, vì cô cần mẫn với dự án nghiên cứu của mình vào những buổi chiều rồi đi ngủ sớm. Tuy nhiên, với tôi, tôi cảm thấy mình đã bỏ mất nhiều cơ hội trải qua cuộc sống ở Hà Nội. Cảm giác biết ơn của buổi ban đầu khi được sống trong một ngôi nhà Việt Nam chợt tan biến. Tôi muốn khám phá Hà Nội, biết về thành phố này, kết nối nhiều người bạn – tôi muốn tự do, không bị bó buộc bởi những nguyên tắc của gia đình người khác áp đặt. Tuy nhiên, thật mỉa mai, ở mức độ nào đó, tôi đã đến Việt Nam để tìm và hiểu về ý nghĩa của gia đình. Tôi vẫn còn mang nặng chủ nghĩa tự do cá nhân của người Mỹ để có thể hòa nhập trọn vẹn vào gia đình Việt Nam.

NGHĨA
Phú Quốc | 1975

TỪ CẦN THƠ, TÔI đón xe đò đi Rạch Giá – trên Vịnh Thái Lan, cách Châu Đốc khoảng 50 dặm và cách thủ đô Óc Eo của vương quốc Phù Nam vài dặm. Rạch Giá là điểm tận cùng của Miền Nam Việt Nam trên đường tôi đến Phú Quốc. Chuyến tàu kế tiếp và cuối cùng ở đó sẽ rời bến lúc 5 giờ chiều, giờ địa phương. Tôi ngồi trong quán cà phê cạnh bờ sông, thư thả uống ly nước chanh và quan sát những công nhân đang chất hàng lên một con tàu thương mại hai tầng dài khoảng 28 mét chuẩn bị rời cảng.

Sau khi lên tàu, tôi đi lên boong trên cùng để thưởng thức cảnh hoàng hôn tuyệt đẹp và làn nước êm ả của vịnh. Hầu như tất cả hành khách đều chọn ở trong khoang tàu, nơi chứa hàng hóa, để tránh ánh nắng mặt trời, gió, và thời tiết. Còn một số người mắc võng mang theo để đón một đêm dài.

Tôi nhớ đến Nguyễn Ánh, người trở thành Vua Gia Long vào năm 1802, đã trải qua lộ trình này nhiều lần giữa năm 1784 và 1788, khi ông bị nghĩa quân Tây Sơn khủng bố và truy lùng khắp nơi. Mỗi lần bại trận trước nghĩa quân, ông lại lên thuyền chạy trốn đến nơi an toàn là Phú Quốc hoặc những hòn đảo gần đó, hoặc đến Xiêm (Thái Lan.) Và cứ mỗi lần chiêu binh mãi mã, ông lại quay về để châm ngòi trận chiến mới. Cứ như thế, Vua Gia Long trải qua 25 năm chiến đấu gian khổ, vững chí bền bỉ để giành lại ngai vàng.

Nghĩ về câu chuyện này, một ý nghĩa lóe lên trong tâm trí tôi về lịch sử lâu dài của đất nước mình – từ năm 937 CE đến nay – Việt Nam thường xuyên bị xáo trộn bởi nhiều cuộc chiến. Trong số đó là những cuộc chiến đấu chống lại quân xâm lược (Trung Quốc, Pháp, Thái Lan, Nhật Bản. . .) nhưng trong đó cũng có một số diễn ra giữa các dân tộc khác nhau sống trên cùng đất Mẹ Việt Nam. Thấm mệt, tôi nằm xuống boong và ngủ mà không cần chăn đắp. Cuộc đời của người lính đã từng đơn giản như thế. Khi đó tôi không nhận ra và cũng không thể đoán trước tôi sẽ phải ngủ nhiều đêm nữa trên một con tàu.

Năm giờ sáng hôm sau, trời rét lạnh làm tôi tỉnh giấc. Một ngày mới bắt đầu; không gian tĩnh lặng, bầu trời trong vắt. Bình minh đẹp và thanh bình như hoàng hôn. Bầu trời thoáng đãng không gợn chút mây, tạo ra những sắc màu sặc sỡ và tươi sáng.

Con tàu thả neo cách bờ vài dặm, chờ được phép vào cảng. Khi chúng tôi cập vào bến tàu địa phương thì đã đến giờ ăn sáng.

Tôi dùng điểm tâm nhanh ở một quán cà phê gần đó – một trong những túp lều bằng rơm, nền đất với bàn ghế gỗ cũ kỹ. Sau đó, tôi hỏi thăm đường đến trại.

Người ta cho tôi biết trại cách đây khoảng hai dặm về phía Bắc. Tôi quyết định đi bộ đến đó, theo chỉ dẫn của người địa phương, trên con đường đất đầy những ổ gà khá lớn do những cơn mưa gió mùa để lại.

Nơi tôi đến là một thành phố nhỏ gần 40.000 người sống trong những túp lều hoặc những tòa nhà bằng gỗ với điều kiện tối giản. Các thành viên trong nhóm của tôi đã đến sớm hơn, họ mang theo thiết bị, phương tiện đi lại và đang đợi tôi đến.

Giường ngủ của tôi là một đi-văng bằng gỗ không có nệm, phủ tấm màn chống muỗi, nằm trong góc của nhà chứa máy bay dạng ống. Những cánh cửa không bao giờ đóng lại. Gần đây khu trữ hàng này đã được chuyển thành nơi trú ngụ. Tôi không thể phàn nàn vì ít nhất tôi cũng có một chỗ che mưa che nắng.

Trung bình một ngày tôi tiếp 40 bệnh nhân ở phòng khám – phần lớn họ bị cảm, cúm, nổi ban, những cơn đau do vết bầm hoặc vết thương. Hai bác sĩ từ đơn vị khác cũng làm việc tại phòng khám. Ba người chúng tôi chăm sóc y tế cho khoảng 40,000 người tỵ nạn.

Khu trại hẻo lánh này không có phương tiện giải trí nào, kể cả báo chí hay tivi. Tuy nhiên, những bãi biển cát trắng tuyệt đẹp và làn nước trong xanh như ngọc, vẫn còn mang vẻ hoang sơ chưa bị nền văn minh khai phá, lại là sự thay thế tuyệt vời cho cuộc sống thiếu tiện nghi. Nước biển ấm, là nơi lý tưởng để bơi lội và tắm nắng. Tôi thắc mắc tại sao chính quyền địa phương lại không nghĩ đến việc mở một khu nghỉ dưỡng ở khu vực này, vì tôi tin chắc chắn Phú Quốc có thể là nơi người Việt lựa chọn để trải qua những kỳ nghỉ mát. Nơi này có một ngôi làng với đầy đủ nhà hàng, chợ, chỗ đánh bắt cá, và tất nhiên, ngành công nghiệp nước mắm nổi tiếng của hòn đảo.

Nhưng tâm trạng và trí óc tôi không dành cho việc ngắm cảnh hay thăm viếng công nghiệp địa phương. Chính chiến tranh đã đưa tôi và hàng nghìn người ty nạn đến hòn đảo xinh đẹp và biệt lập này. Tất cả chúng tôi đều là nạn nhân của cuộc chiến tranh tàn khốc đó, do những người cộng sản hiếu chiến khởi xướng, chỉ muốn cướp đất đai của chúng tôi.

TÔI CHỈ Ở TRÊN ĐẢO BẢY ngày.

Trong thời gian đó, chúng tôi không biết chuyện gì đang xảy ra ở Sài Gòn. Vì không một thành viên nào trong nhóm của tôi mang theo máy phát thanh nên chúng tôi săn tìm tin tức – những diễn biến mỗi ngày trở nên tệ hơn – bằng cách tìm những người đã biết tin hoặc những người mới đến đảo. Tôi xin phép về thăm gia đình ở Sài Gòn nhưng không nhận được câu trả lời.

Chúng tôi biết Tổng Thống Nguyễn Văn Thiệu đã từ chức và Tướng Dương Văn Minh lên thay.

Vẻ mặt ai cũng vẫn bình thản nhưng ẩn sâu bên trong những người dân địa phương là sự "im lặng của bãi tha ma," dè dặt và cam chịu. Một điều gì đó đáng ngại sắp xảy ra.

Chúng tôi bàng hoàng trước tin miền Trung thất thủ. Chiến sự diễn ra khắp Sài Gòn, và cộng sản vẫn không ngừng pháo kích vào thành phố.

Khoảng trưa giờ địa phương ngày 30 Tháng Tư, Đại Tướng Dương Văn Minh, tổng thống cuối cùng của miền Nam Việt Nam, lên đài phát thanh tuyên bố chính phủ miền Nam Việt Nam đầu hàng vô điều kiện.

Tâm trạng bỗng trở nên u ám và nặng nề. Phút im lặng ngắn ngủi, có lẽ chỉ vài phút nhưng dường như kéo dài vô tận. Không ai lên tiếng. Cú sốc mất mát quá tàn khốc và bất ngờ đến nỗi sợi dây thanh quản của chúng tôi như đứt lìa, không nói nên lời. Phản ứng của người dân trên đảo từ hoàn toàn không tin đến bình tĩnh cam chịu, đau đớn và tất nhiên là tức giận. Nước mắt lăn dài trên gương mặt của họ. Cho dù những bản tin tức đã dự trù phần nào sự việc, nhưng nó vẫn gây bàng hoàng. Không ai dám nghĩ một cuộc đầu hàng vô điều kiện và chớp nhoáng như thế sẽ xảy ra. Việt Nam Cộng Hòa của miền Nam đã bị xóa khỏi bản đồ. Vùng đất mà tổ tiên chúng tôi sinh sống từ năm 1600 đã bị cưỡng chiếm. Những gì chúng tôi chiến đấu gian khổ và kéo dài suốt 21 năm qua đã vĩnh viễn không còn. Hơn 400.000 đàn ông và phụ nữ can trường cống hiến cuộc đời họ cho sứ mệnh này, cùng với vô số dân thường tử vong trong chiến tranh, đã trở thành những cái chết vô nghĩa. Biết bao nước mắt đã rơi vì cuộc chiến, biết bao gia đình đã phải bỏ nhà đi nơi khác, hàng trăm thị trấn và làng xã bị phá hủy, bị pháo kích hoặc bị đánh bom. Và tất cả là sự lãng phí. Sự hy sinh của bao nhiêu người đã tan thành mây khói. Cuộc chiến đẫm máu, kéo dài và gian khổ, đã hóa thành hư không.

Tôi nghĩ, chúng tôi đã chiến đấu miệt mài 21 năm chỉ để cuối cùng mất tất cả – chiến tranh, nhà của chúng tôi, và quê hương chúng tôi. Chúng tôi đã chiến đấu hết mình. Chúng tôi có thể làm tốt hơn nữa nhưng điều đó đã không xảy ra. Hoa Kỳ đã cố gắng hỗ trợ, nhưng những nỗ lực của họ không thay đổi được thế trận – và phải nói rằng, bất kỳ sự giúp đỡ quân sự hoặc kinh tế nào từ bên ngoài đều luôn có những giới hạn phải dừng lại.

Mỗi người trong chúng tôi đều suy sụp trước tin này – người nhiều, người ít. Đối với tôi, nỗi kinh hoàng của sự mất mát thật đáng sợ. Bây giờ không còn gì để làm ngoài việc rời đi – chạy thật xa khỏi quân cộng sản này và tìm kiếm tự do ở một nơi khác.

TRONG TÂM TRÍ TÔI CHỈ có một suy nghĩ duy nhất: trốn thoát.

Tôi thấy hai bác sĩ của đơn vị khác đang thu dọn hành lý của họ lên một xe Jeep. Kể từ khi đến đảo, tôi không giao tiếp nhiều với họ; tôi không biết họ sẽ đi đâu.

Tôi tập hợp một đội gồm năm người, các y tá quân đội đã giúp đỡ tôi trong bảy ngày qua, và nói với họ: "Các bạn đã nghe tin Sài Gòn thất thủ. Bây giờ các bạn là những người tự do, có thể làm bất cứ điều gì các bạn muốn. Ai muốn ở lại Việt Nam có thể ở lại đây. Ai muốn trốn cộng sản có thể đi theo tôi."

Cả năm người đàn ông này đều có gia đình ở Đồng Bằng Sông Cửu Long và quyết định ở lại. Tôi cảm ơn họ và chào tạm biệt. Sau đó tôi theo hai người bác sĩ kia và gia đình của họ đến bến cảng, nơi tôi đến một tuần trước.

Tôi đi thẳng đến nơi neo tàu thì thấy nhiều tàu tuần tra đang nổ máy. Một chiếc nhổ neo khi tôi vừa đến. Tôi thấy một chiếc khác đang sẵn sàng rời cảng và tôi được phép lên tàu. Chiếc tàu nhanh chóng lao ra biển. Trên tàu có mười hai người: hạm trưởng, vợ và con gái ông, ba thành viên phi hành đoàn, hai bác sĩ khác cùng gia đình họ, và tôi.

Quay nhìn lại, tôi có thể thấy những gia đình bị kẹt lại đang gào thét, cầu xin hạm trưởng cho họ lên tàu. Ông ấy đã không giảm tốc độ. Ông chỉ đơn giản chỉ tay về phía những con tàu khác còn đang neo đậu ngoài khơi.

Tôi không biết những gì đang chờ đợi tôi trong tương lai. Thậm chí tôi đã không biết con tàu nhỏ này sẽ đưa tôi đến đâu. Tất cả những gì tôi biết là tôi muốn ra khỏi Việt Nam, thoát khỏi cuộc chiến huynh đệ tương tàn không hồi kết này, và đặc biệt là thoát khỏi vòng vây cộng sản. Tôi đã gắn liền với đất nước của mình suốt thời gian không có chủ nghĩa cộng sản. Giờ đây mảnh đất tôi gọi là quê hương trong gần ba thập kỷ đã bị chiếm đoạt, không còn vùng đất thiêng liêng để tôi chiến đấu bảo vệ nữa.

Lần đầu tiên trong đời mình, tôi trở thành người vô tổ quốc. Khi tôi nhận ra điều đó, một cảm giác xa lạ, mơ hồ xâm chiếm tâm hồn tôi.

Chỉ một giờ trước đó, tất cả người trên tàu này đều thuộc về mảnh đất có tên Miền Nam Việt Nam. Rồi bất thình lình, Miền Nam không còn nữa. Cái mà chúng tôi gọi là quê cha, đất mẹ không còn hiện hữu. Chúng tôi đã mất những gì mình yêu thương nhất. Chúng tôi đã thành trẻ mồ côi. Tôi chưa bao giờ nghĩ rằng cuộc đời tôi sẽ có thể không có một đất nước. Sự đứt lìa đột ngột làm cho tôi choáng váng.

Vào thời khắc đó, tôi mới hiểu điều cụ Phan Bội Châu, một trong những nhà cách mạng dân chủ tư sản vĩ đại nhất của nước ta, đã viết vào năm 1908, "không có mất mát nào to lớn hơn mất quê hương."

CHRISTINA

Hà Nội | 2002

TÔI ĐẾN HÀ NỘI ĐÚNG VÀO dịp Trung Thu, hay còn gọi Tết Trung Thu, đánh dấu thời điểm dân gian kết thúc vụ mùa của mùa Hè, nhưng theo thời gian đã trở thành lễ hội dành cho thiếu nhi. Những chiếc đèn lồng tô điểm rực rỡ khắp các con đường của Phố Cổ. Những chiếc bánh Trung Thu gói gọn gàng, đẹp mắt, có nhiều hương vị khác nhau như đậu xanh, dừa, sầu riêng, được xếp thành hình tam giác cao trước cửa hàng, mang đến cơ hội kinh doanh khác cho nhiều người Việt "có gan làm giàu." Tôi cảm nhận không khí lễ hội lan tỏa khắp trong thành phố, nhiều hơn bất kỳ ngày lễ nào ở Mỹ. Nó như một mùa của những khởi đầu mới – thời gian trẻ con quay trở lại trường và khi nhiều người từ nước ngoài như tôi đến Hà Nội để bắt đầu cuộc sống mới.

Tôi không mất nhiều thời gian để nhận ra Hà Nội trông như một ngôi làng quê tỉnh nhỏ hơn là một khu thị tứ có bảy triệu dân. Tôi bắt đầu chú ý đến những gương mặt quen trong thành phố. Tôi gặp lại những sinh viên tôi nhìn thấy lần đầu ở Phi Trường Incheon, tại nhiều địa điểm khác nhau. Ban đầu, tôi nghĩ những cuộc gặp tình cờ này có nghĩa là những "nhân duyên" với cuộc sống của tôi ở Hà Nội, nhưng khi tôi đã quen với thành phố này, tôi nhận ra hầu hết người nước ngoài đều sống tập trung ở Quận 1, nơi chỉ chiếm một phần nhỏ diện tích Hà Nội.

Hà Nội chỉ có vài quán bar, nhà hàng và quán cà phê dành đến khách nước ngoài. Những hàng quán bình dân ở các nơi ít người biết chỉ bán một món đặc sản, như chả cá, mì xào, hoặc bánh cuốn – đều là những món mới lạ với tôi, nhưng suốt những tuần lễ đầu, tôi thèm hương vị quen thuộc như ở nhà. Tôi muốn tìm cà phê cappuccino thay vì ly cà phê sữa đá (cà phê đá Việt Nam) mà tôi đã từng được thử vài lần trong quá khứ. Các địa điểm ở Quận 1 dành cho khách nước ngoài vô tình trở thành nơi dừng chân của tôi khi tôi lang thang trong không gian xa lạ của Hà Nội. Tôi muốn ẩn mình vào một nơi ấm cúng để có thể ngồi hàng giờ và đọc sách, thay vì ngồi trên chiếc ghế đẩu trên vỉa hè, choáng ngợp do tiếng còi xe máy và những người bán hàng rong, từ trái cây nhiệt đới đến gốm sứ, qua lại "như mắc cười."

Puku là một trong những quán cà phê tôi thường ghé vào, tọa lạc trên Phố Hàng Trống, gần với Phố Cổ – gồm 36 con phố uốn khúc, tên của mỗi phố được gọi theo tên của món hàng có thâm niên mua bán lâu đời trên con phố đó. Hàng Bạc, chuyên bán bạc. Hàng Đường, chuyên bán đường. Hàng Muối, chuyên bán muối. Hàng Gà, nơi bán rất nhiều gà, và những phố khác tương tự như thế. Puku do ba doanh nhân người New Zealand và một đối tác thứ tư là người Việt mở ra khi họ nhận thấy nhu cầu về các quán cà phê mang đậm phong cách phương Tây ở Hà Nội. Kiến trúc của quán đơn giản với những bức tường sơn màu xanh nước biển và xanh ngọc lục bảo, những bàn gỗ làm thủ công ở Việt Nam và những chiếc đèn treo đầy màu sắc mang lại bầu không khí ấm áp. Trên kệ sách bằng gỗ dọc theo tường là những chồng tạp chí, sách du khách để lại. Những chiếc bàn đặt gần kề nhau, giúp cho cuộc bắt chuyện trở nên dễ dàng với những ai cũng thích bữa sáng "Kiwi" và thực đơn với các loại bánh mì kẹp với rau quen thuộc của người phương Tây.

Tại Puku, tôi bắt đầu gặp những người nước ngoài khác – những người "trước lạ sau quen," chúng tôi nhanh chóng trở thành bạn bè khi tình cờ gặp lại nhau nhiều lần tại quán có phong cách lạ này. Tôi tò mò trước những lý do đa dạng mà du khách chọn đến Việt Nam, đặc biệt là Hà Nội. Tôi đã gặp những giáo viên Tiếng Anh dạy cho trẻ em Việt Nam ở trường Language Link (câu quảng bá thương hiệu của trường là: "Kết giao quốc tế dẫn đến thành công." Dạy học không phải là nghề họ chọn, nhưng đó là cách để họ có một công việc lương khá, tương đối thoải mái cho cuộc sống tạm thời ở nước ngoài. Hà Nội là chuyến công tác nước ngoài thứ hai của nhiều đồng nghiệp mới của tôi ở UNDP – những người đến từ Pháp, Thụy Điển. Dĩ nhiên, không nhiều người trong họ đã không thực sự có kế hoạch sống ở Hà Nội trước đó. Thành phố này chỉ là điểm dừng chân của họ sau khi du lịch khắp Đông Nam Á, và họ quyết định ở lại. Một phụ nữ người Mỹ khoảng ngoài ba mươi tuổi, nói với tôi về việc cô đã quyết định để quá khứ lại California để xây dựng cuộc sống khác ở Việt Nam sau cuộc hôn nhân đổ vỡ.

Bên cạnh những người nước ngoài này, tôi còn bắt đầu quen biết những thanh niên người Mỹ gốc Việt khác, cũng như những sinh viên mới tốt nghiệp đại học và đang tham gia vào các chương trình trao đổi sinh viên hoặc nhận học bổng Fulbright. Hai người thuộc nhóm này là Mai và Minh, đã trở thành những người bạn thân nhất của tôi ở Hà Nội.

Cuộc sống của người nước ngoài ở đây đa dạng, có nhiều tầng lớp khác nhau: nhóm người đến mà không có kế hoạch trước; nhóm người đến để làm việc cho các tổ chức quốc tế, được trả lương cao cùng với các phúc lợi, hỗ trợ để họ thích nghi với cuộc sống ở Việt Nam; và một số người, như tôi, đã đánh cược và chấp nhận thực tập không lương hoặc tương tự ở Việt Nam, tin rằng thời gian ở đó mình sẽ nhận nhiều giá trị hơn là lương bổng.

MỘT TRONG NHỮNG NGƯỜI NƯỚC NGOÀI tôi biết ở Hà Nội có mức lương và các phúc lợi ổn định là Thomas, người làm cho Quỹ Tài Trợ Châu Á. Tôi chỉ thỉnh thoảng liên lạc với anh ấy trước khi đến Việt Nam, nhưng trong số những người bạn mới trong đời tôi, với Thomas thì tôi có cảm giác như một người bạn cũ. Có lẽ sự quý mến tôi dành cho Thomas còn quá sớm, nhưng tình bạn của anh là một niềm an ủi cho tôi. Chúng tôi có thể đã gặp nhau ở kiếp trước, hoặc có thể vì biết anh đến từ North Carolina, nơi cuối cùng tôi gọi là nhà, và tốt nghiệp cùng trường đại học với tôi. Ngay sau khi tôi đến Hà Nội, chúng tôi gặp nhau ăn tối tại Au Lac Café, một nhà hàng nhỏ đối diện với khách sạn lâu đời Sofitel Metropole. Qua cuộc trò chuyện, tôi biết anh đã tốt nghiệp Carolina vào năm tôi bắt đầu vào trường. Tôi cũng đã biết được Thomas là người đồng tính và bạn đời của anh sống ở Singapore. Điều này ngay lập tức làm tan biến giấc mơ rằng giữa chúng tôi có thể nảy sinh một tình cảm. Tuy nhiên, tôi rất vui khi có một người bạn mới như Thomas.

Khoảng một tuần sau đó, Thomas mời tôi đến dùng bữa cơm chiều tại nhà anh.

Nơi anh ở là một con phố có nhiều quán cà phê và quán ăn quanh Hồ Trúc Bạch, một hồ nổi tiếng khác ở Hà Nội. Giữa Trúc Bạch và Tây Hồ, khu vực nhà của cô Hoa là đường Thanh Niên, được mệnh danh là "Làn Đường Tình Nhân" do những đôi tình nhân trẻ Việt Nam tụ tập dọc theo con đường đó, họ ngồi trên xe máy, ôm nhau thật chặt, vui mừng vì thoát khỏi cặp mắt theo dõi của cha mẹ.

Phải thừa nhận rằng khung cảnh thật ấn tượng và lãng mạn –mặt trời lặn ở phía xa xa Tây Hồ, những thuyền mái chèo hình thiên nga di chuyển nhẹ nhàng trên mặt nước. Cả Trúc Bạch và Tây Hồ đều là những nơi sinh sống phổ biến cho những người nước ngoài muốn thoát khỏi trung tâm thành phố ô nhiễm.

Cũng như nhà của cô Hoa, nơi Thomas nằm trong ngõ, một phần của "mê cung" ngoằn ngoèo những con phố nhỏ. Tuy nhiên ngôi nhà anh ở đã được sửa sang lại thích hợp cho người nước ngoài. Những người Việt am hiểu thị trường có thể có thêm thu nhập từ bất động sản bằng cách cải tiến ngôi nhà của họ đúng với tiêu chuẩn của người nước ngoài và chọn sống trong không gian nhỏ hẹp hơn hoặc dọn vào ở với gia đình của họ. Những khoản cho thuê sinh lợi nhất đối với người Việt Nam là các tổ chức hoặc doanh nghiệp quốc tế trả tiền thuê trực tiếp cho chủ nhà, thậm chí đôi khi phải trả cả chi phí tu sửa.

Tôi chú ý chiếc xe máy hiệu Honda Wave của anh đậu trong khu vực bếp.

Tôi hỏi: "Anh chạy xe này à?"

Thomas trả lời: "Anh chỉ chạy quanh thành phố. Thỉnh thoảng đến chỗ làm. Anh không chạy xa lắm."

Do tôi đã có kinh nghiệm về tiếng ồn và dòng người đông đúc trên những con đường ở Hà Nội, tôi thấu hiểu Thomas cần một không gian thoải mái cho sự yên tĩnh, thoát khỏi sự bát nháo trong cuộc sống hàng ngày ở Hà Nội. Anh đã tạo ra một ngôi nhà, trong đó đồ vật sắp xếp gọn gàng, có những bức ảnh để anh nhớ rằng bạn bè và gia đình ở quê nhà vẫn bên cạnh anh. Một dãy đèn lồng đủ màu sắc và những cây đèn duyên dáng thay thế cho bóng đèn huỳnh quang, tạo ra ánh sáng mờ ảo ngay lối vào. Chiếc ghế dài màu nâu với những chiếc gối bằng lụa và nhung tơ do Thomas mua ở Dome, một cửa hàng đồ gia dụng nổi tiếng của một phụ nữ người Úc.

Thomas nói với tôi rằng thời gian đầu anh chuyển đến Việt Nam là để học tiếng Việt cho một học kỳ của đại học. Lần thứ hai, sau khi tốt nghiệp, anh quay trở lại ở vai trò lãnh đạo Phòng Thương Mại Hoa Kỳ ở Hà Nội. Bây giờ thì anh đang là giám đốc chương trình Quỹ Tài Trợ Châu Á.

Tôi nói với anh: "Em không thể tưởng tượng là anh trở lại Hà Nội nhiều lần như thế."

Thomas trả lời: "Đây là một thành phố mà có thể em sẽ muốn quay lại. Anh không biết vì sao. Chỉ là có một điều gì đó ở nơi này, em sẽ nhận ra."

Chúng tôi cùng xem những tấm ảnh cũ của anh. Thomas chỉ cho tôi bức hình anh chụp với một một phụ nữ Châu Á xinh đẹp, sang trọng tại buổi tiệc khai trương cửa hàng Louis Vuitton đầu tiên ở Hà Nội.

Anh giải thích: "Cô ấy đến từ Hong Kong. Cô và chồng chuyển đến Hà Nội nhưng vì không có giấy phép lao động nên đã không thể tìm được việc làm. Tuy nhiên với năng khiếu kinh doanh sẵn có, cô ấy đã nhìn thấy tiềm năng của nghề thêu tay nổi tiếng của người Việt Nam, cũng như những nguồn nguyên liệu sẵn có."

Thomas tiếp tục kể về người phụ nữ ấy. Cô bắt đầu làm một người thợ may và may túi xách tại một xưởng nhỏ, và cuối cùng, cô ấy trở nên nổi tiếng vì phong cách riêng: những chiếc túi xách thêu hoa văn hoặc đính kim sa cá tính, rực rỡ.

Tôi rất ngạc nhiên một cách thú vị khi biết về những người này - những người không chỉ quyết định sống ở Việt Nam mà còn thành lập doanh nghiệp và kích thích nền kinh tế bằng cách sử dụng lao động là người Việt Nam tại địa phương. Điều này để lại cho tôi một cảm nhận đặc biệt.

Thomas lấy ra một tấm ảnh của một biệt thự khác ở Hà Nội, nơi mà tôi không thể biết nó ở đâu từ chỗ chúng tôi đang ngồi lúc này.

Thomas nói: "Đây là nơi trước đây anh đã ở, phố Hàng Trống, đối diện với Puku. Nơi này luôn là một trong những nơi anh thích nhất."

Giọng nói của Thomas đầy vẻ hoài niệm về một nơi anh từng sống qua. Mỗi một lần anh đến Hà Nội sống là một kinh nghiệm khác nhau, một chương mới trong cuộc đời anh – lần đầu tiên ở một đất nước xa lạ, sau đó để tích lũy kinh nghiệm làm việc, và cuối cùng, quay lại với một cột mốc khác trong sự nghiệp của anh.

Ngay cả anh đã tìm thấy hạnh phúc trong lần cuối cùng này, thì rõ ràng anh đã mong mỏi điều đó trong lần thứ nhất anh đến Hà Nội. Tôi tự hỏi liệu tôi có cũng như thế không, cũng sẽ có một gắn bó lâu dài với Hà Nội – liệu tôi có sẽ quay lại nhiều lần nữa không.

Tôi nói: "Em không thể chờ hơn nữa để bắt đầu cuộc sống của em ở đây."

Tôi đã nghĩ về tất cả những người nước ngoài tôi đã gặp ở quán Puku, những người có vẻ rất tự tin về cuộc sống của họ. Tôi mong mình như thế.

Thomas nói: "Em nên ở lại. Em sẽ không hối hận."

SAU KHI ĐẾN THĂM NƠI ở của Thomas và quan sát phần đông những người nước ngoài ở Hà Nội, tôi biết rằng tôi muốn ra dọn ra khỏi nhà của cô Hoa và tự tôi tìm hiểu Hà Nội. Tôi muốn tự do và không bị lệ thuộc vào nguyên tắc của gia đình Việt Nam.

Tôi nhờ một đồng nghiệp ở UNDP giới thiệu cho tôi một công ty môi giới nhà để giúp tôi tìm một căn phòng. Tôi nói với anh ấy giá tiền tôi muốn và địa điểm là phải ở trung tâm thành phố – gần với các sinh hoạt, nhưng không ở Tây Hồ hoặc Hồ Trúc Bạch. Anh ấy tìm được cho tôi căn phòng một phòng ngủ, chỉ 10 phút đi bộ đến văn phòng UNDP, trong một tòa nhà trên đường Nguyễn Du. Nó có ba nhà, một của người chủ đất; thứ hai do một phụ nữ người Úc tên Claire đã thuê; và căn thứ ba là tôi mướn.

Căn phòng vốn đã nhỏ, bất tiện, phải đi bộ bên ngoài hành lang nhỏ để vào nhà có nhà bếp cũng nhỏ và phòng ngủ. Tuy nhiên khi nhìn thấy nó, tôi đã đồng ý thuê ngay. Giá thuê chỉ hơn số tiền tôi trả khi ở chung phòng với Lara là $50, và nó ở ngay trung tâm thành phố, chỉ khoảng 15 phút đi xe máy.

Lara và cô Hoa đưa tôi đến căn phòng mới cùng với hai túi đồ của tôi, một tấm chăn, và hai cái gối nằm tôi đã mua cách đó không lâu.

Lúc trên xe taxi, Lara nói với tôi, giọng cô ngọt ngào như người chị em của tôi, "Chúng tôi lo là còn quá sớm để bạn ra ngoài sống một mình."

Sự thật là tôi cũng rất lo. Nhưng tôi cũng cảm thấy mình bị đối xử không thành thật khi sống với cô Hoa – và đây là lần đầu tiên trong cuộc đời tôi đã có cơ hội để sống một mình. Tôi luôn ở cùng với bạn khi đang học đại học, và sau khi tốt nghiệp, có việc làm, tôi vẫn ở chung với người khác.

Đây là lúc tôi tự do bay nhảy bằng đôi cánh của mình.

TÔI CÓ MỘT KHỞI ĐẦU ở nơi mới không thuận lợi lắm. Vài tuần sau khi dọn đến căn phòng riêng, tôi đã có cảm giác trống rỗng và không thoải mái.

Mỗi buổi chiều khi tôi trở về nhà từ văn phòng UNDP, tôi đều chạy qua căn phòng của Claire xem cô ấy có ở nhà không; nếu không, tôi sẽ đến Puku để thoát khỏi không khí im lặng trong căn phòng của chính mình. Tôi thoáng có ý muốn trang trí nơi ở, nhưng lại thờ ơ trong việc biến nơi này thành tổ ấm.

Một buổi sáng, tôi thức giấc vì những âm thanh của một người đang cãi nhau trong sân. Khi nhìn ra, tôi phát hiện ai đó đã lấy mất chiếc xe đạp mà Claire và tôi khóa để bên ngoài. Việc người nào đó đã nhảy ra hàng rào một cách dễ dàng hoặc mở khóa cổng trước và đi vào trong sân nhà làm tăng thêm nỗi sợ hãi của tôi khi ở một mình, và dường như đây là một bằng chứng nữa cho thấy quyết định sống một mình một căn phòng của tôi là quá sớm.

Ít ngày sau, tôi gặp một cô gái người Mỹ trong quán cà phê internet. Cô tên Monique, cũng là sinh viên mới tốt nghiệp. Cô ấy nói với tôi cô đang tìm một ngôi nhà với hai người bạn Mỹ khác – một trong hai người là đồng nghiệp với cô ở VietnamNews và người kia là giáo viên dạy tiếng Anh. Họ đã bắt đầu tìm kiếm ở các khu vực khác nhau quanh thành phố và nơi mà họ quan tâm nhất là ở phía Nam, cách nơi tôi hiện đang sống khoảng mười phút đi xe máy.

Monique gửi tin nhắn báo tôi khi họ ký hợp đồng thuê nhà.

Trong khi căn biệt thự có nhiều không gian và mảnh sân bên trong ấm cúng, nó lại không tọa lạc ở khu vực đẹp nhất của thành phố. Để đến đó phải chạy xe qua một trong những con đường có lượng giao thông tấp nập nhất. So với căn phòng hiện tại của tôi, nằm ngay trung tâm và trong một khu phố đẹp, nơi này bị hạ một bật. Tuy nhiên, tôi vẫn quyết định dọn đến với các bạn mới. Tôi cần sự thoải mái và tình bạn.

Tôi đếm số ngày tôi ở trong căn phòng của mình. Chỉ có chín ngày.

NGHĨA

Đại dương bao la | 1975

CON TÀU NHỎ VẪN TIẾP TỤC lao về phía trước, nhưng tiếng động cơ ầm ĩ đã không thể phân tán những dòng suy nghĩ của tôi. Không ai nói một lời nào. Bên cạnh tiếng ồn của máy tàu và tiếng sóng vỗ vào mạn tàu, hoàn toàn là sự im lặng.

Đảo Phú Quốc nhanh chóng chỉ còn là một chấm nhỏ ở đường chân trời. Vị hạm trưởng tiến hành thu giữ vũ khí của chúng tôi. Ông nói để ngăn chặn cuộc hỗn loạn có thể xảy ra và bảo đảm an toàn trên tàu trước khi thông báo rằng chúng tôi có thể đến Malaysia hoặc Thái Lan. Tôi không quan tâm mình sẽ đến đâu. Tôi, như phần lớn những người khác trên tàu, chưa bao giờ đặt chân ra khỏi nước Việt Nam, và trong mắt tôi, về cơ bản những nơi đó đều giống nhau: một đất nước xa lạ.

Ngồi trên tàu, tôi nhận ra thiên nhiên bao la và vô tận biết dường nào. Tôi có thể nhìn xa tận đường chân trời và chỉ thấy những con sóng cùng với đại dương xanh thắm. Không hiểu sao điều đó cho tôi cảm giác an toàn và tự do. Đó là một cảm giác kỳ lạ mà tôi chưa từng có trước đây. Chiến tranh, cuối cùng đã kết thúc. Hai mươi mốt năm đã trôi qua kể từ khi Việt Nam bị chia đôi thành hai chính thể. Tất cả những gì tôi biết là chiến tranh. Bây giờ, tôi đã được tự do nhưng lại là người vô Tổ Quốc, không việc làm, không nhà, và không có tương lai. Một sự bình yên đáng sợ bao vây tôi.

Tôi đã bắt đầu nghĩ về việc tôi không phải mặc quân phục nữa hay không phải giữ quần áo thẳng thớm, không có vết nhăn. Tôi không cần phải chào bất cứ ai theo nghi thức nhà binh hoặc phải hành động của mình tuân theo các nguyên tắc và quy định của quân đội. Tôi không cần phải trình thẻ căn cước cho quân cảnh ở các góc đường. Tôi cũng không cần phải giữ hoặc bảo vệ một khẩu súng, mang nó theo khắp nơi. Sẽ không còn bắn nhau, không còn pháo kích, hoặc những lần nã đạn của đại pháo. Quan trọng nhất là không còn chết chóc nữa.

Tôi đã được tự do.

Tàu của chúng tôi chạy khoảng 30 phút hoặc một tiếng thì bất ngờ tôi nhìn thấy phía trước là một con tàu vượt Đại Tây Dương, mười tầng, vây quanh là ba mươi hoặc bốn mươi chiếc thuyền địa phương đủ kích cỡ và hình dáng.

Sau đó tôi hiểu được, chính phủ Hoa Kỳ biết Miền Nam sẽ sụp đổ, họ đã ra lệnh cho tất cả tàu chiến trong tư thế sẵn sàng, kể cả Đệ Thất Hạm Đội của Hoa Kỳ, neo bên ngoài lãnh hải của Việt Nam để cứu những người sẽ trở thành người ty nạn. Đó là lý do vì sao Pioneer Contender đã thả neo giữa đại dương kể từ Tháng Ba năm 1975. Nó đã thực hiện nhiều chuyến, đưa những người ty nạn từ Miền Trung Việt Nam đến Vũng Tàu và những người ty nạn khác đến đảo Phú Quốc. Bây giờ, nó lại đón những người khách trước đó và đưa họ ra khỏi hải phận Việt Nam.

Chúng tôi may mắn gặp được Pioneer Contender, nếu không chúng tôi sẽ phải đi đến Thái Lan hoặc Malaysia trên chiếc duyên tốc đỉnh nhỏ bé cùng với những trở ngại không thể biết trước – một chuyến đi mà chúng tôi đã không chuẩn bị trước. Chúng tôi đã không chuẩn bị lương thực và nước uống vì phải vội vã rời đảo.

Chiếc duyên tốc đỉnh hướng về phía Pioneer Contender và neo cạnh các dãy thuyền. Chúng tôi bước qua những chiếc thuyền khác để đến cầu thang, rồi chờ đợi leo lên con tàu lớn.

Người già và trẻ em được lên tàu trước. Họ bước chậm rãi lên những bậc thang dốc và lắc lư. Nhiều phụ nữ vì quá sợ nên phải được dẫn đi hoặc thậm chí có người dìu họ lên tàu. Việc chuyển từ những con thuyền địa phương sang tàu lớn diễn ra từ tốn. Sau khi lên tàu, người ty nạn tủa ra trên boong hoặc xuống hầm tàu. Vào cuối ngày, họ tiếp tế cho chúng tôi bánh mì kẹp.

Đêm đó, tôi ngủ rất sớm, dù rất căng thẳng và lo lắng trước những diễn biến trong suốt ngày hôm đó. Đêm trước, tôi vẫn còn nằm ngủ trên chiếc giường ấm áp, trên quê hương của tôi. Sang đêm hôm sau, lần đầu tiên tôi thành người "vô gia cư" và phải ngủ trên boong tàu khô cứng, lạnh lẽo ở đâu đó trên đại dương mênh mông. Cái duy nhất tôi có thể gọi là mái nhà, đó là bầu trời đầy những vì sao lấp lánh tương phản với nỗi buồn sâu thẳm, về thể xác lẫn tinh thần của tôi. Bất chấp hoàn cảnh đau đớn, tôi vẫn ngủ ngon trong đêm đầu tiên.

TÔI THỨC GIẤC VÀO SÁNG HÔM sau, tự hỏi chúng tôi đang ở đâu. Thông báo trên tàu cho biết nó đã đi dọc bờ biển Việt Nam suốt đêm và hướng về phía Bắc. Trước đó, chúng tôi đã đi ngang qua đảo Côn Sơn, nơi giam giữ tù chính trị và tù binh Việt Cộng. Chúng tôi không hiểu tại sao tàu lại đi về hướng Bắc thay vì hướng Đông hoặc Nam; hướng Bắc nghĩa là hướng về Sài Gòn, trong khi hướng Đông là đến Phi Luật Tân, và đó là tự do. Điều duy nhất tôi đã lo lắng là bị trao trả về chính quyền mới của Sài Gòn, ngược với ý nguyện của chúng tôi. Như thế chắc chắn chúng tôi sẽ bị tù đày.

Cuối ngày thứ hai, tàu của chúng tôi thả neo ở Vũng Tàu, ngay cửa sông Sài Gòn, cạnh khoảng năm, sáu tàu lớn và vô số tàu nhỏ địa phương. Thời Pháp, địa điểm này được gọi là Mũi Saint Jacques. Sau khi người Pháp bị trục xuất, nó được đổi tên thành Vũng Tàu – hiểu theo từng chữ là "nơi neo đậu của tàu thuyền." Vào thế kỷ XIV đến thế kỷ XV, các tàu buôn thả neo ở mũi đất này trước khi vào sông Sài Gòn và buôn bán với người dân địa phương ở Vũng Tàu hoặc Sài Gòn. Sài Gòn đã sớm kiểm soát kinh doanh thương mại, trong khi Vũng Tàu trở thành nơi nghỉ dưỡng ven biển. Giờ đây, nó đã là nơi tập trung của tất cả các tàu cứu hộ của Đệ Thất Hạm Đội Hoa Kỳ trước khi tiến vào đích đến cuối cùng.

Chiến dịch giải cứu tiếp tục thêm một hoặc hai ngày nữa trong lúc các đoàn tàu chở người tỵ nạn từ Vũng Tàu và Sài Gòn đổ về điểm hẹn. Những con thuyền đủ kích cỡ và hình dáng – một số tàu dân sự, quân sự, tất cả chở đầy người tỵ nạn già và trẻ – hướng đến những con tàu lớn. Đó là tàu đánh cá, tàu lưới cá, phà, tàu kéo và tàu chiến; bất cứ thứ gì có thể nổi trên mặt nước đều nhanh chóng được trưng dụng. Những con tàu địa phương cập sát mạn tàu lớn để chuyển người tỵ nạn sang. Khi chỉ còn là chiếc thuyền rỗng, người ta sẽ đốt nó và đẩy ra xa. Vào ban đêm, nó tạo thành một bức tranh kỳ lạ: những con thuyền nhỏ bốc cháy trôi bồng bềnh giữa đại dương.

Và sau đó, hình ảnh cuối cùng của cuộc chiến: người ta nhảy khỏi tàu để tự sát. Một người lính chĩa súng vào chính bản thân mình. Những người này tự kết liễu cuộc sống chắc hẳn vì khi nhìn sự sụp đổ đang diễn ra trước mắt – người hối hả lên tàu, bờ biển Việt Nam – và họ không thể chấp nhận được điều đó. Ý nghĩa về một đất nước đã mất, không còn gia đình, và có lẽ không bao giờ có thể trở về Việt Nam nữa, là quá sức chịu đựng của họ.

SAU KHI ĐÓN THÊM NGƯỜI TỴ nạn, tàu Pioneer Contender ra khơi lần nữa, lần này hướng về phía Đông, với hàng ngàn hành khách trên tàu.

Tôi trút được gánh nặng đè trĩu trong lòng ngực, vì hướng Đông nghĩa là tự do.

Chưa bao giờ tôi nhìn thấy nhiều người chen chúc trên một con tàu như thế: những phụ nữ ôm chặt con của họ với vẻ mặt lo lắng, những vị cao niên bước đi chậm rãi, những quân nhân vẫn mặc quân phục buồn bã, và những người ghì chặt trong tay những gì có thể gọi là "gia tài còn sót lại." Họ tụ lại thành từng nhóm hoặc nằm dài trên boong, chìm đắm trong suy nghĩ, rất ít nói chuyện với nhau. Tâm trí của họ ở cách nơi này cả trăm dặm. Tất cả chúng tôi chỉ nghĩ về quá khứ, tương lai, gia đình của chúng tôi, và sự sống còn của chúng tôi. Đây là hình ảnh của nỗi tuyệt vọng và niềm đau khổ vô cùng tận: một nhóm người bại trận đã mất tất cả – công việc, nhà cửa, những gì thuộc gì mình, và đất nước – đang cố gắng vượt qua sự mất mát và định hướng cho tương lai.

Ai có bao giờ hình dung được viễn cảnh để lại tất cả phía sau cho một tương lai mờ ảo và không chắc chắn?

Những người du mục năm 1620 đã có sự chuẩn bị tốt hơn chúng tôi, vì ít nhất họ biết họ sẽ đi đâu, họ có kế hoạch và mang theo lương thực. Những người tỵ nạn Việt Nam năm 1975 như chúng tôi, chỉ chạy trốn mà không có bất cứ thứ gì khác ngoài quần áo mang theo.

Dù vậy, tôi cũng đã có một đêm nữa ngủ rất ngon – có lẽ tốt hơn cả đêm trước – vì tôi biết chắc chúng tôi không phải quay trở lại Việt Nam.

NGÀY KẾ TIẾP, CON TÀU HẢI hành qua các đảo của Phi Luật Tân. Khung cảnh tuyệt đẹp. Hai bên tàu là những hòn đảo của vùng nhiệt đới. Tôi nhìn thấy vài chiếc thuyền đánh cá gần đó và những chú cá heo đang đùa giỡn trong làn nước trong xanh lấp lánh. Đây đó, một chiếc tàu biển khác đi ngang qua.

Chúng tôi nhanh chóng quen với khung thời gian nhàm chán vốn chỉ bị ngắt đoạn khi đến giờ ăn. Trước mặt và chung quanh là biển cả bao la, trải dài đến tận chân trời. Những ngày trời nóng; mặt trời chói chang của vùng nhiệt đới đã "nướng" chúng tôi như bánh mì trong lò nướng. May mắn, gió biển đã phần nào làm dịu đi những ảnh hưởng của sự oi bức. Những người không thể chịu được ánh nắng thì trốn trong khoang chở hàng – một nơi rất đông trong giờ ăn trưa và tôi thấy cái nóng ở đó cũng gay gắt không kém.

Vào chiều tối, khi nhiệt độ hạ thấp, hầu hết người trên tàu quay trở lại boong. Khí hậu ban đêm dễ chịu và thậm chí rất đẹp dưới một bầu trời đầy sao. Thời tiết thuận lợi suốt chuyến hải hành. Do trời không có bão nên nhiều người trong chúng tôi không bị bệnh bởi cái hỗn hợp nóng và ẩm ướt gây ra. Nhưng một trận dịch đau mắt đỏ đã lan rộng trên tàu vào những ngày cuối của chuyến đi, do các khu trên tàu ở sát nhau. Nhiều người thức dậy với đôi mắt sưng tấy, đẫm nước, đỏ hoe.

Đó là những ngày đầu cuộc sống tự do của tôi, với sự vô định bao trùm vào tương lai. Người dẫn đường duy nhất của tôi là bầu trời đầy sao.

CHRISTINA
Hà Nội | 2002

CÁC VĂN PHÒNG CỦA UNDP NẰM trong một tòa nhà thời Pháp thuộc trên đường Lý Thường Kiệt. Lớp sơn màu vàng nhạt bên ngoài và những cánh cửa chớp xanh lá cây tạo cho tòa nhà một sắc thái trang nghiêm. Có vẻ như nơi đây từng là một kiến trúc rất đẹp nhưng đã bị xuống cấp. Biển hiệu UNICEF treo phía trước, mặc dù họ đã dời văn phòng sang phía bên kia thành phố vài năm trước. Trong khi đó, bên trong cũng cũ như bên ngoài. Nhân viên thường than phiền về cơ sở hạ tầng của tòa nhà. Vào những tháng mùa Hè thì quá nóng và các tầng trong đó đều bị nghiêng.

Khi mới vào, tôi được phân công ngồi dưới tầng hầm, chung một chỗ với đội thực tập sinh từ Thụy Sĩ – nhưng khi chị Thanh, điều phối viên của phòng chúng tôi, đã xin cho tôi lên ngồi cạnh chị khi biết tôi ngồi ở tầng dưới.

Chị Thanh là một phụ nữ Việt Nam có vẻ ngoài nghiêm nghị, giản dị với mái tóc "bob" ngắn, đeo kính, tóc mái của chị thẳng ngang khuôn mặt khiến chị trông trẻ hơn nhiều so với tuổi thật, mà tôi đoán là khoảng hai mươi mấy, ba mươi tuổi.

Tôi đã không tập trung hết tâm ý vào công việc thực tập của mình. Tôi chú tâm vào những điều mới lạ của Hà Nội và mối quan hệ xã hội ngày càng phong phú của mình. Các đồng nghiệp của tôi, từ nhân viên Việt Nam đến người nước ngoài, nhiều người tham gia chương trình chuyên nghiệp trẻ của UNDP, thật ấn tượng, thậm chí "đáng lưu ý." Sếp trực tiếp của tôi, anh Đức, khoảng 40 tuổi, là người đứng đầu đơn vị phát triển kinh tế và xã hội, nói nhanh, trôi chảy về sự phát triển của Việt Nam. Một trong những nhân viên làm cho văn phòng Điều Phối Viên Thường Trú nói rằng anh Đức là một trong những người đàn ông thông minh nhất Việt Nam, và tôi đã tin điều đó. Anh có bằng tiến sĩ ở Hoa Kỳ. Khi đối diện với quyết định ở lại hay quay về, anh đã chọn quay về Việt Nam. Anh đã nói rất nhanh về các dự án, ý tưởng, và con người. Theo kịp những điều anh nói là một thách thức cho tôi. Thật sự tôi đã không nghĩ ra tôi có thể đóng góp cho phòng ban này như thế nào, hoặc cho những cuộc hội thoại gần đây, vì tôi không học về phát triển quốc tế và đây là lần đầu tiên tôi làm việc trong một quốc gia đang phát triển.

Vì anh Đức quá bận rộn cho công việc điều hành, tôi không gặp anh nhiều. Thay vào đó, tôi làm việc nhiều hơn với chị Thảo, một người với vai trò là điều phối viên, phụ trách quan sát tất cả dự án của nhóm – gồm cả phần việc tôi được giao cho liên quan đến tổ chức Diễn Đàn Chính Sách HIV/AIDS đầu tiên do UNDP và một đối tác chính phủ điều hành. Trước đó, chính phủ Việt Nam không muốn chính thức nói về HIV/AIDS như một vấn đề ở Việt Nam, thay vào đó, họ tuyên bố đó là căn bệnh liên quan đến "tệ nạn xã hội" như ma tuý và mại dâm.

Từ lúc chúng tôi bắt đầu làm việc chung, chị Thanh như một người chị của tôi, một kiểu mẫu dường như hay xuất hiện trong chuyến phiêu lưu Việt Nam này. Cho đến khi tôi đến Hà Nội, không một ai, ngay cả cha mẹ của tôi, đã từng gọi tôi bằng tên Việt Nam, Tuyết, dịch từ "snow." Tôi chưa bao giờ nói với ai tên đầy đủ của tôi – Thị Ánh Tuyết – vì nó dài và kỳ lạ đối với tôi. Khi còn nhỏ, tôi từng nghĩ những cái tên có ba chữ nghe kỳ lạ, nên nếu phải ghi trên giấy tờ, tôi sẽ đơn giản không ghi "Thị Ánh," hy vọng nó dễ chịu hơn. Và khi những người ở Mỹ cố gắng đọc tên của tôi, Tuyết, họ thường phát âm nghe như "Twit." Nhưng ở Việt Nam, cái tên Tuyết tạo cho tôi một khái niệm hoàn toàn mới; âm thanh của nó nghe thật du dương. Mỗi buổi sáng, khi chị Thanh gọi tôi là "em Tuyết" (vì tôi nhỏ hơn chị ấy), tôi có một cảm giác nhẹ nhàng dễ chịu trong người. Tôi đã bắt đầu hiểu được cách người Việt Nam gọi nhau đáng yêu như thế nào. Và chị Thanh thậm chí còn nói tên họ của tôi rất đẹp, Thị Ánh Tuyết: "Cha mẹ em đã đặt tên em rất hay," chị nói với tôi. "Em biết không, đó là cái tên thường gắn liền với người nổi tiếng. Có một nữ ca sĩ nổi tiếng tên Ánh Tuyết."

Chị Thanh làm cho tôi tò mò vì chị có quan điểm mạnh mẽ, điều mà lúc đó tôi cảm thấy xa lạ, không chỉ với phụ nữ Việt Nam mà với bất kỳ người phụ nữ nào. Gần hai mươi ba tuổi, tôi vẫn cảm thấy mình còn trẻ và ngây thơ – tôi chỉ đang học để tìm chính kiến của mình.

Chị Thanh nói với tôi về những điều chị không thích công việc này, về chế độ quan liêu trong môi trường mà chúng tôi đang làm việc. Khi tôi nghe chị phát biểu trong các cuộc họp, chị nói với thái độ lịch lãm, đam mê và đầy thuyết phục về việc lên tiếng cho người khác, giúp đỡ những người thấp cổ bé miệng. Chị đã không thấy những chính sách hệ lụy xa hơn. Chị tập trung vào các cá nhân, muốn chiến đấu cho những người đó. Theo thời gian, tôi đã nhận ra được chị miễn cưỡng làm việc cho một tổ chức mà chị cho là quan liêu. Với tôi, phần lớn các phụ nữ trẻ Việt Nam đều tự hào khi làm việc cho Liên Hiệp Quốc, đặc biệt là có mức lương cao hơn các tổ chức khác trong nước. Trong con người của chị Thanh, có một phần nào đó giống tôi, khao khát những điều hơn hiện tại. Chị làm cho tôi nhớ đến một nữ chiến binh: Cuộc chiến của cô ấy dành cho những người yếm thế. Tôi đã bắt đầu nghĩ về một nơi mà ở đó, một người chuyên nghiệp, tôi sẽ có thể tìm thấy ngọn lửa như chị Thanh.

Chị Thanh không phải là người phụ nữ Việt Nam truyền thống mà tôi chờ đợi gặp ở Việt Nam. Theo tiêu chuẩn người Việt, chị đã quá tuổi để lấy chồng nhưng chị vẫn gắn bó với gia đình bằng cách sống chung.

Trước khi đến Việt Nam, tôi đã nghĩ rằng hầu hết phụ nữ Việt Nam "tề gia nội trợ" và ít cởi mở hơn những người bạn nữ tôi kết bạn ở đó. Một đồng nghiệp nói với tôi rằng cô có con nhỏ ở nhà nên cô về nhà vào buổi trưa để cho con bú. Cô ấy cũng nói một cách thản nhiên: "Tôi đi chợ vào lúc 6 giờ sáng để mua thực phẩm tươi mới để nấu ăn cho gia đình trước khi đi làm." Tôi không thể hình dung những phụ nữ này bằng cách nào họ đã quản lý tất cả công việc trong cuộc sống của họ hiệu quả như thế. Dường như họ không chút phàn nàn vì không thể sống cuộc sống cho riêng mình. Có một chuẩn mực về nghĩa vụ và trách nhiệm đối với gia đình mà nó không phù hợp với tôi. Tôi không chắc mình có thể làm được. Tôi nghĩ về cha của tôi và tự hỏi phải chăng đó là một vấn đề khác mà tôi khiến cho ông thất vọng không.

MỘT SÁNG MÙA THU, HÀ NỘI lạnh, thời tiết se se và u ám, chị Thanh rủ tôi đi ăn ở một quán bên kia đường.

Đến lúc ấy tôi hiểu vì sao người Việt thích ăn phở vào buổi sáng. Đây là điều này đã khiến tôi lúng túng trong nhiều năm – cho đến khi tôi đến Hà Nội. Có điều gì đó trong cái không khí se lạnh của buổi sớm khiến cho người ta cảm thấy ăn một tô súp nóng vào buổi sáng là điều bình thường. Hơi ấm của nước súp làm tôi thoải mái.

Tôi biết thời tiết miền Nam không lạnh, nên tôi tò mò không biết món phở vào buổi sáng có thể tạo cho người ta cảm giác như ở miền Bắc không. Tôi nghe nói phở ở miền Nam khác với phở miền Bắc. Sợi phở của miền Bắc to hơn, nước súp đơn giản và trong, và người miền Bắc thích ăn phở với thịt gà hoặc thịt bò tái băm đơn giản. Ngược lại, sợi phở miền Nam mỏng hơn, nước súp ngọt, đậm đà hơn, nhiều loại thịt, như thịt bò tái thái lát, tủy xương, gân, mỡ sườn, thịt ức, thịt viên. . .

"Quán mà chúng ta đến ăn là một trong những nơi bán phở ngon nhất, nổi tiếng nhất ở Hà Nội," Chị Thanh vừa nói với tôi vừa với lấy áo khoác và ví tiền, háo hức bước ra ngoài.

Nơi chị Thanh dẫn tôi đến cũng giống như những địa điểm ăn ngon trong thành phố, là một quán ăn bình dân, với những cái ghế đẩu màu xanh lam phổ biến. Ở giữa bàn ăn là hộp nhựa đựng đũa, giấy ăn, và tương ớt. Hầu hết các quán đều có một món ăn nổi tiếng, và thường chỉ bán một món đó. Khi tôi đã quen với Hà Nội, tôi bắt đầu biết tìm đến nơi nào bán những món ăn ngon nhất, nhưng dù sao thì tôi vẫn đang khám phá.

Sau khi ngồi xuống, chị Thanh lấy một đôi đũa, lau qua bằng khăn giấy, và đưa cho tôi trước khi chị lau một đôi đũa khác cho chị.

Trong lúc chờ người phục vụ mang đến tô phở nóng, chúng tôi nói với nhau về công việc và những điều thú vị về cuộc họp mà chúng tôi tham dự ngày hôm trước.

Tôi cũng có một chuyện nóng lòng muốn kể với chị Thanh. "Em đã đến nhà hàng Bobby Chinn, và em đã gặp được ông ấy," tôi thốt lên.

Bobby là một người đàn ông hấp dẫn mang nửa dòng máu Ai Cập, nửa Trung Quốc. Ông đã điều hành nhiều nhà hàng ở Việt Nam từ đầu những năm 1990. Nhà hàng cùng tên của ông nằm ở vị trí tốt nhất ở góc Tây Nam Hồ Hoàn Kiếm. Những dải lụa đỏ và hoa hồng khô tạo thành vòng hoa treo trên trần nhà. Phía trong của nhà hàng, thực khách Việt Nam và nước ngoài đẹp quyến rũ nhất đang hút shisha và nhấm nháp nho nhồi phô mai dê trên những chiếc ghế sofa thấp.

Tôi kể tiếp với chị Thanh: "Ông ấy nói với em là em có thể làm việc thực tập trong ngày và vào buổi chiều thì giúp ông ấy công việc tiếp thị cho nhà hàng."

Khi công việc phát triển ở UNDP giờ đây có vẻ nhàm chán với tôi, thì tôi rất hào hứng với tất cả những cơ hội chung quanh mình. Trong thời gian rảnh, tôi đã tìm hiểu các cửa hàng bán đồ gia dụng và bây giờ tôi mơ ước một ngày nào đó sẽ mở một cơ sở kinh doanh nhỏ, nhập cảng đồ gia dụng từ Việt Nam.

Chị Thanh cảnh báo tôi: "Tuyết, chị nghĩ em nên tập trung vào công việc thực tập và học Tiếng Việt. Đón nhận những gì diễn ra một cách từ tốn, từng cái một."

Tôi biết chị Thanh nói đúng, nhưng dường như những việc khác quá hấp dẫn với tôi. Tôi không tập trung trong việc học Tiếng Việt (sau này tôi đã hối hận), và ngay cả tôi có một công việc thực tập lý tưởng cho một tổ chức uy tín, tôi vẫn thấy công việc nhàm chán. Tôi muốn có mọi thứ ngay lập tức; tôi mưu cầu một cuộc sống thú vị. Trong tất cả mọi sự của cuộc đời tôi, tôi đều nhảy vọt – từ đất nước này đến đất nước khác, công việc này đến công việc khác, nhà này đến nhà khác. Đi tìm kiếm, khám phá, là điều quan trọng nhất đối với tôi lúc này.

Tôi tránh không nhắc chủ đề hôn nhân và gia đình với chị Thanh. Tôi có đủ những kinh nghiệm giao tiếp với người Việt Nam trong suốt một tháng ở Hà Nội nên tôi đã biết những vấn đề "tế nhị": tuổi, tình trạng hôn nhân và mức lương. Khi một ai đó phát hiện tôi còn độc thân, bình luận tiếp theo thường là "Sao lại ở một mình?" – như thể không ai trên đời này sẽ chọn sống một cuộc sống đơn thân.

Tôi bắt đầu gặp những người phụ nữ khác đúng với quan niệm của tôi về phụ nữ Việt Nam truyền thống, trong đó có Anh và Nguyệt, là hai người mà Thi đã giới thiệu cho tôi. Khi Thi viết thư nói cho tôi biết về Nguyệt, Thi miêu tả cô là một người phụ nữ Việt Nam có sự kết hợp hoàn hảo giữa phụ nữ hiện đại, độc lập và một phụ nữ truyền thống, duy trì những giá trị Việt Nam và mối quan hệ gắn bó với gia đình. Khi tôi gặp Nguyệt, cô ấy đúng với những gì Thi đã miêu tả. Ở của Nguyệt có sự độc lập, quyết liệt và cả dịu dàng. Nguyệt đã lo lắng về nơi ở của tôi, hỏi tôi có thoải mái khi sống ở đó hay không. Tôi biết Nguyệt khoảng gần 30 tuổi, nhưng cô không nói gì đến nhu cầu phải "có đôi có cặp" hoặc thích thú với sự ràng buộc vào nghĩa vụ và truyền thống. Tôi ngạc nhiên khi gặp những phụ nữ như thế. Tôi ngưỡng mộ cách họ đã cân bằng giữa gia đình và nhu cầu cá nhân. Với sự hiểu đó, tôi thấy mình đúng là một người Mỹ hoàn toàn, bị cuốn theo một chủ nghĩa cá nhân thô thiển và thiếu cảm xúc cần thiết để tập trung cùng lúc vào hành trình của mình và của những người khác.

Khi chị Thanh và tôi kết thúc buổi ăn phở, húp đến giọt nước súp cuối cùng, tôi đã hỏi chị Thanh có nghĩ về một gia đình riêng không.

"Có. Chị muốn có một gia đình," chị Thanh nói. "Nhưng chị cũng muốn học phong trào nhân quyền của Hong Kong. Chị muốn tìm hiểu về thế giới. Chị muốn có cơ hội tốt để ra khỏi Việt Nam."

Khi tính tiền, chị Thanh nhất định đòi trả cho tôi. Tôi nhận ra điều này nhiều lần khi tôi đi chơi với bạn bè Việt Nam.

Khi chị Thanh nhìn tôi và nói: "Tuyết đừng nói lớn, cô ấy sẽ tính giá khác vì em là Việt Kiều." Tôi bắt đầu hiểu được ý nghĩa của Việt Kiều.

NGHĨA

Guam và Trại Tỵ nạn Fort Indiantown Gap, Pennsylvania | 1975

KHOẢNG GIỮA ĐÊM CỦA NGÀY THỨ bảy trên chuyến hải hành ra khỏi Phú Quốc, giữa lúc trời vẫn còn tối, một phần chân trời bất ngờ lóe sáng. Vài người thức giấc, ngạc nhiên bởi ánh sáng của bầu trời. Sự thích thú của họ làm những người chung quanh tỉnh giấc. Một cảm giác vui sướng dâng trào trong tim tôi. Tôi biết phía chân trời kia là một vùng đất, mặc dù tôi không thể biết tên hoặc vị trí của nơi đó; chỉ nơi nào thật đông dân cư mới có thể tạo ra một vùng sáng rực vào đêm tối. Chuyến hải hành kéo dài bảy ngày nhạt nhẽo của chúng tôi sắp đến hồi kết thúc.

Mặc dù đã quá nửa đêm, không ai có thể ngủ trở lại, nên chúng tôi vẫn đứng ở đó, tựa ngực vào lan can tàu, dán mắt vào những ánh đèn rực rỡ mỗi phút mỗi gần hơn.

Con tàu chầm chậm tiến vào đất liền. Nơi kỳ diệu đó hóa ra là đảo Guam – dài 51.5 km, rộng từ 6.5 đến 19 km, là nơi sinh sống của 80.000 người – nằm đâu đó giữa Thái Bình Dương. Thật khó tin 80.000 người ấy có thể thắp sáng cả bầu trời vào nửa đêm.

Quá mệt mỏi sau chuyến đi, tôi không để ý đến diện tích của hòn đảo, điều kiện ở nơi này, hoặc những nhân viên vẫn thức để đón và kiểm soát chúng tôi. Tôi lê chân xuống cầu thang. Quá trình kiểm tra lý lịch kéo dài do số người tỵ nạn quá đông.

Người phỏng vấn hỏi tôi: "Anh có gia đình ở Mỹ không?"

Tôi trả lời: "Không."

Ông ấy hỏi: "Anh muốn đến California, Pennsylvania hay Florida?"

Vì chưa từng đến những nơi đó, tôi đã không biết phải quyết định và trả lời sao cho phù hợp. Tôi tự nghĩ: "Những nơi ấy trông như thế nào? Nơi này khác nơi kia ra sao?"

Ai đó đã thúc vào lưng tôi từ phía sau và thì thầm: "California."

Tôi nói với người phỏng vấn: "California."

Ông ấy nói: "Được, vậy anh ký vào đây."

SAU QUÁ TRÌNH XÁC MINH LÝ lịch cá nhân, họ chuyển chúng tôi đến khu trại gần đó trên đảo. Khi đến nơi là khoảng 4 hoặc 5 giờ sáng. Mỗi người chúng tôi nhận một cái ghế bố quân đội, bốn đến năm cái dưới một cái lều lớn. Đây là lần đầu tiên trong một tuần lễ, chúng tôi có thể nghỉ ngơi ở một nơi riêng tư trông giống như giường ngủ.

Điều tôi ngạc nhiên nhất là ở đây không có mùng chống muỗi. Người Việt Nam có thói quen "giăng mùng" để chống lại loài muỗi phổ biến ở vùng nhiệt đới. Trong cả cuộc đời cho đến hôm nay, chúng tôi đã quen với việc "ngủ trong mùng." Do đó, bây giờ không có nó, chúng tôi cảm thấy như không mặc quần áo, không được bảo vệ giữa không gian này. Nhưng đã quá muộn và tôi đã quá kiệt sức, tôi không lo nghĩ về mùng chống muỗi nữa mà nhanh chóng ngủ thiếp đi.

Sáng hôm sau, tôi bị đánh thức bởi tiếng ồn bên ngoài lều: kẻ chạy, người nói, và trẻ con thì khóc. Mặt trời lên cao, chói sáng, hơi nóng hắt vào người.

Tôi liếc nhìn ra ngoài, thấy một hàng dài người tỵ nạn chung quanh một cái lều lớn.

Tôi nghe ai đó gọi: "Thức dậy. Đi lấy phần ăn sáng chứ nếu không sẽ hết đó."

"Làm sao để lấy thức ăn và lấy ở đâu?" tiếng một người nào đó hỏi.

"Đi đến chỗ kia, xếp hàng, và di chuyển theo thứ tự. Đến lượt mình nhanh lắm."

Tôi làm vệ sinh buổi sáng thật nhanh, cố gắng tìm chỗ xếp hàng. Tôi ngạc nhiên khi thấy tất cả người tỵ nạn đứng trật tự, người này sát sau người kia - một động thái hiếm thấy trong cộng đồng người Việt.

Tôi nhận ra thực phẩm chỉ được phát vào giờ ăn. Ở trại không có cửa hàng tạp hóa hay máy bán hàng tự động. Ngay cả khi chúng tôi có tiền cũng không tìm được chỗ để mua thức ăn. Kết thúc bữa ăn trưa, chúng tôi đi về lều của mình, nằm chợp mắt để lấy lại sức sau một đêm mệt mỏi. Sau đó lại là thời gian xếp hàng cho bữa ăn tối.

CÁC CÔNG TRÌNH TRONG TRẠI DIỄN ra hết công lực. Máy ủi đất đậu gần đó. Cây bị bật gốc nằm chỏng chơ bên đường. Mặt đất không bằng phẳng, phần đất mới nứt lởm chởm. Vật liệu xây dựng và máy móc nằm rải rác khắp nơi. Ở phía xa xa, mỗi ngày đều có những lều mới dựng lên. Cuối cùng, khu trại nằm trên đường băng bị bỏ hoang trong Đệ Nhị Thế Chiến của Nhật Bản trên bán đảo Orote, có gần 3.000 lều chứa hàng chục ngàn người tỵ nạn. Ban đầu trại được đặt tên là Trại "Fortuitous," nhưng vì người tỵ nạn khó phát âm từ này, nên nó nhanh chóng có tên là "Thành Phố Lều" Orote.

Tôi nhận thấy những món ăn họ phục vụ rất nóng và ngon, ngon hơn rất nhiều so với trên tàu. Ở Guam, lần đầu tiên trong đời chúng tôi đã ăn hamburger, gà, khoai tây nghiền và đậu que – những thành phần chính của món ăn Mỹ. Đây cũng là lời giới thiệu chính thức đến chúng tôi về xã hội và đời sống Hoa Kỳ. Trong trại có nhiều cocktail trái trây, một món hiếm thấy ở Việt Nam. Sau bữa ăn, chúng tôi được mang cho táo và cam vỏ vàng. Ở Việt Nam xứ nhiệt đới của chúng tôi, trái cam thường có vỏ xanh. Những điểm khác biệt nhỏ này đã khơi dậy sự tò mò của chúng tôi và nhắc nhở rằng chúng tôi đang ở một quốc gia khác.

Tôi đã trải qua thêm năm hoặc sáu ngày ở đó mà không làm gì cả, ngoại trừ việc nhìn một số lượng lớn người vào và ra khỏi trại. Mỗi lần có nhóm rời đi, nhóm khác lại đến.

Do cuộc sống nhàn rỗi trên đảo nên tôi nhiều thời gian để suy nghĩ về cuộc sống, gia đình và đất nước của chúng tôi. Không có thông tin nào thoát ra từ chế độ cộng sản khép kín ở Việt Nam; tất cả tin tức đều bị che đậy. Tôi không biết chuyện gì đã xảy ra với gia đình tôi vẫn đang mắc kẹt lại ở đó. Trên hòn đảo nhiệt đới tươi sáng và ngập tràn ánh nắng này, sợi dây kết nối của chúng tôi vẫn hoàn toàn bị đắm chìm trong bóng tối.

Rất nhiều câu hỏi hiện lên trong tâm trí tôi: Chúng tôi đang làm gì trên hòn đảo này? Chúng tôi đã mất cả đất nước như thế nào? Đây hẳn là một cơn ác mộng. Làm sao một đất nước với 17 triệu người lại đầu hàng kẻ thù và sụp đổ chỉ qua một đêm thôi? Tại sao Hoa Kỳ không giúp chúng tôi trong khoảnh khắc bi thảm này? Những lãnh đạo của Miền Nam có bất tài đến mức thua cuộc trận không? Chúng tôi đã làm tròn trách nhiệm của mình trong cuộc chiến này chưa? Có phải chúng tôi nên cần phải cố gắng thêm nhiều nữa không?

Ngày và đêm trôi qua nhưng vẫn không có câu trả lời. Sau những đêm mất ngủ, trăn trở và chất vấn bản thân với những câu hỏi không có lời giải đáp, tôi đành bỏ cuộc. Bài tập trí não điên rồ này không dẫn đến đâu ngoại trừ việc tự trách bản thân, đau khổ tinh thần, thể xác.

Cho đến cuối tuần đầu tiên ở trại, tôi đã bị mất khái niệm về thời gian và ngày tháng. Chúng tôi cũng tạm thời mất đi sự tự do. Thời gian biểu của chúng tôi xoay quanh các bữa ăn, nếu không sẽ bị đói. Giờ ăn trưa và ăn tối đã được trại quyết định trước. Nếu đến không đúng giờ ăn nghĩa là sau đó sẽ bị đói bụng. Chúng tôi sống với nhau trong sự tách biệt, ngăn cách với những người bảo trợ của mình bởi những bức tường trại tỵ nạn và rào cản ngôn ngữ.

Thậm chí, tôi đã nhận ra chúng tôi không nói được ngôn ngữ của đất nước mới. Tôi cũng đã cân nhắc đến thực tế là nếu chúng tôi bị đuổi ra khỏi đảo, chúng tôi sẽ không thể sống sót và không thể tự chu cấp cho mình về mặt kinh tế. Lần đầu tiên nghĩ đến tất cả những điều này, tương lai trở nên thật hãi hùng.

Đối với một vài người tỵ nạn trên đảo, sự thiếu kiên nhẫn làm cho họ trở nên tức giận, tuyệt vọng và dẫn đến bạo lực. Một số người xin phép quay về để tìm gia đình của họ. Họ cảm thấy tội lỗi khi bỏ rơi người thân. Các cuộc đàm phán với tân chính phủ ở Việt Nam diễn ra chậm chạp, vì những người cộng sản đang nắm quyền kiểm soát, cai trị cả nước, và đặt một triệu nam giới Miền Nam vào trại tập trung. Vài người tỵ nạn nổi loạn, ăn chay, xuống tóc, và thậm chí đốt cháy các tòa nhà trước khi ban hành chính trại chấp nhận yêu cầu của họ.

Vài tháng sau, có được sự đồng ý của chính quyền mới tại Sài Gòn và Hà Nội, một nhóm người ty nạn có được cơ hội hồi phục lại con tàu Thương Tín I – con tàu đã chở nhiều người đến đảo Guam – và chạy thử quanh đảo.

Cuối cùng, vào ngày 16 Tháng Mười năm 1975, họ đã được phép trở về Việt Nam.

Tổng cộng có 1,546 người Việt Nam trên chuyến tàu hồi hương ấy.

Cho đến mười năm sau, Hạm Trưởng Trần Đình Trụ, người đã lái tàu quay về Việt Nam, mới phá vỡ sự im lặng, kể cho chúng tôi nghe hành trình của chuyến đi ấy.

Khi vào Việt Nam, chính quyền đã ra lệnh cho con tàu hướng đến một cảng ở miền Trung Việt Nam. Tất cả những người trở về bị giam giữ và ông Trụ bị xét xử và gán tội là gián điệp của Hoa Kỳ. Ông đã bị giam giữ trong một số trại cải tạo cộng sản suốt gần một thập kỷ trước khi được trả tự do trở về với gia đình.

Sau khi được phóng thích, ông Trụ ghi danh cho chương trình di dân qua Hoa Kỳ. Ông đến San Francisco và sau đó định cư ở Texas.

Ông đã nhìn nhận, việc quyết định quay về Việt Nam từ đảo Guam là một sai lầm to lớn của ông.

KHOẢNG HAI TUẦN SAU KHI ĐẾN Guam, chúng tôi nhận thông báo thu dọn đồ đạc và sẵn sàng để rời trại.

Nhóm người được đưa đến một trại khác, và ở đó thêm hai tuần trong những doanh trại kiên cố hơn, tiện nghi hơn Thành Phố Lều. Thậm chí có một bãi biển trong trại, cho dù không ai có tinh thần thoải mái để bơi lội.

Vào một buổi sáng sớm, chúng tôi được đưa đến phi trường, nghỉ ngơi và chờ trong các doanh trại thuộc khuôn viên của nó. Khu vực này thoải mái, có giường tầng, có nệm và máy lạnh. Đến cuối ngày, chúng tôi ra nơi phi cơ đậu và lên chiếc phản lực Boeing 747 khổng lồ. Chẳng mấy chốc, tất cả mọi người đã ngồi trong khoang hành khách.

VÀI GIỜ SAU, CHÚNG TÔI ĐÁP xuống Honolulu, Hawaii. Mọi người ra khỏi phi cơ, ngồi duỗi thẳng chân ở khu cổng chào không một bóng người.

Tôi nghe người nào đó nói đùa: "Không có vòng hoa đeo cổ"

Một người khác trả lời: "Chắc họ thậm chí còn không biết chúng ta ở đây."

Phi cơ lại cất cánh và dừng thêm lần nữa ở Portland, Oregon trước khi đến phi trường quốc tế Harrisburg ở Pennsylvania. Sau đó, chúng tôi lên xe bus để đến Fort Indiantown Gap Camp. Theo hướng dẫn, chúng tôi đến một hội trường lớn nơi những người tỵ nạn khác đã đến và tập trung ở đó. Sau lời giới thiệu ngắn, chúng tôi đi đến các doanh trại khác nhau.

Khi chúng tôi rời buổi gặp gỡ chung thì trời đã khuya, nhưng vẫn có những tình nguyện viên từ Salvation Army ở đó chào đón và cung cấp thức ăn cho chúng tôi. Đối với tôi, đó là khoảnh khắc tuyệt vời nhất trong ngày. Những nụ cười ấm áp và giọng nói dễ thương của những phụ nữ trung niên này đã xoa dịu trái tim nặng nề của tôi, xóa tan sự mệt mỏi và cô đơn trong tôi.

Sau bữa ăn, tôi quay trở lại giường ngủ đã chỉ định trong doanh trại, cảm thấy tràn đầy nhuệ khí.

BUỔI SÁNG HÔM SAU, TINH THẦN tôi sảng khoái sau một đêm ngủ ngon giấc, tôi bắt đầu khám phá trại tỵ nạn và những tiện nghi ở nơi này. Người tỵ nạn chỉ được dùng một phần của doanh trại. Thì ra nó khá lớn, đến nỗi nhiều xe buýt chạy qua lại trong trại trong giờ làm việc. Nhiều người tỵ nạn sử dụng phương tiện là xe buýt, dẫn đến tình trạng quá tải. Cuối cùng, mọi người nhận ra sẽ dễ dàng hơn khi đi bộ quanh trại, tránh những trận xô đẩy nhau vì lượng người quá đông. Đi bộ cũng là cách tốt nhất để gặp bạn mới và cũ, cũng như người thân.

Một ngày nọ, trong lúc đang đi bộ trong trại, tôi đã gặp lại Tuấn, anh của tôi, và vợ của anh ấy, chị Bích. Họ đi ngược lại phía tôi. Tôi đã sững sờ. Tôi đã không gặp hai người khoảng năm hoặc sáu tháng. Tôi phấn khởi nhận ra rằng họ cũng đã thoát khỏi Việt Nam.

Tôi hỏi anh: "Anh khỏe không?"

Anh trả lời: "Anh khỏe. Còn em thế nào?"

Tôi nhún vai, và hỏi: "Anh có tin gì về những người trong gia đình không?"

Anh Tuấn buồn bã nói: "Cha mẹ và anh em không thoát được. Em đã chạy cách nào?"

Tôi trả lời: "Em đi từ Phú Quốc, rồi đến Guam, và bây giờ thì ở trại này."

Anh Tuấn nói: "Anh lên con tàu cuối cùng ở Sài Gòn. Tất cả tàu đều chật cứng người. Anh chị là những hành khách cuối cùng trên con tàu đến Phi Luật Tân, sau đó anh chị đi từ căn cứ không quân Subic Air Force Base và đến đây."

Anh chỉ tay chung quanh chúng tôi và nói: "Đây là một trong bốn trại tỵ nạn: Fort Indiantown Gap ở Pennsylvania, Camp Pendleton ở California, một căn cứ không quân ở Florida và một ở Arkansas."

Tôi nói: "Em đã ghi danh đến California và làm thế nào thì lại đến đây."

Anh Tuấn nói: "Anh cũng vậy."

Anh nghiêng đầu nhìn tôi. "Em không phải là người trong số những người mà anh nghĩ là sẽ trốn thoát được."

"Em biết," tôi trả lời. "Em chỉ may mắn thôi. Bất ngờ đơn vị điều em thay thế cho một người khác để đến Phú Quốc, và bây giờ em ở đây. Em tưởng tượng người kia đang kẹt lại ở Cần Thơ. Đây là số phận rồi."

Chúng tôi kể cho nhau nghe về cách chúng tôi đã nộp đơn xin tái định cư. Tôi đã nộp qua các tổ chức từ thiện Công Giáo. Anh Tuấn đã nộp đơn thông qua một tổ chức Giám Lý, một nhánh của Giáo hội Cơ đốc giáo Tin lành.

"Có quá nhiều lựa chọn đến nỗi em không biết phải bắt đầu từ đâu," tôi nói với anh Tuấn.

Chúng tôi trao đổi số doanh trại và nói sẽ giữ liên lạc. Tôi nhẹ nhõm trong lòng khi có một người thân bên cạnh giữa thời điểm bất ổn này.

HAI THẾ GIỚI

CHRISTINA

Hà Nội | 2002

Vào một buổi trưa, Mai nói với tôi: "Rất dễ nhận ra Việt Kiều giữa đám đông. Họ biết tụi mình là người Việt Nam. Họ nhận ra một phần trong tụi mình là người Việt Nam. Nhưng họ có thể phân biệt được giữa chúng ta và họ qua cách chúng ta ăn mặc, cách đi lại, cách chúng ta nói chuyện."

Trước khi đến Việt Nam, tôi không biết hai từ "Việt Kiều" dùng để nói về những người Việt ở nước ngoài hoặc nhằm chỉ những người Việt Nam thuộc một phần của cộng đồng xa xứ – những người đã rời quê hương và hiện đang sinh sống ở hải ngoại. Tôi đang dần thích nghi với thế giới này và tìm hiểu về bản sắc của mình: là một người Việt Nam, là người Mỹ, và bây giờ tôi phát hiện mình là Việt Kiều.

Mai cũng là người Mỹ gốc Việt, là Việt Kiều, kể với tôi rằng cô nghe những người Việt trên đường phố bàn tán về tóc của cô – ngắn như con trai và nhuộm đỏ. Họ nói những điều như, "chẳng biết cô này là con trai hay con gái."

Mai cảm thấy nếu cô là người Mỹ da trắng hoặc đến từ một đất nước nào đó không phải là nước Mỹ thì cô sẽ không nhận nhiều lời chỉ trích về mái tóc của mình. Là một Việt Kiều Mỹ nghĩa là chúng tôi đang làm "phi hành gia" lái con tàu không gian của chúng tôi trong một hành tinh không hoàn toàn là người Việt hay người Mỹ.

Tôi gặp một số Việt Kiều Mỹ khác, vài người từng học về sức khỏe cộng đồng ở đại học và đang làm việc cho các tổ chức phát triển quốc tế. Minh, một bạn Việt Kiều thân với tôi, nhận được học bổng

Fulbright về nghiên cứu chữ Nôm, một thể loại chữ tượng hình do giới tri thức tinh hoa của thế kỷ XV đến thế kỷ XIX sử dụng để viết Tiếng Việt. Có thêm những Việt Kiều khác chung quanh giúp níu chân tôi ở lại Hà Nội, một phần do tôi đã nhận ra sự có mặt của tất cả chúng tôi ở đó là cùng một nguyên nhân: tìm hiểu thêm về lịch sử văn hóa của chúng tôi, và để nhận biết bản thân ở một mức sâu sắc hơn nữa.

Tôi đã nghe về những Việt Kiều đến từ Pháp, Đức, và Úc. Trong nhóm Việt Kiều, có một thang bậc khác dựa trên quốc gia họ di cư đến: ví dụ một Việt Kiều Mỹ là đến từ Mỹ; một Việt Kiều Pháp là đến từ Pháp. Với lý do dễ hiểu, tôi cảm thấy có sự gần gũi với những Việt Kiều Mỹ: chúng tôi là Việt Kiều và là người Mỹ đã quyết định du lịch đến Việt Nam vì nhiều lý do khác nhau, có thể là để nối kết lại với di sản của chúng tôi, để bồi dưỡng con đường sự nghiệp hoặc khám phá bản thân.

Tôi thường nghe đến thuật ngữ Việt Kiều trong thời gian ở Hà Nội, dù người tôi gặp là một người Việt Nam hay đó là một người xa xứ.

Người phụ nữ ngồi trên ghế đẩu nhỏ xíu màu đỏ, bán nước đóng chai Lavie và các loại kẹo cao su, thẻ SIM MobiFone trên một ngã tư đông đúc ở Hà Nội, nói với tôi: "Trông em giống người Việt nhỉ."

Tôi trả lời: "Vâng, em là người Việt."

Khi tôi vừa khẳng định điều bà ấy nói là đúng, tôi thoáng thấy ánh mắt của bà khác hẳn. Cảm giác bối rối và không chắc đây là một người nước ngoài, sự do dự ban đầu của bà, đã không còn khi tôi xác nhận dòng máu Việt Nam của tôi, dù có thể nó rất nhẹ.

"Mỹ, Đức, Pháp?" bà hỏi, cố gắng biết đất nước mà tôi gọi là quê hương. "Việt Kiều Mỹ," tôi trả lời.

"Ồ, Việt Kiều Mỹ." Bà gật đầu và liếc nhìn tôi tỏ ý thấu hiểu.

Cuộc di cư "ngược" này đã bắt đầu từ nhiều năm trước. Và có vẻ như số người từng ra đi nay trở về tăng lên theo tỉ lệ thuận với sự phát triển của Việt Nam. Tôi được biết trong giai đoạn đầu của cuộc phân ly giữa dân tộc và đất nước, người Việt ở nước ngoài đã chuyển tiền về cho gia đình họ. Sau đó họ bắt đầu thực hiện những chuyến du lịch về Việt Nam với những chiếc vali chứa đầy hàng hóa từ trời Tây, để thỏa mãn nhu cầu thích dùng sản phẩm nhãn hiệu nước ngoài của người thân. Trong những tháng đầu sống ở Hà Nội, tôi không hề biết mình sẽ chứng kiến làn sóng trở về của thế hệ Việt Kiều sau này để xây dựng cuộc sống và sự nghiệp của họ ở Việt Nam, nhận ra có một điều gì đó khá tươi đẹp khi quay về cố quốc.

Tôi nghe kể về một số Việt Kiều, những người đã thành công rực rỡ ở Việt Nam, và tôi tự hỏi một ngày nào đó, liệu tôi có thuộc về nhóm người ấy không. Chad, một người Mỹ gốc Việt từ Washington, khởi nghiệp bằng một chuỗi quán cà phê giống như Starbucks - một quán ngay vị trí đắc địa tại góc hướng Tây Nam của Hồ Hoàn Kiếm, những chiếc bàn có dù lớn, thật hoàn hảo cho những ngày lười biếng ngắm nhìn cuộc sống chung quanh hồ.

Quán cà phê thứ nhất của Chad nằm ở vị trí nơi tôi gặp Thomas lần đầu. Kinh doanh của quán thất bại thảm hại. Khi cha mẹ của Chad về Việt Nam thăm anh, thấy anh đang gặp khó khăn, họ đã hối thúc anh về Mỹ. Nhưng Chad vẫn kiên trì vì anh tin vào tiềm năng của thị trường cà phê.

Cuối cùng, Chad và chuỗi quán cà phê của anh giải mã một công thức quan trọng cho bất kỳ hình thức kinh doanh nào phát triển thịnh vượng ở Việt Nam: tạo ra một sản phẩm làm hài lòng cả người bản xứ, người nước ngoài, và người Việt thuộc tầng lớp trung lưu. Đối với doanh nghiệp cà phê, điều này có nghĩa là cung cấp cho khách hàng nhiều lựa chọn, từ cà phê latte vani đến cà phê sữa đá. Chad tạo ra một đặc điểm dễ nhận biết cho chuỗi các quán cà phê của anh, thường đi liền với những địa điểm hàng đầu và có một không khí đồng nhất, bao gồm ghế sofa màu tím đậm và đỏ tía sang trọng, thoải mái, nền gạch sàn in hoa văn xưa. Những chi tiết này giữ chân khách ở lại.

Thời điểm đó tôi không biết tôi sẽ ở Việt Nam đủ lâu để "làm nên chuyện" gì hay không. Tuy nhiên, tôi cảm thấy một cảm xúc pha trộn trong vai của một Việt Kiều và ý nghĩa của điều đó ở Hà Nội: được chào đón bằng sự tò mò, tình cảm thân tình, và đôi khi có cả oán hờn.

Mang danh là một Việt Kiều đã đặt người đó vào một khái niệm đặc biệt – không hoàn toàn là người nước ngoài, không hoàn toàn là người Việt Nam. Những người bạn Việt Nam đề nghị giúp tôi mua hàng để tôi không bị những người bán hàng tham lam lừa gạt. Một phụ nữ người Mỹ đã sống nhiều năm ở Hà Nội nói với tôi rằng tôi sẽ có nhiều thuận lợi khi hẹn hò vì tôi là Việt Kiều. "Đàn ông nước ngoài bị hấp dẫn bởi phụ nữ Việt Nam vì dưới mắt họ, phụ nữ Việt có nét đẹp lạ," bà giải thích. "Nhưng thường thì họ kết nối với những người nước ngoài khác tốt hơn. Việt Kiều là sự pha trộn giữa cả người Việt Nam và người nước ngoài."

Tôi cảm thấy không thoải mái khi nghe điều này. Tôi không phải là sự pha trộn lý tưởng giữa người Việt Nam và người nước ngoài. Tôi hầu như không phải người Việt Nam, và tôi không thấy mình nữ tính và xinh đẹp như những người phụ nữ bản xứ chung quanh tôi. Mà không chỉ như thế, tôi không đến Việt Nam để tìm kiếm một người đàn ông.

Giữa tôi và những Việt Kiều khác nhanh chóng trở thành bạn. Chỉ sau này tôi mới nhận ra đó là những tình bạn bền chặt nhất của cuộc đời tôi vào thời gian đó và nó sẽ là vĩnh cửu. Tôi cho rằng sở dĩ chúng tôi kết nối với nhau nhanh chóng vì thời gian ở Hà Nội khá linh hoạt. Chúng tôi ít bị ràng buộc bởi giờ làm việc căng thẳng. Nếu tôi chọn chuyển đến New York hay San Francisco, tôi đoán là tôi sẽ không thể gặp gỡ bạn bè của tôi nhiều như ở Hà Nội. Chúng gặp nhau ăn trưa, ăn tối, hoặc uống nước mỗi ngày. Những người bạn mới đã có nhiều thời gian sống ở Hà Nội truyền lại cho tôi những thông tin hữu ích: thợ may nào giỏi nhất, quán cà phê nằm khuất bên trong sân vườn với món cà phê trứng, những quầy thực phẩm ngon nhất – cho dù Hà Nội quá nhỏ bé để thật sự giữ bất kỳ điều bí mật nào.

TÔI THƯỜNG ƯU TƯ VỀ MỘT sự thật là tôi cảm thấy mình ít giống người Việt Nam nhất trong số những bạn Việt Kiều của tôi. Hầu hết họ nói tiếng Việt ở nhà từ nhỏ và có vài hiểu biết về phong tục và truyền thống của Việt Nam. Vài người trong họ dùng tên tiếng Việt và họ biết cách đọc, không giống như tôi, sợ cả việc nói tên của mình bằng tiếng Việt. Gia đình của tôi sống ở những thị trấn nhỏ, thường rất ít châu Á và đôi khi không có gia đình Việt Nam nào. Trong lớp trung học gồm 434 học sinh, tôi là người Á Châu duy nhất. Tôi thường tự hỏi tại sao cha mẹ tôi không bao giờ muốn dạy cho chúng tôi về phong tục và lịch sử đa dạng của đất nước nơi cha mẹ sinh ra.

Giờ đây, ở Hà Nội, tôi ngại ngùng tránh nói tiếng Việt trước bạn bè, tôi mắc cỡ vì cách mình phát âm. Thậm chí trước khi đến Hà Nội, tôi còn không rành thanh điệu của tiếng Việt– rằng một từ hai chữ cái, như «ma," có thể có nhiều nghĩa khác nhau tùy thuộc vào thanh điệu. Tôi cũng không biết có sự khác biệt giữa các phương ngữ vùng miền, đặc biệt là giữa Miền Bắc và Miền Nam.

Chính vì ngại ngùng, tôi thường nhường cho những người bạn Việt Kiều khi gọi đồ ăn hoặc giao tiếp với nhân viên người Việt mỗi khi ra ngoài.

Minh thường bắt tôi nói tiếng Việt. Anh khẳng định: "Tiếng Việt của em không dở đâu. Em nên cố gắng học khi còn ở đây." Nghĩ lại, tôi ước gì tôi đã kỷ luật bản thân mình hơn vào việc học ngôn ngữ này.

Nếu tôi tình cờ đi chung với những người nước ngoài khác, vai trò đột nhiên bị đảo ngược: Tôi là người giúp họ gọi món ăn và chọn những thực đơn ngon nhất.

Đôi khi tôi tự hỏi người Việt nghĩ gì về những Việt Kiều về nước. Chúng tôi được tôn trọng, ghét bỏ, hay ngưỡng mộ? Sự hiện diện của chúng tôi có giá trị gì không? Chúng tôi có đóng góp vào sự phát triển của Việt Nam hay không? Những phụ nữ trạc tuổi tôi có thắc mắc như tôi không, là cuộc sống của họ sẽ như thế nào nếu chúng tôi đảo ngược vị trí cho nhau – họ là Việt Kiều và tôi là người Việt bản xứ?

Khi ấy tôi đã không biết rằng tôi chỉ vừa chạm nhẹ vào bề mặt của sự hiểu biết về việc mang nhân thân của Việt Kiều.

MỖI THÁNG, CHA CỦA TÔI VÀ dì Alice gọi điện thoại cho tôi một lần khi tôi ở Việt Nam. Tôi biết dì Alice là người khởi xướng các cuộc viễn liên, không phải cha tôi, nhưng tôi trân trọng thực tế là cha và dì đã gọi cho tôi. Trong các cuộc nói chuyện, tôi hào hứng kể về cuộc sống hàng ngày của tôi ở Việt Nam, hy vọng sự nhiệt tình đó sẽ tạo cho cha tôi cảm hứng để ông bắt đầu kể về những gì ông nhớ ở Việt Nam. Tôi kể với ông những gì tôi thích và những điều thú vị tôi thấy, như "cuộc sống sinh động" ở khắp nơi trên đất nước Việt Nam mà dì Alice đã từng nhắc đến.

"Trước đây con không hiểu cuộc sống sinh động nghĩa là gì," tôi đã nói với cha và dì qua điện thoại. "Nhưng bây giờ con biết rồi. Con thấy rất nhiều cuộc sống hiện hữu trên đường phố."

Người dân mặc bộ đồ ngủ trên người và đi lại ngoài đường vào buổi sáng và buổi chiều. Họ cột những con chó họ nuôi vào xe máy bằng một sợi dây xích và chạy chậm quanh khu nhà. Đôi khi tôi còn có thể thấy cảnh người ta nấu bữa ăn tối trong nhà của họ. Và trong lúc tôi và bạn cùng phòng "săm soi" cuộc sống của những người Việt Nam chung quanh chúng tôi thì họ cũng đang nhìn vào cuộc sống của chúng tôi. Những người hàng xóm, những người chạy xe ôm và những người làm việc khác trên đường phố đều để ý việc đi, về của chúng tôi. Họ biết chúng tôi làm việc ở đâu; họ biết chúng tôi là một nhóm người Mỹ sống cùng với nhau; thậm chí họ còn biết chúng tôi về nhà lúc mấy giờ vào cuối tuần.

Những người nước ngoài có thời gian sống ở đó đủ lâu nói với tôi rằng chính quyền nắm hết tất cả thông tin người ngoại quốc ở đây, và mỗi người chúng tôi đều có một "mật vụ" theo dõi nơi chúng tôi ở. Người đó thường là người sinh sống trong khu vực của chúng tôi. Tôi không biết điều đó có đúng hay không, nhưng tôi đã tận hưởng cuộc sống của tôi, không lo lắng có ai đó theo dõi hay không. Suy cho cùng, cuộc sống của tôi chẳng thú vị đến mức như thế và tôi không có bí mật gì che dấu: Tôi chỉ đi từ công ty nơi tôi thực tập để gặp bạn bè ăn tối sau giờ làm việc mỗi ngày.

Tuy vậy, tôi đã cảm thấy cuộc sống của tôi như đang mở ra và lần đầu tiên tôi đã đang sống trọn vẹn và đầy đủ. So với những gì trải qua ở công việc nơi công ty đa quốc gia, cuộc sống của tôi thật sự phong phú. Dù cho công việc thực tập không lương và tôi đã đang sống bằng số tiền tôi kiếm được từ năm trước, tôi cũng không quan tâm lắm. Kinh nghiệm đối với tôi có giá trị nhiều hơn so với mức lương khi làm việc ở công ty dược phẩm. Những điều mới lạ làm cho tôi thích thú và tràn đầy năng lượng.

Tôi vừa ngạc nhiên và vừa không khi cha tôi không bao giờ hỏi về cuộc sống của tôi ở Hà Nội. Ông không hỏi về những cảm nhận đặc biệt của tôi khi sống ở Việt Nam. Tôi phải chủ động kể lại. Và ông vẫn không bao giờ nói rõ liệu ông có thất vọng khi tôi quyết định đến Hà Nội thay vì Sài Gòn hay không. Chúng tôi khác nhau ở điểm đó: Nếu tôi yêu một điều gì, tôi muốn chia sẻ nó. Cha tôi thì giữ tình yêu đó cho riêng ông.

Tôi muốn cha tôi có một hình ảnh rõ nét nhất về những người xa lạ với nhau đã nhanh chóng trở thành bạn thân. Tôi muốn kể cho cha nghe về chị Thanh, đồng nghiệp của tôi, và nhóm Việt Kiều giờ là những người đồng hành với tôi khám phá vùng đất mới này. Tôi muốn ông biết về chú Thanh chạy xe ôm, người hơi mập, ngày nào cũng mặc đồ quân phục, "trấn thủ" bên ngoài văn phòng UNDP nhiều năm cho đến khi chú được thăng chức làm bảo vệ – chỉ vì những nhân viên của văn phòng thấy thoải mái khi làm việc với chú. Tôi đã nghĩ cha tôi sẽ thích nghe câu chuyện về Trường, người chạy xe ôm cho Minh, bạn tôi, người biết chính xác giờ các lớp học của Minh ở trường đại học. Nếu Minh bị trễ giờ hoặc không có ý định đến lớp, người chạy xe ôm sẽ đến cửa sổ gọi Minh, nói là đến giờ phải đi. Đó là những câu chuyện và những cuộc gặp gỡ dễ thương tạo nên cuộc sống hàng ngày của chúng tôi.

Một ngày nọ, qua điện thoại, tôi kể với dì Alice và cha của tôi về một lần tôi cảm thấy cô đơn, tôi đã gọi một trong những người bạn Việt Nam và cô ấy khuyên tôi đến Hồ Hoàn Kiếm, trung tâm của cuộc sống Hà Nội, để ngắm dòng người qua lại.

Cô bạn nói với tôi: "Hãy nhìn mọi người. Những người cao niên ngồi trên băng ghế đá, trẻ con chơi đùa, các đôi tình nhân nắm tay nhau. Khi đó, bạn sẽ không còn cảm thấy cô đơn nữa."

Vào năm giờ sáng, những người dậy sớm tụ tập ở bờ hồ để tập thể dục buổi sáng; các nhóm phụ nữ sẽ tập thể dục nhịp điệu, đếm một, hai, ba. Vào buổi chiều tối, nhiều gia đình dẫn trẻ con đi dạo quanh hồ, ăn kem ốc quế mua trên Phố Tràng Tiền. Hồ Hoàn Kiếm không bao giờ vắng vẻ, và chắc chắn không bao giờ yên tĩnh.

Nếu tôi đề cập đến một sự hiểu lầm với một đồng nghiệp hoặc một người nào đó tôi gặp trên đường phố, cha của tôi chỉ đơn giản đáp lại là: "Ồ, bởi vì họ từ Hà Nội."

Tôi có thể nói rằng trong tâm trí của ông có một sự khác biệt to lớn giữa người Hà Nội và người Sài Gòn. Những người ở Hà Nội đại diện cho miền Bắc Việt Nam, và miền Bắc Việt Nam đại diện cho chủ nghĩa cộng sản. Dì Alice và cha tôi đã cảnh báo về việc tôi sẽ bị "hét giá" đối với những món hàng thông dụng nhất ở miền Bắc. Tôi tự hỏi liệu cha tôi và dì Alice có biết rằng hầu hết người nước ngoài đều cảm thấy người Việt Nam nói chung, không chỉ riêng người Hà Nội, luôn có ý tính giá cao cho người nước ngoài hay không?

Tôi không thể làm cho cha và dì Alice hiểu rằng Việt Nam là một kinh nghiệm của cá nhân tôi, và không phải tất cả mọi thứ đều cần phải nhìn qua lăng kính chính trị.

CHA CỦA TÔI ĐÃ KHÔNG VỀ Việt Nam kể từ khi ông ra đi năm 1975. Dì Alice từng về thăm một lần, vì lý do y tế, và dì chỉ nói về những kinh nghiệm tiêu cực trong chuyến đi đó: Dì khẳng định những vật dụng y tế bỏ ở phía sau bệnh viện, không dùng đến và rất thất vọng về những điều kiện ở Việt Nam. Ngược lại, tôi có một cảm giác bất ngờ về Việt Nam, đặc biệt là vẻ đẹp tự nhiên của vùng nông thôn mà tôi đến trong các chuyến đi thăm cuối tuần – như những khối đá khổng lồ ở Vịnh Hạ Long hoặc vùng đồi núi Sa Pa. Không như cha tôi và dì Alice, tôi không có ký ức gì về đất nước này, không có cơ sở để so sánh giữa Việt Nam trước và sau chiến tranh, không có ranh giới giữa Bắc và Nam. Chỉ đơn giản là Việt Nam.

Tôi đã muốn cha cùng với tôi khám phá Hà Nội và Việt Nam. Lần duy nhất tôi cảm nhận sự thích thú, thậm chí vui mừng trong giọng nói của cha trong điện thoại là khi tôi nói với ông tôi sẽ có chuyến du lịch vào Nam. Tôi dự tính đi Sài Gòn, Vũng Tàu, một thành phố miền duyên hải ở phía Nam Việt Nam, và đảo Phú Quốc trong tuần lễ Tết Nguyên Đán. Từ khi đến Việt Nam, bạn bè người Việt của tôi đã bảo tôi nên rời thành phố vào vào dịp Tết, vì các cửa tiệm đều đóng cửa vào dịp lễ và không khí rất buồn chán đối với người nước ngoài. Vì không giống như người Việt Nam bản xứ, chúng tôi không có gia đình để thăm và cùng vui ngày lễ. Một người bạn đã nói với tôi: «Đó là thời điểm tốt nhất để người nước ngoài đi biển và chỉ nghỉ ngơi.»

Cha tôi dường như không quan tâm lắm đến những ngày nghỉ lễ ngắn ngủi tôi sẽ đi thăm Sài Gòn và Phú Quốc – hai nơi mà tôi biết là quan trọng đối với năm tháng ông lớn lên và lịch sử – nhưng có điều gì đó ở Vũng Tàu khiến ông mềm lòng.

"Vũng Tàu là một nơi đẹp," cha nói với tôi. "Có rất nhiều thứ để làm ở đó. Con nhớ đi đến bãi trước và sau. Con có thể đi bộ lên núi và ngắm tượng Chúa Giê su. Ở đó có một tượng Phật Thích Ca, con có thể đi thăm."

"Cảm ơn ba," tôi nói và vui mừng khi thấy cha hào hứng về chuyến du lịch của tôi.

"Và nhớ chụp hình cho ba," ông nói thêm.

Tôi đã nghe được sự nhiệt tình và phấn khởi trong giọng nói của cha tôi. Lúc ấy tôi không biết rằng cha tôi đã trải qua cả phần đời thơ ấu của ông ở đó. Cha tôi ở với bà ngoại của ông trong một vườn nhãn. Chưa bao giờ cha kể tôi nghe câu chuyện đó.

Tôi chỉ bắt đầu thấu hiểu tình yêu của cha tôi dành cho miền Nam Việt Nam và một vết thương chưa lành do đất nước mà ông đã mất để lại trong trái tim của ông. *Nhưng làm sao tôi có thể hiểu hết được Việt Nam của ông, tôi tự hỏi, khi mà ông chưa bao giờ muốn chia sẻ với tôi?*

NGHĨA

Miền Nam Việt Nam | 1940s

TÔI SINH RA ở SÀI GÒN vào năm 1947. Khi tôi nhớ về tuổi thơ của mình ở Việt Nam và bối cảnh chiến tranh, tôi nghĩ đến quê hương, mẹ tôi, và vai trò của người phụ nữ trong chiến tranh. Có một bài hát Việt Nam mô tả tình yêu vô bờ bến của người mẹ. Một câu hát vang lên trong suy nghĩ của tôi: «Lòng Mẹ bao la như biển Thái Bình."

Trong suốt chiến tranh và sau sự tiếp quản miền Nam Việt Nam, phụ nữ giữ vai trò quan trọng về kinh tế và giáo dục. Hầu hết những người đàn ông đã đi lính và sau đó là vào các trại cải tạo, phụ nữ thay thế những việc vốn thuộc trách nhiệm của người đàn ông – bất cứ việc gì từ đồng áng cho đến buôn bán, cho đến giáo dục con cái. Người phụ nữ đã nổi dậy chống lại những thách thức và đòi hỏi của chính quyền, như họ đã từng trong suốt chiều dài lịch sử: Nước Pháp đã có Joan of Arc; Trung Hoa có Hoa Mộc Lan; và Việt Nam có Hai Bà Trưng. Trong thời chiến, những người phụ nữ này từ những người bình thường trở thành người tiên phong, khơi nguồn sức mạnh cho đất nước. Nhưng không chỉ có những người hùng chiến tranh, mà còn có những phụ nữ từng ngày lo cho gia đình và quê hương của họ vượt qua thời biến loạn. Đối với tôi, mẹ của tôi, bà Bạch Cúc, là một trong những người hùng bình thường đó.

Mẹ của tôi sinh ra vào đầu thế kỷ 20, ở Bà Rịa, một thị trấn nhỏ sẽ không ai biết đến nếu nó không nằm ở vị trí quan trọng giữa Sài Gòn, thủ đô năng động của Miền Nam Việt Nam, và khu nghỉ mát ven biển Vũng Tàu. Mẹ tôi là con lớn nhất trong bảy người con (hai người đã chết khi còn trẻ, còn lại ba em gái và một em trai.) Những chiếc xe đò chở đầy hành khách và hàng hóa chất cao ngất ở phía sau và trên nóc xe chạy nhiều chuyến mỗi ngày giữa hai thành phố. Với sức nặng của hàng hóa cồng kềnh chất trên đó, những chiếc xe đò nghiêng hẳn về một bên, chạy lượn qua những con đường đông đúc của trung tâm Bà Rịa. Trên đoạn đường đi, nó gây ra rất nhiều tiếng ồn, người tài phụ đập vào thành xe để ra hiệu tài xế dừng lại – và chiếc xe đò để lại một vệt khói đen xì của dầu nhớt.

Những chiếc xe đò dừng lại mười phút ở trung tâm vận chuyển gần với chợ để khách xuống, chuyển hàng hóa, và đôi khi là gia cầm sống để bán ở các chợ địa phương, và đón khách mới trước khi chạy đến bến cuối. Tuy nhiên, mười phút dừng lại đó có thể kéo đến nửa tiếng tùy tình huống. Ở một vùng đất, nơi gạo và lương thực đã từng rất dồi dào và nền hòa bình cũng đã tồn tại một thời gian, người dân Miền Nam có xu hướng sống đời thoải mái và hưởng thụ cuộc sống. Họ từ tốn và chậm rãi vì họ không có áp lực phải làm xong một điều gì. Công việc làm, mặc dù cần cho cuộc sống, tự nó vẫn chưa bao giờ trở thành mục đích chính. Những lễ hội được ưu tiên hơn các vấn đề khác và người dân giành nhau để tổ chức tiệc mời đón khách. Có rất nhiều lý do để tổ chức ăn mừng: tiệc cưới, lễ đính hôn, sinh nhật, ăn giỗ, thăng chức, và tiệc chiêu đãi mừng cái mới, chưa kể những ngày nghỉ lễ chung. Trong môi trường này, thời gian rất "linh hoạt," đúng giờ không bao giờ là bản tính của người Miền Nam Việt Nam.

Những hành khách phải ngồi giữa cái nóng 100°F mà không có máy lạnh thường nổi giận và yêu cầu giải thích khi mười phút ở trạm luân chuyển kéo dài thành ba mươi phút. Người phụ xế, trong khi xin lỗi vì sự chậm trễ, sẽ nói rằng xe đang đợi một vài khách hoặc một lô hàng vẫn chưa đến và hứa sẽ khởi hành «sớm." Câu trả lời đó kèm theo với một nụ cười xởi lởi hoặc một cái nhếch mép.

Người Việt Nam dễ cười và thường nở nụ cười. Họ cười vì họ đến sớm hay muộn, vui hay buồn. Nụ cười không mang bất kỳ ý nghĩa mỉa mai nào như ở những nơi khác trên thế giới; thay vào đó, nó nhằm để giấu đi những trạng thái bối rối. Người Việt Nam mỉm cười vì sự thẳng tính, họ không giỏi trong việc nói dối và thường bị hạn chế từ ngữ để giải thích cảm xúc của mình. Khi rơi vào trường hợp khó xử, họ cũng mỉm cười. Họ chỉ nở nụ cười ngượng mà không thể đưa ra lời giải thích hợp lý cho việc họ đã làm đúng hoặc làm sai, hoặc để bày tỏ sự hối tiếc. Đây được gọi là «nụ cười xin lỗi," một nét rất riêng của người Việt nhưng bị cả người phương Tây và người Việt Nam hiểu lầm, nhất là người phương Tây, vì họ thường coi nụ cười này là sự xúc phạm.

Ngược lại, nếu một người Việt Nam không nở nụ cười trong tình thế như vậy, họ có thể trở nên tức giận, thậm chí gay gắt để bảo vệ những cảm xúc thật mà họ đang có. Bởi vì bên dưới nụ cười và sự gay gắt đó ẩn chứa nhiều cảm xúc phức tạp, nếu không muốn nói là mang tâm trạng hoặc cảm giác mâu thuẫn.

VỀ SAU, GIA ĐÌNH CỦA MẸ tôi chuyển đến Vũng Tàu, nơi ông bà tôi đã mua một vườn cây ăn quả rộng hai mẫu trồng cây nhãn và một căn nhà chung cư cách vườn khoảng một dặm. Quyết định này trở thành sự đầu tư tốt cho tương lai và ổn định của gia đình. Bà của tôi, như nhiều phụ nữ khác trong xã hội Việt Nam thời bấy giờ, là một người nội trợ, trình độ học vấn cao nhất là tiểu học. Vào những năm 1920 và 1930, phụ nữ không được phép đi học. Không có trình độ học vấn, họ không thể có được một công việc tử tế. Chính vì vậy, vườn cây ăn trái đã tạo cho gia đình một khoản thu nhập ổn định, mặc dù không đủ nhiều để nuôi sống một đại gia đình.

Không lâu sau khi mua vườn cây ăn trái, ông của tôi qua đời. Dù mẹ tôi vẫn còn tuổi vị thành niên, bà phải phụ giúp bà của tôi công việc nhà và nuôi dưỡng em trai, em gái. Bất ngờ bà bị trở thành trụ cột, trở thành người chị lớn và người chủ của gia đình. Ước mơ của bà là tốt nghiệp trường lớp như những bạn nữ đồng trang lứa, nhưng có vẻ như số phận đã định cho bà một con đường khác. Vì mẹ tôi được nuôi dạy theo kỷ cương và truyền thống của Nho giáo, bà đã sẵn sàng chấp nhận những thử thách và vai trò mới này.

Theo Nho giáo - dấu tích còn lại của Trung Quốc cổ xưa (111 TCN - 939 SCN) đã thấm sâu vào tư tưởng của người Việt Nam thời đó – vợ phải vâng lời chồng, chồng chu cấp cho vợ các điều kiện cần. Nếu người chồng chết, người vợ sẽ nuôi con. Khi người cha đi vắng hoặc qua đời, người con cả sẽ thay cha giữ quyền lực trong gia đình. Mối quan hệ gia đình trong thời Nho giáo đóng vai trò quan trọng đối với sự ổn định của xã hội, và ở thời đại mẹ tôi lớn lên, không ai dám thách thức những nguyên tắc đã tồn tại hai thiên niên kỷ này trừ khi họ sẵn sàng bị đào thải.

Gia đình là một xã hội thu nhỏ với những luật lệ, quy định và nghi thức bất thành văn của riêng gia đình ấy – những nề nếp đã được xây dựng qua nhiều thế hệ. Chỉ cần họ còn sống, ông bà cha mẹ, con cái, chú bác, cô dì và anh chị em họ đều là thành viên của gia đình. Mọi người đều biết vị trí của mình trong «Tứ Đại Đồng Đường» này, vì sự tôn trọng đối với những người lớn tuổi là điều bắt buộc trong xã hội phân thứ cấp ở Việt Nam. Người lớn tuổi nhất trong gia đình ngồi ở vị trí quan trọng nhất tại bàn ăn và được chăm sóc cho đến khi chết. Khái niệm gia đình phải được ưu tiên hơn cá nhân, bằng chứng là thực tế họ của người Việt Nam và Trung Quốc được đặt trước, sau đó đến tên lót và cuối cùng là tên riêng, trái ngược với các quy tắc của phương Tây.

NĂM 22 TUỔI, MẸ TÔI KẾT hôn với cha tôi, ông Minh Võ, ở Vũng Tàu, khi ông đóng quân ở đó. Sau đó không lâu, cha mẹ tôi chuyển vào Sài Gòn, và sanh người con đầu tiên. Hai năm sau, tôi được sinh ra ở Sài Gòn, và những năm sau, ba người con trai nữa ra đời. Hai trong số đó là anh em sinh đôi.

Khi tôi còn nhỏ, mẹ của tôi nhận được lá thư của em trai bà ở Vũng Tàu, nhờ bà giúp cho cậu hoàn tất việc học ở Sài Gòn. Cậu của tôi nghe về những trường học lớn trong Sài Gòn và chương trình giảng dạy tiên tiến của họ, cậu mong muốn được vào học hệ thống đó. Ở Vũng Tàu, cậu sẽ không có cơ hội nào để thăng tiến trong xã hội.

Mẹ tôi bị phân vân giữa mong muốn giúp đỡ em trai và một thực tế là gắng sức ổn định tài chính gia đình. Chi phí cho cuộc sống ở Sài Gòn cao hơn ở những tỉnh, thành, và bà phải gồng gánh nhiều năm để lo cho gia đình của bà ở đó. Mẹ tôi lúc nào cũng lo lắng về tương lai và tiết kiệm tiền cho con cái, trong khi bà cũng cần dành thời gian lo cho chồng và gia đình ngày một lớn hơn của bà.

Đây là những quyết định không nhỏ đối với một phụ nữ nông thôn ngoài hai mươi tuổi mới vào Sài Gòn, có nhiều vấn đề bỡ ngỡ ở một thành phố lớn. Bà không có người thân gần bên, không bạn bè để được giúp đỡ, nhưng vì bà là người đầu tiên trong gia đình từ vùng quê đi an cư ở Sài Gòn, bà phải cân nhắc cho cả những người còn lại trong dòng tộc. Bà đã ước gì cha của bà để lại chút tài sản để chăm lo cho người em trai, điều đó sẽ dễ dàng hơn cho mọi người. Có một thời gian, bà bị dằn vặt bởi nhiều suy nghĩ, không biết phải làm gì – nhưng cuối cùng, bà quyết định nuôi dưỡng em trai và một trong những người em gái của bà.

Gánh nặng con cái đã đè nặng lên mẹ tôi, giờ lại chuẩn bị đón các em chuyển đến, bà quyết định gửi tôi về Vũng Tàu với bà ngoại. Tôi đã không hiểu tại sao trong số anh em của tôi, bà lại chọn tôi. Nhưng khi nhìn lại, quyết định đó đã hình thành nên con người của tôi, vì thời gian ở Vũng Tàu cho tôi quen với lối sống nông thôn: sống chậm, nhẹ nhàng nhưng khó quên. Sau này tôi mới hiểu, chuỗi ký ức của thời gian đó là nền tảng cho sự thanh bình trong tôi về Miền Nam Việt Nam – một quê hương mà tôi luôn hướng về trong tâm trí mình.

CHRISTINA

Miền Nam Việt Nam | 2003

KHI TÔI VÀO MIỀN NAM VIỆT Nam lần đầu tiên với Mai và Stephen, một trong những bạn cùng phòng, tôi có thể thấy sự hấp dẫn của vùng đất này và cách nó đã in sâu trong tâm trí của cha tôi. Thành phố này có một sức sống mà Hà Nội không có. Nó cho người ta cảm giác năng động và đầy cảm hứng. Tia nóng mặt trời chiếu vào da làm cho tôi có cảm giác da sẽ bị cháy nắng chỉ trong mười phút. Hòa lẫn trong không khí là mùi khói xe với mùi thịt heo nướng trên những bếp than ở vỉa hè và mùi vị hăng hắc của chai nước mắm mới mở ra. Cái rít rít của khí hậu ẩm thấp có vẻ rõ rệt trong môi trường nhiệt đới của phía Nam, với những con đường rải rác những hàng cây cổ thụ.

Không như Hà Nội và phía Bắc Việt Nam, Sài Gòn chỉ có hai mùa: mùa nóng và mùa mưa. Hà Nội thì ngược lại, có mùa đông khắc nghiệt mà tôi đã từng trải qua. Gió luồn qua áo khoác, lạnh đến tận xương khi bạn ngồi trên xe máy chạy qua các con đường, khi ấy thì hương vị của một tô phở nóng càng ngon hơn bao giờ hết. Gần như không thể nhìn thấy người chạy xe vì họ mặc nhiều áo khoác, áo len, găng tay và khẩu trang, khuôn mặt của họ được che kín, trừ mắt và miệng.

Ở Sài Gòn, mùa mưa đến, khi những cơn mưa đổ xuống thành phố nhộn nhịp với khoảng sáu triệu dân vào đầu năm 2003 thì khí hậu vẫn ấm áp. Những người Việt Nam nhạy bén kinh doanh bắt đầu bày bán áo mưa đủ màu sắc trên đường phố, và những tấm bảng bán nước dừa tươi, cà phê sữa đá trên vỉa hè thu hút người dân ghé vào uống nước giải nhiệt.

Không giống người Hà Nội, người Sài Gòn trên đường phố có vẻ thoải mái hơn khi giao tiếp với người nước ngoài, thân thiện và vui vẻ khi gặp nhau trên đường. Những người chạy xe ôm, dù thường cố gắng chào mời khách nước ngoài bằng cách nói lớn, "đi xe ôm không anh/chị?" để hỏi khách có muốn chở đi đâu đó không, nhưng nếu bạn nói "không" thì họ chỉ nhún vai và bắt đầu tán gẫu với người khác trên đường. Họ thích ngồi trên xe máy của họ, thích chuyện trò với những người chạy xe ôm khác thay vì nài nỉ khách đi xe. Không như ở Hà Nội, nơi mà người chạy xe ôm sẽ luôn chạy phía sau làm phiền bạn.

Tôi và những người bạn nhận thấy những người bán hàng rong trên đường không trố mắt nhìn chằm chằm vào mái tóc ngắn của Mai khi chúng tôi đi bộ dọc đường Pasteur. Nguyễn Huệ, con đường chính của trung tâm thành phố Sài Gòn đã hóa thành chợ hoa vào dịp Tết. Tôi không chắc mình đã từng thấy một chợ hoa nào đẹp đến thế, không chỉ bởi màu sắc rực rỡ của các loài hoa mà còn vì vẻ phấn khởi của mọi người khi họ tìm được một chậu hoa vừa ý cho ngày Tết. Trước khi rời Hà Nội, tôi để ý ở đây người ta bán cây đào màu hồng; tuy nhiên trong Nam, cây hoa ngày Tết là hoa mai màu vàng. Đối với tôi cả hai đều rất đẹp, và tôi tự hỏi tại sao người ta không thể yêu Miền Bắc và Miền Nam vì sự khác biệt và vẻ đẹp độc đáo của riêng từng miền – bởi vì tôi chắc chắn đã yêu cả hai.

Khi tôi khám phá Sài Gòn, tôi tự hỏi có khi nào cha tôi đã từng đi trên cùng một con đường này như tôi không? Hoặc với những sự thay đổi bao năm qua ở nơi này, liệu ông có còn nhận ra được những con đường đó hay không? Ở Sài Gòn có một sự phóng khoáng, cởi mở, và có lẽ dân số đông hơn Hà Nội nên người dân ở Sài Gòn ít quan tâm đến việc của người khác. Người Miền Nam có vẻ cởi mở hơn với Việt Kiều, không phân chia ranh giới giữa người Việt sinh ra và lớn lên ở Miền Nam và những người ở lại Việt Nam. Có một cảm giác tự hào lớn hơn đó là Việt Kiều chọn quay trở về, như thể Việt Nam mang đến cho chúng tôi một điều gì đó mà chúng tôi không có được ở đất nước từng cứu mạng chúng tôi.

Ngay cả món ăn ở Sài Gòn dường như cũng phong phú hơn, khẩu vị đa dạng hơn so với những món tôi từng ăn ở Hà Nội. Từ một nhà hàng, tôi đã biết được một trong những điểm khác biệt chính giữa ẩm thực miền Bắc và miền Nam là Sài Gòn có trái cây và rau quả tươi của Đồng Bằng Sông Cửu Long. Món bún thịt nướng – một tô bún với thịt heo nướng ở phía trên – là món không có ở ngoài Bắc, nhưng lại quen thuộc trong thực đơn ở Miền Nam. Món phở ăn với tương đen làm cho nước súp thêm đậm đà, thêm một đĩa đầy giá và rau quế. Ngay cả cà phê sữa đá cũng có mùi vị đậm hơn ở ngoài Bắc, vốn chỉ là một ly cà phê nhỏ có vị đắng, một muỗng sữa đặc và một viên đá lớn. Trong Sài Gòn, món cà phê sữa đá có độ béo nhất định, một ly đầy ắp đá xay nhuyễn, vị đậm và vị đắng lấn át vị ngọt của lượng sữa được đặc đổ rất nhiều trong ly. Nó giống như bạn bắt đầu buổi sáng của mình bằng một món tráng miệng.

MỘT NGÀY NỌ, BA ĐỨA CHÚNG tôi đi bộ quanh các con phố Sài Gòn để tìm trường Luật nơi cha mẹ Mai đã gặp nhau vào những năm 70. Trong lúc đi tìm, tôi nhớ ra cha mẹ tôi đã gặp nhau ở trường Y vào khoảng thời gian đó, mặc dù tôi không hiểu hoặc không biết cuộc sống của cha mẹ tôi ở đó như thế nào. Tôi biết mẹ của tôi sinh ra và lớn lên ở Campuchia, và gia đình của mẹ di dân qua Việt Nam cuối những năm 60 vì cuộc chiến tranh biên giới Việt Nam-Campuchia. Tôi cũng biết, khi ở Sài Gòn, cha mẹ tôi có một người con trai nhưng anh đã mất khi còn rất nhỏ, sau chiến tranh vài năm. Tôi không bao giờ nghe cha mẹ kể về chuyện này. Bởi vì khi mẹ tôi mất, tôi chỉ là một đứa bé, mẹ đã không có cơ hội kể chuyện cuộc đời của bà cho tôi nghe. Tôi tự hỏi nếu mẹ còn sống, mẹ có chia sẻ với tôi hay không? Liệu rằng tôi có thích thú để khám phá câu chuyện của cha mẹ hay không? Khi chúng tôi đi ngang qua những con đường ở Sài Gòn, tôi đã có thể hiểu vì sao thành phố này vẫn nằm sâu trong tâm trí cha tôi qua thời gian, và tại sao ông đã giữ kín những kỷ niệm đó ở ngăn chứa gia tài ký ức của trái tim mình.

TRONG BỮA ĂN CHIỀU CỦA CHUYẾN du lịch, chúng tôi gặp một nhóm những người Mỹ và Việt Kiều Mỹ. Có nhiều mối liên hệ đến mức kỳ lạ giữa hai nhóm. Một người bạn ở New York đã giới thiệu Mai với một người bạn trai tên David từng sống ở Sài Gòn. Bạn cùng nhà với tôi là Monique cũng biết David vì họ học cùng trường đại học và có chung những người bạn. Qua ba hoặc bốn mối quan hệ khác nhau, chúng tôi đã kết nối với cộng đồng người Mỹ trẻ, cũng là những người vừa tốt nghiệp đại học như nhau. Giống như tôi, họ đã thực hiện hành trình tìm về nguồn cội để khám phá lịch sử của gia đình mình.

Tôi đặt tên cho nhóm này là "đối tác miền Nam" của chúng tôi (một cụm từ tôi học được từ thời gian thực tập, do bởi tất cả dự án của chúng tôi đều yêu cầu một chính phủ cộng tác mà chúng tôi gọi là "đối tác chính phủ")

Trong suốt chuyến du lịch, tôi đã biết được vì sao mọi người quyết định đến Sài Gòn và họ đang làm gì. Vài người khởi đầu cho bằng cấp tiến sĩ của họ, nhưng hầu hết họ dạy tiếng Anh, học tiếng Việt, và rong chơi. Nhóm bạn này thu hút tôi, như người Miền Nam nói chung, vì sự thoải mái, phóng khoáng. Ở họ cũng có sự lan tỏa năng lượng, sự sôi nổi mà tôi yêu thích. So với Hà Nội, có vẻ lạnh lùng – đâu phải chỉ vì mùa Đông vừa đến đã thổi cái giá rét của nó lên thành phố.

Một suy nghĩ chợt thoáng qua trong tôi rằng có thể tôi sẽ chuyển vào Sài Gòn. Tôi đã thỏa thuận thực tập một năm, nhưng đột ngột một năm không lương có vẻ không hấp dẫn lắm. Tôi đã bị Miền Nam quyến rũ, và tôi tự hỏi liệu có phải vì cha mẹ của mình không; dù sao đây cũng là thành phố nơi cha tôi lớn lên và gặp gỡ mẹ của tôi. Một mong muốn mãnh liệt dâng trào trong tôi, cảm giác như ngày càng có nhiều lý do để tôi chuyển vào Sài Gòn.

Tôi đã nói với nhóm của mình trong một buổi ăn chung: "Có thể tôi sẽ chuyển vào đây. Tôi thật yêu Sài Gòn."

Cảm giác thôi thúc chuyển vào Sài Gòn của tôi cũng giống như cảm giác phấn khởi ban đầu đưa tôi về Việt Nam, và tôi biết là tôi sẽ thực hiện nó bằng cách nào đó.

David lên tiếng: "Chúng tôi có một phòng trống trong nhà. Bạn có thể ở đó."

Hạt giống cho cuộc sống ở Sài Gòn đã được gieo mầm. Thật ra nó chỉ như hai loài hoa Tết ở Nam và Bắc, có lẽ tôi phải học yêu cả hai thành phố.

TRƯỚC KHI TÔI RỜI HÀ NỘI cho chuyến khám phá Miền Nam, cha tôi đã gửi thư điện tử cho tôi và đề cập về ông nội của tôi, người đã ngoài 70 tuổi, từng sống ở California, sẽ về Sài Gòn đón Tết Nguyên Đán. Cha viết cho tôi địa chỉ ở Quận 5, hoặc Chợ Lớn, vùng đất lịch sử của cộng đồng người Hoa sống ở Sài Gòn, và ghi thêm: "Ông nội biết con sẽ đi thăm ông."

Lời nhắn đơn giản của cha làm cho tôi ngạc nhiên. Cha của tôi đã không khuyên tôi nên đi thăm ông nội, hoặc hỏi tôi có muốn không. Thay vào đó, cha chỉ nói rằng ông nội biết tôi sẽ đi thăm ông.

Tôi chỉ gặp ông bà nội của mình một vài lần trong đời và không có bất kỳ ký ức nào rõ ràng về ông bà. Tôi nhớ mơ hồ là tôi đã đi thăm ông bà một lần ở Little Saigon, Orange County, tiểu bang California. Ông nội đã dạy tôi nhảy dây và sau đó dúi sau lưng tôi một viên kẹo, vì muốn giấu mẹ tôi. Lần thứ hai tôi nhớ là khi ông bà đến Indiana để dự tang lễ của mẹ tôi.

Hồi còn nhỏ, khi tôi gặp ông bà nội, thì ông bà đã chia tay nhau. Tôi không biết về chuyện của ông bà – hai người ly dị khi nào, hay ông bà đến Mỹ lúc nào. Tôi chỉ biết bà nội của mình, bà Bạch Cúc, sống với chú Đại của tôi, là người con thứ ba trong gia đình. Tôi không rõ ông nội sống ở đâu, bởi vì tôi chưa bao giờ đến nhà thăm ông.

Bà nội của tôi, người đã mất từ lâu, là một phụ nữ nhỏ người. Bà chỉ cao chưa đến 1.5m, luôn nghiêm khắc và hay la rầy tôi. Một lần bà nội nói với người chị đang ở tuổi vị thành niên của tôi, rằng chị sẽ dễ thương hơn nếu chị bỏ thuốc lá. Còn ông nội trong ký ức của tôi thì trái ngược lại. Ông có cái bụng tròn và tiếng cười dòn vang. Tôi chỉ có thể mô tả ông là người vui vẻ, và mặc dù tôi ít gần gũi với ông bà, tôi cũng thích ông nội hơn bà nội khó tính của mình. Cha của tôi thì ngược lại. Có một khoảng cách giữa cha và ông nội, trong khi ông lại vô cùng kính trọng bà nội của tôi. Thậm chí cha đặt một bàn thờ nhỏ của bà nội trong phòng làm việc của ông, trên tầng cao nhất của kệ sách, như thể bà nội vẫn đang dõi theo ông.

CHRISTINA VÕ & NGHĨA M. VÕ

Tôi thậm chí không biết tên của ông nội là gì trước khi tôi gặp ông ở Sài Gòn. Tôi chỉ từng gọi ông là "ông." Nhưng sau sáu tháng sống ở Việt Nam, tôi đã biết cách gọi đúng về người ông phía bên cha của mình là ông nội, bởi vì có sự khác biệt trong cách xưng hô với ông bà tùy vào bên nội hay bên ngoại.

Theo những hướng dẫn của cha tôi, tôi tìm một tài xế xe ôm và đưa ông ấy tờ giấy nhỏ ghi nguệch ngoạc địa chỉ nhà. Không lâu sau, chúng tôi đã đến nơi, và ngay lập tức tôi nhận ra ông nội của mình đang ngồi trên ghế xếp trước cửa hàng bán bình gas. Một tấm bảng lớn có chữ "Bình Minh Gas" treo ngay trước hiên nhà.

Ông cười và vẫy tay khi tôi bước xuống xe máy. Người ta thường nói tôi là bản sao của cha tôi, nên cho dù tôi đã không gặp ông nội nhiều năm, nhưng tôi biết ông sẽ nhận ra tôi là con gái của ông Nghĩa.

Một cảm giác căng thẳng chạy sọc qua người tôi. Tôi không biết phải nói gì với ông. Tôi cũng rất lúng túng về tiếng Việt của mình chưa tiến bộ được qua mức căn bản. Tôi nhớ là tiếng Anh của ông nội cũng không tốt lắm, nên tôi biết ông và tôi sẽ nói chuyện với nhau như thế nào. Tuy nhiên ông đã phá vỡ không khí ngột ngạt bằng tiếng cười sảng khoái và một cái vỗ nhẹ vào lưng trấn an tôi. Qua tính cách của ông, tôi thấy ông gần giống với chú Tuấn, anh cả của cha tôi, người sống ở New Orleans, luôn hài hước và cười đùa, không như người cha nghiêm nghị của tôi.

Ông nội nói: "Ông đã nói với ba của con là con sẽ đến thăm ông."

Tôi trả lời: "Dạ con biết. Ông nói đúng."

Ông nội tự hào chỉ vào tấm bảng hiệu và giới thiệu: "Đây là ông nè – Bình Minh Gas. Nhưng đừng nói với ai là ông có kinh doanh ở Việt Nam nha. Họ sẽ tính thuế của ông ở Mỹ nếu họ biết ông có cửa hàng ở bên này."

"Dạ, con sẽ không nói với ai," tôi hứa với ông nội.

Ông lại nói tiếp với giọng hào hứng: "Ở đây mọi người nói chuyện với ông. Nhưng ở Mỹ thì chẳng có ai. Ông ở trong nhà và không ai đến thăm. Bên này, ông ngồi ngoài đường, người ta đi qua đi lại vẫy tay với ông dù ông không biết họ. Ở bên này ông không có cảm giác cô độc."

Tôi cũng cảm nhận sự khác biệt giữa cuộc sống ở Mỹ và ở Việt Nam, nhưng tôi không giải thích được những suy nghĩ phức tạp đó của mình cho ông biết. Cuộc sống ở Việt Nam gần gũi hơn, một phần do thực tế là mỗi ngày bạn gặp nhiều người hơn. Nhưng tôi biết là nó hơn cả ý nghĩa của "cuộc sống sôi động." Tôi thấy mình gần gũi hơn với những người bạn mới mà tôi đã gặp vì chúng tôi có nhiều thời gian với nhau. Mặc dù tôi không quen biết nhiều người ở Việt Nam nhưng tôi có cảm giác mình là một phần của cộng đồng này hơn là khi tôi ở Mỹ. Do đó tôi đã hiểu những gì ông nội tôi nói về Việt Nam.

Trong lúc ông nội và tôi ngồi cạnh nhau, những người còn lại di chuyển chung quanh chúng tôi, dọn dẹp toàn bộ lối vào phía trước cửa hàng thành một phòng ăn tạm thời. Mọi người xếp bàn, những cái ghế đẩu nhỏ, và mang ra những đĩa thức ăn từ căn bếp đâu đó trên lầu.

Tôi từng nghe, mặc dù tôi không nhớ rõ ai đã nói, rằng ông nội tôi có hai người vợ khi ông ở Việt Nam – một là bà nội của tôi, và người vợ kia là một phụ nữ gốc Hoa. Bà nội tôi và những người con của bà di dân đến Mỹ sau chiến tranh, còn gia đình người phụ nữ kia vẫn ở lại Việt Nam.

Căn phòng phía trước bắt đầu tấp nập người. Bất ngờ tôi nhận ra tôi đã là một vị khách vinh dự – là lý do để mọi người chuẩn bị một bữa ăn chiều thịnh soạn như thế. Tôi liếc thấy một người đàn ông có vẻ ngoài giống cha của tôi đến kinh ngạc, giống hơn nhiều so với những người chú của tôi. Tôi nghĩ chắc ông ấy là anh em cùng cha khác mẹ với cha tôi, một người con trai thuộc gia đình thứ hai của ông nội.

Ông ấy tiến đến chỗ tôi, nở nụ cười tươi và hỏi chuyện bằng tiếng Anh dạng "bồi": "Ba của con khỏe không?"

Tôi trả lời: "Dạ, ba con khỏe"

"Sao ba con không về thăm mọi người?"

Tôi lắc đầu và nói: "Con không biết rõ."

Ông nội tôi nói xen vào: "Chúng ta nên gọi cho ba con. Gọi đi. Con nghĩ ba của con có đang ở nhà không?"

Mọi người mang xuống một máy tính, một điện thoại kết nối vào máy tính để thực hiện cuộc gọi qua mạng internet.

Tôi nghe tiếng cha tôi trả lời "Alo" từ một nơi xa. Ông nội là người nói chuyện với cha tôi trước – hỏi thăm cuộc sống cha thế nào, và nói với cha là tôi đang ở đó và cả nhà chuẩn bị ăn cơm tối với nhau. Cuộc nói chuyện của hai người kéo dài chỉ vài phút, và người đàn ông giống cha tôi như đúc nói xen vào. Cha tôi trả lời theo phong cách "một từ" quen thuộc của ông.

Tôi đã tự hỏi liệu hai gia đình của ông nội tôi có từng gặp nhau không? Họ có biết nhau khi lớn lên không? Có từng nghe nói về nhau trước khi trưởng thành không? Có sự ghen tuông giữa hai người vợ, hai gia đình không? Ông nội của tôi có thiên vị gia đình nào không? Tôi thậm chí không biết là bây giờ ông nội có sống chung với người vợ thứ hai hay không. Có quá nhiều câu hỏi xuất hiện trong suy nghĩ của tôi, tất cả đều không thể hỏi bằng khả năng tiếng Việt quá thô sơ của tôi. Tôi còn suy nghĩ cả về cuộc sống cá nhân tôi sẽ có gì khác nếu gia đình bên cha của tôi vẫn còn ở Việt Nam? Nếu gia đình thứ hai của ông nội tôi là những người ra đi, còn chúng tôi ở lại thì sao? Nếu tôi lớn lên ở Việt Nam thì sao?

Tôi không biết những câu trả lời cho hàng loạt câu hỏi đó, nhưng nó đè nặng trong tôi như cái nóng thiêu đốt của mặt trời Sài Gòn.

Anh cùng cha khác mẹ với cha của tôi nói chuyện với ông rất vui vẻ, và khi gác máy, chú nhìn thẳng vào mắt tôi, "Chú nghe nói về ba của con. Chú biết ba con đẹp trai, thông minh và siêng năng. Một người quyến rũ nhất và thông minh nhất!"

Ông nội của tôi nâng ly một bia nhỏ mà ai đó vừa đặt trước mặt ông và nói bằng tiếng Việt – "Tất cả là gia đình," dịch ra từ "We are all family."

Cả nhà lặp lại lời của ông nội, nâng cao những cái ly: "Tất cả là gia đình."

Tôi đã nghĩ thầm: "Chúng ta là gia đình sao? Cha của tôi cũng sẽ xem những người ở đây là gia đình của ông ư?"

NGHĨA
Vũng Tàu | 1950s

VŨNG TÀU ("BAY OF BOATS," CÒN được gọi là Cap Saint Jacques) là thành phố nhỏ nằm trên một vịnh hướng ra Biển Đông. Với vị trí chiến lược cách Sài Gòn khoảng 128 km về phía Đông, và bãi biển cát dài gần 5km, thì đây là địa điểm nghỉ dưỡng cuối tuần thông thường của người Sài Gòn. Ngày nay, tôi hình dung Vũng Tàu phải phát triển hơn xưa rất nhiều. Nhưng khi tôi còn nhỏ, sống với bà tôi ở đó, tôi nhớ những biệt thự Pháp và khách sạn Grand Hotel dọc theo con đường biển hướng ra đại dương. Bãi biển có hai ngọn núi bao quanh: ngọn núi nhỏ ở cuối hướng Nam và một ngọn núi lớn ở cuối hướng Bắc.

Một con đường dọc theo bờ biển và vòng quanh ngọn núi lớn đưa du khách đến tượng Phật Thích Ca, cao khoảng 18 mét, ngồi thế niết bàn quen thuộc, nhìn ra biển với nụ cười ẩn ý và viên mãn. Bức tượng do những ngư dân dựng lên vào những năm 60s với hy vọng được Đức Phật ban cho họ phước lành: họ muốn Đức Phật bảo vệ họ khỏi những lần biển động, cho họ đánh bắt được thật nhiều cá, từ năm này qua năm khác. Bà của tôi là một Phật tử và chúng tôi có nghi thức tụng kinh niệm Phật vào buổi chiều.

Gần đó có một chợ cá nơi có thể mua bán sỉ hải sản. Ngư dân sẽ mang số cá họ đánh bắt mỗi ngày để bán cho các đại lý. Những đại lý này sẽ phân phối hải sản cho toàn quốc. Đi đến cuối con đường là đến trung tâm thành phố, có chợ, các cửa hàng và bến xe đò. Cách chợ vài ngã tư đường về hướng Nam là nhà thờ Công giáo, trường trung học, và tu viện St. Bethany, nơi tôi đã từng học ở đó.

Phía Nam của bãi biển, dọc theo con đường núi nhỏ, là bưu điện ở phía bên trái và cảng cá nằm ở bên phải. Hàng trăm thuyền đánh cá đủ kích cỡ thả neo tại khu vực này. Trên sườn đồi của ngọn núi nhỏ là một số biệt thự màu trắng đẹp nhất trong thành phố – mỗi biệt thự đều có tầm nhìn hướng ra quan cảnh hùng vĩ của vịnh và Biển Đông, nơi có thể ngắm cảnh hoàng hôn và bình minh đẹp nhất trong toàn khu vực.

Xa xa về phía Nam Vũng Tàu, là Ô Quắn, hoặc "Mũi Nghinh Phong," hoặc còn gọi là Biển Roches Noires, nằm bên dưới con đường núi quanh co một độ cao khoảng là 15m. Ngay tại vị trí này, ngọn núi bất ngờ đổ dốc thẳng xuống biển. Người ta phải đi cầu thang để xuống biển, nơi có gió mạnh và nhiều sóng hơn bãi biển chính.

Cuối con đường là một bức tượng Chúa Giêsu khổng lồ với hai tay dang rộng như bức tượng ở Rio de Janeiro. Bức tượng cao 27.4m, được xây vào năm 1974, hướng ra Biển Đông. Đi qua khỏi tượng Chúa Giêsu là đến bãi sau, yên tĩnh hơn và ít du khách hơn bãi biển cát trắng. Những quán bar dọc bãi biển có những chiếc ghế dài, nơi người ta có thể ngồi hàng giờ liền, ngắm nhìn biển và người bơi lội. Nơi này có phục vụ ăn và uống. Tôi thích bãi sau, nhưng nó ở quá xa để có thể đến đó mà không đi xe hơi hoặc xe gắn máy.

Con đường phía sau đi vòng qua những cồn cát, vài ao hồ, ngôi chùa chính, "đình", vườn cây nhãn của bà tôi, rồi quay trở lại thị trấn. Trên đỉnh của ngọn núi nhỏ là ngọn hải đăng do người Pháp xây vào năm 1910, chiếu sáng lên toàn thành phố. Đi xe đến Vũng Tàu từ Sài Gòn, kiến trúc đầu tiên người ta nhìn thấy là ngọn hải đăng. Một ngọn hải đăng, một bức tượng Giêsu, và Đức Phật Thích Ca đã bảo vệ cho thành phố biển này. Và bằng cách nào đó, ba kiến trúc này đại diện cho những gì tôi hoài niệm về cuộc đời mình nơi ấy: trường đạo, Phật giáo tại nhà, và những luồng ánh sáng, đưa tôi trở về với sự thanh bình của thời thơ ấu.

Vũng Tàu mang hơi thở trầm lặng, đơn giản và nét quyến rũ của một thành phố. Sự thanh bình của vùng đồng quê đã bị phá vỡ bởi dòng người Sài Gòn đổ về mỗi cuối tuần, khiến dân số tăng gấp đôi, gấp ba chỉ sau một đêm. Nhu cầu phòng trọ, thực phẩm và giải trí tăng vọt, thường vượt quá sức tải của địa phương vào những ngày cuối tuần. Những người nội trợ, gồm cả bà ngoại của tôi, dùng nhà của họ cho khách thuê. Họ đi ra biển mỗi trưa Thứ Sáu để tìm khách.

Du khách lái ô tô dạo quanh thành phố và những con đường vắng. Những xe hơi, xe máy vốn hiếm thấy vào những ngày trong tuần bỗng dưng xuất hiện từ đâu đó. Những hàng xe nối đuôi nhau là chuyện bình thường, đặc biệt là những con đường trước biển. Các tài xế giành quyền ưu tiên khi chạy qua những con đường nhỏ hẹp giữa tình trạng giao thông đông đúc. Khắp mọi nơi đều có thể nghe tiếng la hét, tiếng cười vang. Bãi biển trở nên đông đúc, ồn ào, náo nhiệt với ánh đèn và âm thanh. Tôm hấp cay, nghêu luộc, và đặc biệt là cua rang muối của những gánh hàng rong, có thêm món khô mực nướng đặc biệt ăn với tương ớt. Từ xa hàng trăm dặm vẫn có thể nghe tiếng nhạc ầm ĩ.

Sau những đêm Thứ Sáu và Thứ Bảy ồn ào, sự bình yên quay trở lại với thành phố khi từng người một, "những khách lạ" thu dọn hành lý và rời đi vào sáng Chủ Nhật, để hàng tấn rác thải ở lại. Lúc này là lúc bà tôi làm vệ sinh sạch sẽ ngôi nhà, xếp đặt đồ vật trở lại vị trí cũ, và sẵn sàng để đón khách mới.

Những ký ức của tôi ở Vũng Tàu, với bà tôi và ngôi nhà của bà vẫn còn rất mãnh liệt. Như những người phụ nữ Việt Nam khác, bà thích nhai trầu và cau trộn với một ít thuốc lá. Trong những lần gặp gỡ khách ngoài xã hội, trò chuyện về gia đình và công việc kinh doanh, bà thường dùng trầu cau mời khách. Những thứ này trộn lẫn với nhau làm cho họ có cảm giác "phấn khởi và khích động." Sau khi nhai, họ nhổ chất lỏng màu đỏ vào trong một cái lọ, hoặc đôi khi nhổ ra ngoài nền đất, chừa lại một chất bã, khi bị giẫm lên sẽ dính vào đế giày như keo dán.

Tôi vẫn nhớ căn nhà phố bà tôi từng sống ở đó. Nhiều năm sau, bà chuyển đến ngôi nhà ở vườn trái cây và cho những du khách từ Sài Gòn đi nghỉ dưỡng cuối tuần thuê ngôi nhà phố. Ngôi nhà của bà tôi là căn đầu tiên của một dãy bảy căn nhà một tầng. Nó được chia ra ba phần đều nhau: phòng sinh hoạt, phòng ngủ và khu vực bếp với phòng tắm. Cửa chính có lối vào thẳng phòng khách, nơi có một tủ đựng chén, một bàn ăn và một bàn thờ cao 1.5m làm bằng gỗ tốt, chạm khắc những họa tiết xà cừ.

Trên bàn thờ trong căn nhà phố là tấm ảnh một người đàn ông đẹp trai mà tôi ước gì mình được biết: ông của tôi. Ông đã mất trước khi tôi có cơ hội gặp ông, không lâu sau khi ông bà mua vườn nhãn. Hai bên di ảnh của ông có một chân nến bằng đồng, phía trước có một lư hương, một chiêng đồng và một đĩa bằng đồng đựng trái cây cúng. Một tuần một lần, bà tôi mua chuối, xoài hoặc bất cứ loại trái cây nào theo mùa, rồi bà thắp nhang, gõ vào cái chiêng đồng vài cái, cúi lạy trước di ảnh của ông và khấn nguyện. Tôi hiểu nghi thức đó là "thờ cúng tổ tiên," một ý nghĩa của người sống thể hiện lòng tôn kính và biết ơn với người đã khuất, giữ cho linh hồn của người đó được bình an bên kia thế giới. Ngược lại, linh hồn người khuất sẽ che chở bảo vệ cho gia đình khỏi "hồn ma bóng quế" và những tai ương trong cuộc sống. Nếu một linh hồn không được thờ cúng đúng cách, hồn ma đó sẽ giận dữ và có thể làm hại gia đình.

Cả gia đình ngủ ở phòng giữa trên ba chiếc divan lớn màu nâu sẫm ngang 1.5m và dài 2m. Chúng tôi nằm trên những tấm phẳng cao gần 1 mét, không có nệm. Bề mặt gỗ cứng đó là giường của chúng tôi. Mặt gỗ mát lạnh, và chính vì vậy rất hấp dẫn vào mùa Hè nóng bức. Tuy nhiên vào mùa Đông, những chiếc divan lạnh và không dễ chịu. Vào ban đêm, mỗi người nằm trên một tấm chiếu rơm và treo mùng chống muỗi. Tất cả phải cuốn lại và tháo xuống vào buổi sáng. Không có ngoại lệ, ai cũng phải theo những thói quen như nhau mỗi ngày. Do đó, đi ngủ là một thói quen đơn điệu nhưng lại cần thiết. Những con muỗi khát máu bay vào nhà vào ban đêm, đói đến mức chúng sẽ lao thẳng vào da thịt nào không được bảo vệ, rồi để lại những vết muỗi đốt sắc bén, đau đớn, sưng tấy, và có thể dẫn đến tình trạng bệnh lý nghiêm trọng như sốt rét hoặc sốt xuất huyết.

Khi chúng tôi có khách đến nhà, chúng tôi nhường cho khách ngủ ở những divan và chúng tôi ngủ trên võng hoặc nhà ở vườn nhãn.

Phòng sau của căn nhà gồm một phòng tắm, nhà bếp và phòng ăn, dẫn ra một sân nhỏ, không có cửa sau. Nơi đó có một nhà vệ sinh ngoài trời cho nhu cầu cá nhân. Việc nấu ăn được thực hiện bằng than củi hoặc gỗ. Thỉnh thoảng khói lan tỏa khắp khu vực bếp và làm nhám đen những bức tường. Vì thời đó không có tủ lạnh nên bà ngoại tôi, như những bà nội trợ khác, đi chợ mỗi ngày để mua trái cây và rau tươi.

Đây là cuộc sống ở vùng nông thôn Việt Nam những năm 1950 mà tôi nhớ. Một cuộc sống giản dị, nơi người ta có thể sống trong một ngôi nhà gạch có điện và đôi khi có nước máy, trong khi chỉ cách đó nửa dặm, có người sống trong lều tranh, dùng nước giếng và đèn dầu.

Thời gian lưu trú ở nông trại đã mang đến cho tôi cái nhìn rất riêng về cuộc sống ở thôn quê. Vì vùng quê không có nước máy nên mọi người trữ nước mưa trong các lu đất lớn đặt bên hiên nhà. Suốt mùa khô, nhiều công nhân được thuê để gánh nước từ giếng gần đó đổ đầy vào lu. (Vì nước được giữ trong lu thời gian dài, nên đây là môi trường lý tưởng cho muỗi sinh sản.) Những con tắc kè dài khoảng 17cm bò trên tường vào ban đêm, báo hiệu sự có mặt của chúng là tiếng kêu đặc trưng : Cắt Kè . . . Cắt Kè . . . Cắt Kè . . . Bên ngoài, những con gà mái cảnh báo chúng tôi rằng chúng đã đẻ trứng bằng tiếng Cù Tác . . . Cù Tác . . . Cù Tác . . . Khi đó, tôi biết tới lúc chạy ra ngoài và nhặt những quả trứng tươi.

Các vườn trái cây có khoảng từ 40 đến 50 cây nhãn, vài cây ổi và đu đủ. Những cây nhãn cao từ 6m đến 9m ra hoa vào mùa Xuân, và sau đó những trái nhãn nhỏ xíu cần phải được bao phủ đến khi nó lớn. Để với tới những cành ở xa bên ngoài, người ta phải dùng thang mới trùm được những chùm nhãn trên đó. Người làm vườn bẻ những cành gần nhất và cẩn thận nhét những chùm nhãn vào trong những túi rơm. Sau đó, họ buộc chặt cổ túi lại, ngăn không cho dơi ăn quả.

Những con dơi ra khỏi hang khi trời chạng vạng tối, bay nhiều vòng trên các cây trước khi đáp xuống "mồi" của nó. Dơi rất thích những trái nhãn mọng nước và có thể ăn sạch cả một cây trong vài đêm, làm cho số lượng thu hoạch bị giảm đi nhiều. Từ hai đến ba tuần, những người làm vườn phải làm thật nhanh để ngăn chặn không cho những con dơi bị đói tìm đến ăn trái. Một khi trái đã được bảo vệ cẩn thận, người dân có thể yên tâm nghỉ ngơi từ hai đến ba tháng để chờ trái chín.

Cuối mùa Hè, không khí ngập tràn hương nhãn chín. Bà ngoại sẽ kiểm tra xem nhãn đã thu hoạch được chưa. Bà tháo dây buộc túi rơm, mở rộng miệng túi trước khi cẩn thận kéo chùm nhãn ra, không để chạm vào những trái nhãn. Vào mùa thu hoạch, những người làm công sẽ bẻ những cành cây có treo túi vải đó và đưa cho bà ngoại. Bà tháo những cái túi nặng trĩu, lấy nhãn chín ra và để sang một bên. Tôi nhớ sự vui mừng trong giọng nói của bà, tiếng "aahs" vui vẻ thốt lên khi bà nhìn thấy những quả nhãn vàng mọng. Bà nâng niu những chùm nhãn trên tay, vì khi nhãn còn nguyên cuống sẽ có giá trị hơn những trái nhãn riêng lẻ.

Những trái chín có một lớp vỏ mỏng màu vàng pha hồng nhạt bao bọc bên ngoài, khi lột vỏ, bên trong chảy ra một loại nước ngọt, có mùi trái cây. Bí quyết là phải hứng nước đó trước khi nó đổ vào quần áo. Sau đó, bạn thả quả vào miệng và dùng lưỡi để bóc lớp thịt mềm, mịn, mọng nước ra khỏi hạt màu nâu. Sau khi tách hết lớp thịt, đến lúc nhả hạt ra và thưởng thức phần thịt nhãn mọng nước.

Tôi thích vị ngọt và nước của trái nhãn, và không bao giờ cưỡng lại được sự cám dỗ nếm thử, mặc dù ăn quá nhiều có thể bị khó tiêu hoặc đau bụng.

Trong mùa thu hoạch, các đại lý bán sỉ đến vườn nhãn để có một mức giá tốt. Họ mua trái cây với số lượng và mang ra chợ để bán lại. Trong vòng hai đến ba tuần, vụ thu hoạch đã hoàn tất và đến lúc dọn dẹp. Những chiếc túi rơm được phơi khô dưới ánh nắng mặt trời và sau đó được cất đi để có thể sử dụng lại vào mùa tiếp theo.

Có lần tôi đi thăm ngôi đình, cách vườn cây ăn trái khoảng 4km gần bãi sau Vũng Tàu. Trên bốn góc mái nhà chạm khắc bốn con rồng mạ vàng, mỗi con ở một góc, trang trí cho trung tâm cộng đồng, nơi diễn ra mọi hoạt động của thành phố. Những người trong làng ăn mừng một con cá voi mắc cạn gần làng và chết vào đêm hôm trước, vì đó là điều bất thường, thậm chí chưa từng nghe đến.

Theo các truyền thống vay mượn từ người Chàm cách đây nhiều thế kỷ, dân làng sẽ tỏ lòng tôn kính lần cuối cùng cho Cá Ông (vua của các loài cá) để những linh hồn của nó không làm hại ngư dân. Người Chàm, một nền văn minh Hindu, đã phát triển rất mạnh ở miền Trung Việt Nam giữa thế kỷ thứ 7 và thứ 18 sau Công Nguyên. Người Việt đã tiếp nhận rồi thích nghi để trở thành văn hóa của mình. Không giỏi đi biển như người Chàm, họ làm như vậy với hy vọng những con cá voi sẽ bảo vệ ngư dân của họ khỏi những nguy hiểm của biển cả. Người Chàm cũng để lại những ngôi đền bằng đá và gạch khổng lồ - đền thờ của các vị thần - dọc theo bờ biển miền Trung Việt Nam. Ngày nay, những nơi này trở thành địa điểm thu hút khách du lịch.

Các nhà sư mặc áo cà sa màu vàng nghệ chủ trì buổi lễ chưa từng có này. Có những lễ vật thông thường là trái cây, hoa và thức ăn, nhưng tất cả dường như đều nhiều hơn những ngày khác. Tôi đứng đó trong sự ngạc nhiên, nhìn những đĩa to đầy ắp trái bưởi căng mọng, cam xanh nhiệt đới, nhãn chín mọng, măng cụt tím, và những trái sầu riêng đầy gai có mùi vị khó chịu. Tôi mở to mắt nhìn những bông sen trắng duyên dáng, hoa cúc vàng và lay ơn đỏ được trưng bày tỉ mỉ trong những chiếc bình gốm khổng lồ. Một làn khói mỏng tỏa ra từ hàng trăm cây nhang và nến đang cháy. Dân làng mang đến những cái bánh nếp nấu ở nhà, cùng với nhiều món ăn chay, để dâng lên Đức Phật và linh hồn Cá Ông. Thức ăn và nước uống sẽ được mang ra sau đó.

Con Cá Ông nhìn to đến mức tôi sợ hãi không dám đến gần. Mặc dù nó đã chết nhưng nhìn vẫn rất đáng sợ với đôi mắt to, đục, trọng lượng to nặng, nằm trên một dãy bàn đặt giữa sân đình. Tôi chưa bao giờ nhìn thấy một con cá lớn như vậy. Tôi tự hỏi làm sao những dân làng nhỏ bé có thể khiêng chuyển một loài động vật có vú lớn như thế từ bãi biển đến nơi này, đặc biệt là qua những con đường làng nhỏ và quanh co. Tôi cũng không biết họ sẽ làm gì với con cá. Có lẽ toàn bộ dân làng đã cùng nhau đưa con cá voi ra khỏi bãi biển.

Nhiều năm sau tôi mới biết sau đêm đó, dân làng đã vứt xác Cá Ông nhưng vẫn giữ bộ xương cá trong chiếc tủ kính lớn ở Lăng Cá Ông (Đền Cá Ông). Kể từ đó, Vũng Tàu có thể hãnh diện là một trong số ít nơi có đền thờ dành riêng cho "tục thờ Cá Ông", một nơi du khách có thể đến để bày tỏ sự tôn kính vị cứu tinh của ngư dân này.

VÀO MỘT DỊP KHÁC, HÁT BỘI, thể loại nhạc kịch truyền thống của Việt Nam tái hiện các chủ đề kinh điển (cái thiện chống lại ác, thánh chống lại ma quỷ) đã được trình diễn tại đình làng. Các nhân vật có năng lực siêu phàm tham gia vào những cuộc mạo hiểm kỳ thú, cố gắng chứng minh nhân cách tốt hơn những loài vật độc ác hoặc những kẻ gian xảo. Các diễn viên nam và nữ mặc trang phục truyền thống nhiều màu sắc, mang kiếm và giáo, đeo những lá cờ đã được đính vào lưng của họ. Cách hóa trang thật đậm trên gương mặt của họ không chỉ thể hiện vai diễn họ đang hóa thân mà còn truyền đạt tính cách của nhân vật. Một người có tính cách mạnh mẽ và dũng cảm luôn có gương mặt sơn màu đỏ, lông mi đen tuyền và bộ râu dài, bóng mượt. Theo nhịp điệu của các nhạc cụ truyền thống như chũm chọe, chiêng, trống cơm và sáo, các diễn viên vừa kể lại những câu chuyện quen thuộc vừa múa bộ và di chuyển quanh sân khấu. Mỗi điệu bộ hoặc biểu cảm trên gương mặt đều là biểu tượng và đầy đủ ý nghĩa lịch sử.

Những đêm hát bội này thật kỳ diệu và có giá trị to lớn, thu hút khán giả gần xa. Tôi nhớ tôi đã bị cuốn hút vào những bộ trang phục đầy màu sắc, những biểu cảm trên gương mặt, đạo cụ và vũ đạo của các diễn viên. Tôi đặc biệt thích những vở kịch mà các vai thiện chiến thắng những vai ác.

Sau khi tôi xem vở hát bội đầu tiên, tôi đã xin bà ngoại tôi dẫn đi xem lần thứ hai. Tôi vẫn nghĩ về những kỷ niệm này với một tâm hồn nhẹ nhàng, dù thật khó khăn khi sống xa gia đình. Bây giờ tôi tự hỏi, khi còn nhỏ tôi bị những nhân vật đó thu hút có phải vì trong tâm trí tôi, họ là hình ảnh của miền Nam Việt Nam – một Việt Nam của tuổi thơ của tôi, một đất nước mà tôi hy vọng ngày nào đó sẽ chiến thắng tất cả những kẻ thù muốn xâm chiếm nó.

CHRISTINA
Vũng Tàu & Đảo Phú Quốc | 2003

SAU KHI RỜI SÀI GÒN, CHÚNG tôi đã lên tàu để đi Vũng Tàu, nơi chúng tôi sẽ dự lễ cưới của một giáo viên tiếng Anh quen ở Hà Nội. Anh ấy đến từ Anh quốc, và vợ sắp cưới là người Việt Nam. Tôi chỉ biết hai người này một thời gian ngắn nhưng cả hai đã rất thân thiện, mời Mai và tôi tham dự tiệc cưới.

Trong thời gian ngắn ngủi tôi sống ở Việt Nam, tôi đã gặp nhiều người nước ngoài kết hôn với phụ nữ Việt. Vài gia đình Việt Nam có thể khó chấp nhận người nước ngoài; vài gia đình khác cảm thấy kết hôn với người nước ngoài có thể mang lại cơ hội tốt hơn cho con gái và những đứa cháu tương lai của họ. Tôi đã nghe một số ít phụ nữ Việt Nam nói rằng đàn ông nước ngoài đối xử với họ tốt hơn đàn ông bản xứ, những người thường không chia sẻ công việc nhà với họ vì xem đó không phải là trách nhiệm của người đàn ông trong gia đình. Tôi chú ý vào buổi sáng có rất nhiều đàn ông Việt Nam ngồi nhâm nhi cà phê và hút thuốc trong khi những người phụ nữ ra chợ mua thức ăn cho cả gia đình.

Kể từ khi đến Hà Nội tôi đã không quan tâm đến cuộc sống tình cảm riêng tư của mình. Tôi từng một lần chia sẻ với Thi rằng có thể Thomas sẽ trở thành tình yêu của đời tôi – nhưng Thomas là người đồng tính, nên mối tình đó không thể là một lựa chọn. Tôi ra ngoài với bạn bè ba hoặc bốn lần một tuần, gặp một vài người, gồm cả những bạn trai thú vị từ khắp nơi trên thế giới. Nhưng tôi đã không muốn một mối quan hệ tình cảm nào với họ.

Tôi đã phải lòng, hay đúng hơn là say mê, một người đàn ông người Mỹ, đó là Sam, làm việc cho chính phủ Hoa Kỳ tại Hà Nội. Tôi đã gặp anh tại Diễn đàn Chính sách HIV/AIDS đầu tiên mà tôi tham dự và ngay lập tức bị "tiếng sét." Khi tôi kể với chị Thanh về Sam, chị cũng nhìn nhận chị đã từng như thế đối với Sam. Ở Sam có sự thu hút đó, đặc biệt là với phụ nữ. Anh ấy điển trai và hoạt ngôn. Trước khi đến Việt Nam, Sam có học bổng tu nghiệp một năm ở Cambodia. Anh ấy đã du lịch khắp nơi trên thế giới và tôi nghĩ anh là một trong những người đàn ông hoàn hảo và thú vị nhất mà tôi từng gặp.

Tại buổi hội thảo tôi gặp anh lần đầu tiên, Sam thu hút tất cả mọi người chung quanh anh, gồm các đồng nghiệp người Việt và những đối tác. Sau đó khi tôi nhìn thấy anh ấy trong thành phố, ở anh toát ra một nét bí ẩn vì anh thường đi một mình. Sam có vẻ gì đó khó hiểu và quyến rũ.

Dần dần, chúng tôi đã trở thành bạn. Càng biết về anh, tôi càng cảm phục. Sam cũng là một người có sự sáng tạo và rất nghệ sĩ. Anh thiết kế và tự sơn những đồ dùng của anh, thậm chí anh còn tự làm mới đồ đạc trong nhà của anh.

Những người bạn Việt Nam thường hỏi tôi khi nào sẽ kết hôn, hoặc tôi có bạn trai ở Mỹ không? Tôi đã không thể giải thích rằng điều đó đơn giản không phải là một ưu tiên của tôi lúc bấy giờ, mặc dù tôi không biết chắc chắn điều gì mới thật sự đang là mục tiêu đưa lối dẫn đường cho tôi. Không giống như những người bạn cùng trang lứa ngoài hai mươi, việc đi tìm bản thân và những mảnh vỡ của quá khứ dường như chiếm vị trí quan trọng nhất trong cuộc sống của tôi – không phải nấc thang danh vọng, không phải là mối quan hệ, mà là sự hiểu biết sâu đậm hơn về lịch sử gia đình tôi.

CHÚNG TÔI CHỈ Ở LẠI VŨNG TÀU vài ngày, nhưng tôi đã có thể hiểu vì sao cha tôi lại nhớ về nơi này – một phong cách từ tốn quyến rũ của miền Nam vẫn đọng lại trong ký ức của ông. Chúng tôi đã thuê xe đạp chạy quanh thành phố, và ngồi trên bãi biển uống nước trái cây tươi, ngửi mùi hải sản thơm lừng đang được chế biến tại các nhà hàng gần đó. Dọc theo bờ biển cũng có những quán bar và tôi nhận ra thật dễ chịu khi chỉ ngồi đó hàng giờ, trò chuyện và thả hồn theo tiếng sóng vỗ bờ.

Một buổi chiều khi chúng tôi rời khách sạn, có một tai nạn xe máy xảy ra ngay trước nơi chúng tôi ở. Hai thanh niên đi ngang, nhìn vào và nói với nhau bằng tiếng Việt, "không chết." Chỉ như thế, rồi họ tiếp tục bước đi.

Tôi tự hỏi có phải thái độ này là kết quả từ bao nỗi tang tóc mà người Việt Nam phải chứng kiến trong cuộc đời họ hay không? Những thanh niên kia đã lớn lên sau Chiến Tranh Việt Nam, nhưng có lẽ do chiến tranh – thật ra là vô số cuộc chiến – đã tàn phá đất nước qua nhiều thế kỷ, trở thành một phần của lịch sử và cả sự hiểu biết của họ về sự sống, đến nỗi họ có khái niệm về cái chết khác với tôi, một người Mỹ.

SAU KHI RỜI VŨNG TÀU, ĐIỂM đến kế tiếp của chúng tôi là Phú Quốc, nơi chúng tôi nghe nói là một hòn đảo thiên đường tuyệt đẹp. Vì lúc đó là Tết, thời điểm mà nhiều người nước ngoài sống ở Việt Nam sẽ tạm xa những thành phố lớn để đến những bãi biển như Phú Quốc.

Tất cả chuyến bay từ Sài Gòn ra Phú Quốc đều kín chỗ, nên chúng tôi phải đón xe khách ra Rạch Giá, sau đó đi tàu. Nhiều năm trước – năm 1975, trước khi Sài Gòn sụp đổ, theo những gì tôi đã đọc trong The Pink Lotus – cha tôi đã đón xe đò đi Rạch Giá, rồi Phú Quốc. Cuối cùng ông đã trốn thoát từ hòn đảo này, nơi đang phát triển thành một điểm du lịch.

Mai là người đã sắp đặt mọi thứ cho chuyến đi và cô ấy không vui vì điều đó. Mai cảm thấy không thoải mái khi phải mang trách nhiệm điều phối tất cả kế hoạch trong chuyến du lịch của chúng tôi, vì cả Stephen và tôi đều không nói rành tiếng Việt.Tuy nhiên, khi chúng tôi đến đảo và tìm được một chỗ ở khá rẻ, ngay lập tức, mọi lo lắng của chúng tôi dường như tan biến. Phú Quốc thật sự là một đảo thiên đường.

Bình yên – đó là từ phù hợp nhất tôi có thể diễn tả về đảo Phú Quốc. Nơi này thời gian có vẻ trôi đi rất chậm.

Chúng tôi thuê xe ôm chở chúng tôi đến thị xã để đi chơi và mua trái cây tươi. Con đường bụi đất dẫn ra thị xã bằng xe máy rất dài, nhưng nhìn thấy đại dương ở xa xa khiến chuyến đi trôi qua nhanh chóng.

Khí hậu của hòn đảo rất trong lành, không như không khí ô nhiễm ở Hà Nội và Sài Gòn, đầy khói bụi của xe. Chúng tôi ngồi hàng giờ trên bãi biển, suy nghĩ vẩn vơ và đọc sách. Buổi chiều chúng tôi đến một trong những nhà hàng gỗ cạnh bờ biển ăn hải sản tươi.

Mai đã bị hòn đảo thiên đường này quyến rũ, và cô bắt đầu nghĩ đến việc nói cha mẹ của cô đầu tư đất ở đó. Cô hình dung về kế hoạch xây một khu nghỉ dưỡng như một cách đầu tư. (Chỉ trong vài năm, giấc mơ đó đã trở thành hiện thực và mỗi năm, Mai sẽ ở Phú Quốc một khoản thời gian để quản lý khu nghỉ dưỡng.)

Khi tôi ở đó, tôi đã nghiệm ra được cái trớ trêu của lịch sử – những kinh nghiệm của tôi ở Phú Quốc, và Việt Nam nói chung, khác biệt như thế nào so với của cha tôi. Tôi chắc chắn rằng khi ông đóng quân ở Phú Quốc một thời gian ngắn, ông vẫn có thể cảm nhận không gian bình yên. Trên hòn đảo nhỏ đó, hẳn là đã có những giây phút cha tôi thấy mình cách cuộc chiến hàng dặm xa. Nhưng cùng lúc đó, cũng có quá nhiều thứ bất an trong cuộc sống của ông. Tôi đã nghĩ rằng ký ức về Phú Quốc vẫn còn đè nặng trong tâm trí ông. Chính ở nơi này, sau tất cả, là những bước chân cuối cùng của ông trên mảnh đất quê hương và cũng là những bước chân đầu tiên đưa ông đến tự do. Ngược lại, đối với tôi, nó chỉ đơn giản là một hòn đảo thiên đường không ràng buộc với tôi bất cứ "hành trang" nào. Tôi cũng chợt nhận ra khi đó tôi trạc tuổi của cha khi ông nhập ngũ, cuộc sống của tôi đã hưởng nhiều đặc ân hơn cha tôi như thế nào. Tôi không biết tôi có thừa hưởng được sức mạnh của cha tôi trong mình hay không, hoặc tôi sẽ ra sao nếu ở trong hoàn cảnh như của ông.

Có lẽ tôi sẽ không bao giờ biết trọn vẹn câu chuyện của cha tôi, nhưng qua trực giác, tôi có thể hiểu những góc nhìn và mối liên kết với Việt Nam của chúng tôi khác nhau và đầy tương phản. Tình yêu dành cho Việt Nam của cha và tôi – trong tất cả hình dáng, đường nét, và chất liệu, cũng khác nhau.

NGHĨA

Vũng Tàu | 1950s

TÔI ĐÃ LỚN LÊN TRONG HAI thế giới: một thuộc về truyền thống của người Việt Nam, một thuộc về nền văn hóa còn sót lại của thực dân Pháp. Hai thế giới này cùng tồn tại thoi thóp vào cuối những năm 1950s trước khi nhường chỗ cho một xã hội số đông là người Việt Nam. Những người Âu Châu đã đến Đông Nam Á tìm kiếm gia vị, thương mại, và một tuyến đường vào Trung Quốc từ đầu thế kỷ 16. Những người khác đã tận dụng cơ hội này để truyền đạo và rao giảng Công Giáo. Ban đầu, dù có một chút lo sợ, nhưng các vua và hoàng đế nước Việt đã làm ngơ và dung dưỡng cho họ. Với niềm tin họ là con của Thượng Đế, có sứ mệnh làm hoàng đế, họ không cảm thấy bị đe dọa bởi những người ngoại đạo. Tuy nhiên, khi sức ảnh hưởng của các linh mục ngày càng lớn, tâm trạng không thoải mái chuyển sang nghi ngờ, rồi sợ hãi. Theo lời khuyến dụ của các quan lại (quan chức triều đình), vua chúa nước Việt đã đóng các cửa khẩu và mọi quan hệ, cố gắng giữ sự ảnh hưởng từ nước ngoài ở mức thấp nhất. Sự tách biệt, tự cô lập đã khiến họ xa rời những tiến bộ công nghệ hiện đại có thể giúp cho việc cải thiện phúc lợi của người dân. Sự trì trệ về kinh tế và văn hóa đã sớm dẫn đến sự sụp đổ của chế độ quân chủ phong kiến trước sự xâm lược của ngoại bang.

Khởi thủy từ thời kỳ thực dân Pháp, các thành phố dân cư Việt Nam chia thành hai khu vực. Trung tâm Châu Âu gồm chợ, các cửa hàng chính. Cách đó khoảng gần 1km là nhà thờ, trường trung học, tu viện, và nhiều biệt thự khác nhau vốn là tư dinh của các viên chức người Pháp. Trong lúc tòa nhà ở khu vực Châu Âu được xây bằng gạch, thì các khu vực bản địa bao quanh khu vực Châu Âu là những ngôi nhà gỗ hoặc nhà tranh.

Khi sống ở Vũng Tàu, tôi có thể thấy sự đối lập giữa truyền thống Việt Nam và chủ nghĩa thực dân Pháp. Lần đầu tiên tôi học ở một trường ngữ pháp do cô hiệu trưởng người Pháp quản lý – một dấu tích của thời kỳ thực dân Pháp.

Vào một ngày mưa gió Tháng Mười, bà của tôi bất ngờ đến trường, mang cho tôi một cái áo mưa. Giáo viên gọi tôi đến để nhận. Dù rất biết ơn sự chăm sóc của bà, tôi vẫn thấy xấu hổ vì nổi bật giữa các phụ huynh, bà ngoại tôi xuất hiện với chiếc áo mưa. Tôi không biết xử lý thế nào trước tình huống đó và lẩm bẩm mấy tiếng mà cô giáo không hiểu được. Thay vì nói thật to "Con cảm ơn bà ngoại" thì tôi lại nói lí nhí, rụt rè làm cho giáo viên không hài lòng. Cô bắt tôi phải ở trong một cái phòng phía sau cho đến hết ngày học.

Vì bản tính không thích phiêu lưu nên tôi đã không khám phá ra phần sau của tòa nhà trước ngày bị phạt hôm đó. Tôi mơ hồ biết rằng nơi đó có một khu để chứa đồ nhưng tôi chưa bao giờ tìm hiểu công dụng thật của nó là gì. Bất ngờ là tôi thấy có những học sinh khác cũng bị "nhận án phạt" vì nhiều lý do khác nhau. Mà kỳ lạ là cuối cùng tôi đã trải qua một ngày thú vị trong căn phòng phía sau đó và thích thú với trường lớp hơn bao giờ hết. Giáo viên lúc nào cũng ở phòng phía trước, bận rộn chăm sóc những "trò giỏi," và rất ít khi đặt chân đến phòng sau, nên không ai ở đó để áp dụng biện pháp kỷ luật chúng tôi. Chúng tôi xếp những chiếc phi cơ bằng giấy và phóng vào không khí. Chúng tôi tự do làm bất kỳ điều gì chúng tôi muốn, ngoại trừ gây ra tiếng ồn.

Khi tôi đi học về ngày hôm đó, tôi để ý một phụ nữ xinh đẹp đang ngồi trong phòng khách của nhà. Cô ấy mải mê sơn móng tay. Vì tôi không biết người lạ này đang làm gì trong nhà, tôi đi ra nhà sau và hỏi bà ngoại. Bà tôi nói người phụ nữ ấy đang có vài ngày nghỉ trong khi chờ chồng của cô, một tài xế, đến đón. Cô ấy rất đẹp; tôi không thể tin cô ấy là vợ một tài xế taxi.

Trong vài ngày đó, tôi đã có một ít thời gian khó quên với cô ấy. Người phụ nữ, dù không phải là mẹ của tôi, nhưng đã rất tử tế và chu đáo dẫn tôi đi chợ, mua cho tôi vài món đồ chơi, niềm vui của bất kỳ đứa trẻ nào. Cô dẫn tôi ra bãi trước, cách nhà tôi chưa đến một cây số, nơi tôi được bơi lội trong dòng nước ấm, còn cô ngồi trên bờ đọc báo.

Khi người phụ nữ ấy rời đi, tôi nhớ cô rất nhiều. Đến mãi sau này tôi mới nhận ra đó chính là nỗi nhớ mẹ ruột của tôi, người đang ở Sài Gòn chăm lo cho anh em của tôi, dì của tôi và cậu của tôi. Và cũng mãi đến sau này tôi mới hiểu ra tôi đã góp mặt vào một cuộc "hoán đổi" gia đình để dì và cậu của tôi được học ở Sài Gòn. Tôi chưa bao giờ hiểu thấu hết vì sao mẹ của tôi chọn tôi cho cuộc "hoán đổi", nhưng khi nhìn lại, tôi lại vui vì bà đã làm thế. Tôi hạnh phúc đã có cơ hội trải qua tuổi thơ ở Vũng Tàu và vùng nông thôn thanh bình. Nhưng trong những khoảnh khắc như thế, sau khi người khách tử tế của chúng tôi rời đi, tôi chợt nhớ ra tôi nhớ mẹ tôi biết dường nào. Sẽ đến lúc, tôi hiểu rằng cảm giác đó cũng tựa hồ như nỗi khao khát của những ai đã rời quê hương xứ sở – tôi có thể tạo nên một ngôi nhà khác ở một đất nước khác, nhưng người ta mãi mãi chỉ có thể có một quê hương.

NĂM TIẾP THEO, TÔI VÀO HỌC với các sơ ở tu viện St. Bethany. Như những tổ chức Công Giáo khác, một ngày bắt đầu và kết thúc bằng việc cầu nguyện. Các sơ là những giáo viên giỏi và tôi rất thích học với họ, nhưng tôi nghĩ các sơ giỏi nhất là kinh doanh kiếm tiền. Vì các sơ biết rất rõ học sinh không thể kháng cự lại được sự cám dỗ của vị ngọt, họ đã mang tất cả loại kẹo và bánh quy để bán cho học sinh vào giờ ra chơi. Tất cả chúng tôi chạy ra khỏi lớp học để mua bánh kẹo và ăn ngấu nghiến. Các sơ cũng bán sách, bút chì, giấy và các đồ dùng học tập khác. Từ quan điểm trẻ con của tôi, có vẻ như các sơ ở tu viện đã kiếm được rất nhiều tiền.

Vào mùa Thu (mặc dù miền Nam Việt Nam chỉ có hai mùa – mưa và nắng khô), những chiếc lá trên cành sẽ rụng và phủ kín sân trường. Tôi không biết tại sao họ không thuê công nhân để quét lá – có lẽ họ không có khả năng tài chính hoặc có thể họ không muốn – nhưng họ đã yêu cầu học sinh tình nguyện giúp làm việc lặt vặt này.

Sau đó, chúng tôi sẽ được khen thưởng vì đã làm việc tốt. Sau khi lớp học bắt đầu, chúng tôi sẽ xếp hàng trước mặt sơ, và từng người một, sẽ nói lên phần thưởng của mình: Bạn Tâm của tôi đã xin 40 điểm. Sơ làm đúng ý thức trách nhiệm, ghi số vào một cuốn sổ đen lớn. Bởi vì tôi làm nhiều hơn nên tôi nghĩ tôi xứng đáng được điểm cao hơn, và tôi xin 80 điểm. Sơ cũng ghi xuống con số cho tôi. Sau đó chúng tôi trở về bàn học, vui mừng vì đã lao động tốt đồng thời kiếm thêm điểm để cộng vào, nâng lên số hạng chung của chúng tôi trong lớp học. Và như thế, mỗi buổi sáng chúng tôi trở lại, tình nguyện làm việc. Điều này có thể giải thích vì sao sân trường của các sơ luôn là nơi sạch nhất trong khu phố.

Trong khoảng thời gian nghỉ trưa từ 12:00 giờ đến 2:00 giờ trưa, chúng tôi đi bộ về nhà ăn cơm trưa và chợp mắt một chút. Có người gõ chuông lúc 1 giờ 55 phút trưa để nhắc trẻ em và nhân viên quay lại trường học và công sở. Khí hậu nhiệt đới ở Việt Nam vô cùng nóng nực (lúc ấy chưa có máy lạnh) nên giấc ngủ trưa rất cần thiết. Trong khoảng thời gian đó, đôi khi tôi nán lại, chạy giẫm nước chơi đùa trong một vũng nước nhỏ phía sau trường hoặc tìm bắt dế trong bụi rậm. Không có gì bằng tự do lang thang và tìm kiếm những gì chưa biết. Khi tôi về nhà ăn cơm trưa trễ, tôi phải chịu hàng loạt câu hỏi từ bà tôi, và thỉnh thoảng bị bà đánh vào mông nếu tôi không cho bà một câu trả lời đúng.

Vào cuối năm học, mỗi gia đình đóng góp vào lễ tốt nghiệp để cho giải thưởng của chúng tôi. Giải thưởng gồm sách vở, bút màu sáp, viết và nhiều thứ khác, được trao tặng trong một buổi lễ đặc biệt. Học sinh, phụ huynh và những người thân khác tập trung tại hội trường. Sau những bài phát biểu, học sinh được gọi tên lên bục để nhận giải thưởng. Đó là những khoảng thời gian đẹp và là những kỷ niệm về cuộc sống giản dị ở vùng nông thôn.

CHRISTINA

Hà Nội | 2003

VÀI TUẦN SAU KHI TÔI TRỞ lại Hà Nội, bạn chung nhà với David là Ali, một thiếu nữ người Canada mà tôi đã gặp trong chuyến đi, gọi cho tôi và cho biết nơi cô cư trú ở Sài Gòn có một căn phòng trống, có thể vào ở được đầu mùa Xuân.

Ali hỏi: "Nếu bạn muốn căn phòng thì nó là của bạn."

Tôi đồng ý ngay không cần suy nghĩ.

Ali cho tôi biết căn nhà tọa lạc trên đường Võ Thị Sáu, giữa Quận 1 và Quận 3, một vị trí ở khu thị tứ gần trung tâm thành phố. (Quận 1 là một trong những khu mua sắm chính hình thành nên khu trung tâm.) Sau đó tôi biết tên đường được đặt theo tên của một phụ nữ là chiến sĩ cách mạng, nữ du kích chiến đấu chống lại chính quyền miền Nam Việt Nam và các đồng minh trong Chiến Tranh Việt Nam. Ngôi nhà có năm phòng, mỗi phòng có nhà tắm riêng. Như nơi ở của chúng tôi ở Hà Nội, những căn phòng do các sinh viên vừa tốt nghiệp, có cùng "dòng máu" tìm kiếm sự phiêu lưu hoặc điều gì đó họ chưa khám phá ra trong cuộc sống của họ, nhưng có thể tìm thấy ở Việt Nam.

Tôi đã không biết tôi sẽ làm gì ở Sài Gòn, nhưng tôi cảm giác trong tôi như có một khao khát mãnh liệt, một điều đó thôi thúc tôi chuyển vào sống ở Sài Gòn.

Trong khi tôi cảm kích Hà Nội và đã bắt đầu xây dựng nhiều mối quan hệ xã hội ở đó, thì bản chất phố phường nhỏ hẹp của nó khiến tôi cảm thấy quá kỳ lạ. Cuộc sống tôi vẫn đang trong giai đoạn xây dựng và khám phá, và ở Hà Nội, tôi cảm thấy mình bị gò bó. Chỉ sau này tôi mới nhận ra đây chính là khuôn mẫu trong suốt những năm

20 của tôi – không biết khi nào ở, khi nào đi, và chỉ đơn giản là quyết định ra đi.

Qua chương trình thực tập, tôi biết UNICEF sẽ tuyển một đại diện quảng cáo quốc tế làm việc với họ về một chiến dịch giúp lan truyền sức mạnh tuổi trẻ của Việt Nam. Tôi tổng hợp các yếu tố, vị trí ở một công ty quảng cáo quốc tế, hiện diện trên khắp cả nước, sẽ đáp ứng mong muốn thay đổi xã hội của tôi và cả sự phấn khởi mà tôi khao khát.

Tương tự như khi tôi đến Hà Nội, tôi bắt đầu "gõ cửa" tất cả đại diện quốc tế ở Sài Gòn mà tôi có thể tìm ra trên mạng. Tôi gửi thư điện tử trực tiếp cho giám đốc quản lý và nêu rõ sự quan tâm của tôi về truyền thông – đặc biệt trong lĩnh vực nâng cao ý thức về những vấn đề như HIV/AIDS.

Tôi ngạc nhiên là mình đã nhận được nhiều hồi đáp nhiệt tình từ các công ty đại diện; họ nói rằng họ muốn có cuộc gặp với tôi khi tôi chuyển vào Sài Gòn. Tôi là một ứng cử viên sáng giá vì tôi là người nói tiếng Anh bản xứ và hiện đang ở Việt Nam, nên các nhà tuyển dụng tương lai không phải trả thêm chi phí để hoán chuyển chỗ ở.

Giám đốc điều hành là chị Lan, một phụ nữ Việt Nam bản xứ, người đã từng bước thăng tiến sự nghiệp trong một công ty quảng cáo quốc tế – là người gây ấn tượng nhiều nhất với tôi. Khi chúng tôi nói chuyện qua điện thoại, chị có sự mạnh mẽ và điềm tĩnh mà tôi cảm phục ngay lập tức. Tôi đã cảm thấy chị là một thể loại hình mẫu và nguồn tạo cảm hứng như những nữ doanh nhân ở Việt Nam. Chị kể cho tôi một ít về câu chuyện của chị – chị đã tốt nghiệp ở Nga và trở về Việt Nam. Sau đó tôi biết khi Tổng Thống Bill Clinton công du Việt Nam, chị là một trong số ít nữ doanh nhân mà ông muốn gặp.

Chị nói chị sẽ tuyển tôi làm việc ở vị trí Account Executive – chuyên viên quản trị khách hàng, mức lương là $500/tháng. Con số này cao hơn mức tôi đang có, vì công việc thực tập của tôi là công việc không lương, nên nó sẽ giúp tôi chi trả tiền nhà và ăn uống. Tôi cho rằng đó là một thỏa thuận tốt nên tôi đã đồng ý.

Tôi nói với chị Lan: "Kế hoạch của em là chuyển vào Sài Gòn trong vài tháng. Nhưng em có thể bắt đầu ngay bây giờ."

MỘT THÁNG SAU, CHA CỦA TÔI và dì Alice đã đến Thái Lan để thăm tôi, mặc dù tôi đề nghị hai người bay thêm một chặng nữa chỉ một giờ đồng hồ để làm một cuộc may rủi đến Việt Nam. Chúng tôi gặp nhau ở Bangkok, khám phá thành phố và chợ đêm, sau đó chơi vài ngày ở Phuket, một thành phố biển nổi tiếng. Chúng tôi dành một ngày để đến Vịnh Phang Nga, một cảnh biển tuyệt đẹp với những khối đá nhô ra khỏi mặt nước màu lục bảo đã quyến rũ rất nhiều du khách. Đây cũng chính là nơi đã từng quay một trong những bộ phim James Bond.

Mặc dù cha tôi đã cố gắng đến thăm một phần của thế giới nơi tôi đang sống, tôi vẫn thấy có một khoảng cách với cha mình, một nỗi tức giận ẩn sâu bên trong mà tôi đã không biết diễn tả như thế nào. Tôi đã rất lạnh lùng với cha, mặc dù ông cố gắng bồi đắp tình cảm ấm áp giữa chúng tôi. Khi đó tôi đã không nhận ra là tôi cũng cần phải hành xử khác đi để phá vỡ những mô típ cũ của chúng tôi. Phải mãi đến rất lâu sau tôi mới nhận ra tôi đã bắt ông "điền vào chỗ trống" bằng một vai trò không phải của ông. Tôi muốn ông thay thế khoảng trống mẹ tôi để lại – điều mà ông không bao giờ có thể làm được.

Trên chiếc thuyền chở khoảng mười du khách, mỗi người mặc áo phao có miếng đệm màu cam, dì Alice quay sang nói với tôi, "Nơi này chắc giống Vịnh Hạ Long ở Việt Nam." Tôi nói, "Nó giống Vịnh Hạ Long thật," sau khi vừa có hai ngày vui chơi trên một chiếc thuyền buồm ở Hạ Long.

Xuyên suốt ngày thứ nhất của chuyến du lịch, dì Alice có nhiều sự so sánh giữa Việt Nam và Thái Lan: món ăn, khí hậu, và con người. Có vẻ như dì đã không nhìn Thái Lan với những gì vốn dĩ nó là như thế mà chỉ là mảng đối lập với Việt Nam. Tôi đã muốn hỏi cha tôi và dì Alice: nếu hai người thật sự mong nhớ về Việt Nam, như cha và dì đã có vẻ như thế, thì tại sao hai người lại phải đi Thái Lan?

"Con đã đi thăm Phú Quốc," tôi đã nói với cha và dì Alice, nghĩ rằng điều đó gợi lên một phản ứng từ cha tôi. "Nơi đó thật tuyệt đẹp – vẫn còn hoang sơ và chưa phát triển, nhưng có vẻ như họ đang có kế hoạch xây thêm nhiều nhà nghỉ dưỡng ở đó."

"Vậy thì tốt quá," cha của tôi nói.

Tôi đã nghĩ đây là sự khởi đầu. Đây có lẽ sẽ là giây phút mà rồi cuối cùng cha cũng chia sẻ với tôi tất cả về chuyến khởi hành khỏi Việt Nam nhiều đau khổ của ông; chia sẻ suối nguồn cảm xúc đã chôn sâu trong ông từ lâu. Thay vào đó, một lần nữa, ông đã không nói gì thêm.

Tôi thử một cách khác. Tôi nói với cha và dì Alice về những sự kiện mới của tôi – rằng tôi đã có kế hoạch chuyển vào Sài Gòn và đã tìm một công việc trong đó, ở một công ty quảng cáo.

"Ba nói đúng, Miền Nam đã thay đổi," tôi nói với cha. "Rất sôi nổi và năng động."

Đây là khoảnh khắc tôi cảm thấy sẽ có đồng thuận của ông. Tôi đã tưởng tượng cha sẽ mỉm cười, vỗ nhẹ vào lưng tôi, và nói rằng cha tự hào về tôi. Cha sẽ thở phào, cảm thấy nhẹ nhõm vì tôi đã quyết định khám phá một phần của đất nước nơi cha tôi thật sự thuộc về. Tôi sẽ sống ở Sài Gòn, nguyên quán của ông; tôi đã quay lưng với miền Bắc và chọn miền Nam. Chẳng lẽ cha tôi lại không vui sao?

Thay vào đó, tất cả những gì cha có thể gom lại để nói là, "Đó là điều tốt, Christina." Một lần nữa, tôi ao ước cha tôi nói nhiều hơn như thế.

NGHĨA

Vũng Tàu | 1950s

TRONG KHÔNG KHÍ VÙNG QUÊ TỈNH lẻ đó, bên cạnh cuộc sống nông thôn và nền giáo dục Pháp, tôi được tiếp cận với hai nền tôn giáo chính: Phật Giáo và Công Giáo. Nếu lớn lên ở Sài Gòn thị tứ, tôi sẽ không bị ảnh hưởng nhiều bởi điều đó. Nhưng chính nhịp sống bình dị, không vội vã ở Vũng Tàu đã đưa mọi người đến gần hơn với tôn giáo.

Nếu Công Giáo du nhập vào Việt Nam bởi người Pháp sau này thì Phật Giáo đã hiện diện ở đất nước chúng tôi từ thế kỷ thứ hai sau Công Nguyên. Phật Giáo thấm nhuần vào xã hội Châu Á như cách Công Giáo trở thành tôn giáo chính của Châu Âu hoặc Châu Mỹ. Phật Giáo có nguồn gốc từ Ấn Độ và Trung Quốc, rồi lan truyền vào Việt Nam từ thế kỷ thứ II đến thế kỷ thứ VI sau Công Nguyên và đạt đến đỉnh tinh hoa vào giữa thế kỷ thứ VII và thế kỷ thứ XIV sau Công Nguyên. Cho dù không phải tất cả người miền Nam Việt Nam đều thực hành Phật Giáo, nhưng tất cả họ đều có khuynh hướng sống theo lời Phật dạy. Điều này giải thích vì sao người miền Nam Việt Nam được cho là những người nhân từ, bác ái và ôn hòa.

Trong ngày, tôi cầu nguyện theo Chúa Giêsu và Đức Mẹ Đồng Trinh Maria tại trường của các sơ, nhưng buổi tối tôi lại khoác áo nâu sòng đọc kinh Phật. Tôi vẫn nhớ thói quen: Tạ ơn Chúa hoặc các bài Ave Maria vào buổi sáng, rồi những câu niệm Nam Mô A Di Đà Phật vào buổi tối. Các bài hát và thánh ca du dương vào buổi sáng, tiếp theo là những kinh tụng niệm Phật pháp đều đều, buồn tẻ vào những buổi chiều. Điều này đủ tạo sự đa nhân cách cho bất kỳ đứa trẻ nào, dù tôi đã không gặp khó khăn gì khi chuyển từ tôn giáo này sang tôn giáo khác. Tôi có thể nói chuyện với một ni cô trong một phút và một nữ tu ngay sau đó. Với tôi, cả hai đều là người tốt.

Tôi đọc những câu trong kinh thánh như một con vẹt vì khi ấy tôi không hiểu ý nghĩa gì của những câu ấy. Do đó, tôi thấy khó chịu vì sự cứng nhắc và thói quen đọc mỗi ngày. Mãi đến sau này tôi mới nhận ra đó chính là nền tảng cho sự bình an trong tâm hồn và ý nghĩa của cuộc sống. Những giờ cầu nguyện là những bài học hướng nội và nhìn về những chiều hướng khác trong cuộc sống, không như lúc đọc thuộc lòng những câu chữ khó hiểu và những lời kinh đơn điệu. Đây là lời giới thiệu của tôi về cuộc sống tâm linh, nếu như không có nó, cuộc sống của tôi sẽ không bao giờ chạm ý nghĩa trọn vẹn.

BÀ NGOẠI CÓ MỘT PHÒNG THỜ lớn trong nhà vườn với một tượng Phật cao khoảng 91cm trên bàn thờ. Đây là khu vực thờ cúng của bà. Tôi thường bước vào đó với sự kính cẩn, lo lắng và tôn trọng. Đối với một đứa trẻ như tôi, nụ cười miên viễn của bức tượng bằng đồng không chỉ mang đến sự an nhiên mà còn là một cảm giác về sức mạnh, sự huyền bí và năng lượng. Tôi có thể cảm thấy có một điều gì tồn tại trong không gian đó, không đơn giản chỉ là bức tượng. Bà ngoại bắt buộc mọi người, thường là hai dì của tôi và tôi, phải có mặt trong buổi niệm Phật mỗi tối. Buổi tụng kinh thường kéo dài một giờ nhưng cũng có thể kéo dài hai tiếng, đặc biệt là trong mùa lễ Phật. Chúng tôi không được phép có lý do nào để vắng mặt, ngay cả những ngày Thứ Bảy và Chủ Nhật cũng phải là những ngày lễ Phật, và tôi rất sợ những buổi tụng kinh dài như thế.

Những tín đồ mặc áo tràng (áo choàng màu nâu dành cho người tu hành). Điều kinh khủng nhất mà tôi nhớ về những buổi tối tụng kinh này là tôi phải mặc một trong những chiếc áo tràng màu nâu đó, những cái áo không được giặt thường xuyên; mùi mồ hôi nồng nặc từ tất cả những Phật tử đã từng mặc nó trước bám vào nó. Chỉ có đám muỗi bị thu hút bởi mùi này. Sau mỗi lần mặc áo choàng đó, tôi cứ như phát bệnh.

Bà ngoại bắt đầu buổi đọc kinh niệm Phật bằng cách đốt những ngọn nến. Bằng một giọng cung kính, từ tốn, bà bắt đầu lầm nhẩm: Nam Mô A Di Đà Phật. . .Nam Mô A Di Đà Phật. . .trong lúc gõ vào cái chiêng. Tiếng gõ nhịp nhàng của thanh gỗ vào cái chiêng tạo ra âm thanh thoải mái và bình yên trong buổi tối yên tĩnh. Thỉnh thoảng, bà gõ vào cái chuông đồng, phát ra âm thanh trong, sắc sảo, và lạnh lẽo: Bong. . .bong. . .Âm thanh phá vỡ không gian bình yên của đêm, báo hiệu mọi người phải cúi lạy. Những lời tụng kinh lại tiếp tục, chỉ bị ngắt quãng bởi một tiếng chuông khác.

Do bị ru bởi những câu tụng đều đều buồn tẻ mà tôi thường ngủ thiếp đi giữa buổi đọc kinh dài và đầy "thử thách." Dù là câu kinh lẫn tiếng chuông cũng không thể phá giấc ngủ giữa buổi lễ của tôi. Các dì của tôi sẽ đánh thức tôi dậy, nhưng không lâu sau tôi lại thiếp đi và được ẵm vào giường ngủ.

VÀO MỘT DỊP NỌ, TÔI ĐI với bà ngoại thăm sư phụ của bà, người sống trên đỉnh núi Bà Rịa. Vì không có đường dẫn lên đỉnh núi, chúng tôi phải leo trên những con dốc thẳng đứng qua những đường mòn trên núi chỉ đủ cho một người qua một lần. Những con đường mòn trên núi này không tạo ra cho du khách mà dành cho các nhà sư, những người muốn sống ẩn dật, nên nó gồ ghề và khó đi. Vài bậc thang ngắn, nhỏ xíu như bàn chân trẻ con, những bậc khác thì lại cao khoảng 30cm. Có những bậc thang đã bị mất hoặc thậm chí không có. Thời gian và bàn chân của người qua lại đã bào mòn chúng.

Khi lên đến đỉnh núi, tôi đã kiệt sức đến nỗi chỉ muốn ngồi xuống thềm nhà cho đôi chân cứng đờ của mình được nghỉ ngơi. Tôi ngắm nhìn những ngọn đồi lởm chởm nhưng thật yên bình trải dài đến tận chân trời trong khi bà tôi nói chuyện với sư phụ của bà. Tôi rất thán phục cuộc sống khổ hạnh và giản dị của những nhà sư này, họ lánh xa lối sống tha hóa của xã hội hiện tại.

Khách phàm đến xin những bậc tu hành chỉ dạy cho mọi thứ, có cả tình cảm, chuyện gia đình, và những câu hỏi về tôn giáo, về kiếp sau. Đổi lại, họ cúng dường bằng vật phẩm, trái cây hoặc tiền.

Nhà sư đóng vai trò như những người dẫn lối về tâm linh, khuyên nhủ, và thỉnh thoảng là người xem bói. Họ là những người thông thái, đã dành toàn bộ thời gian của họ để nghiên cứu, tư duy và truyền đạt trí tuệ cho người trần tục. Tôi đã chưa bao giờ biết nhà sư đã nói gì với bà của tôi, tôi thật sự rất trân trọng chuyến đi, dù cho hai chân đau nhức.

Ngôi chùa địa phương ở Vũng Tàu, gần bãi sau, là nơi trú ngụ của nhiều tỳ kheo, tu sĩ và ni cô. Đó là khu phức hợp rộng lớn một tầng gồm nhiều gian, nhà bếp, khu làm việc và một chánh điện lớn nằm ở phía cuối của hồ sen. Bức tượng Phật bằng đồng cao khoảng 3 mét ngự trị ở chánh điện, cùng với nhiều tượng nhỏ mọi kích cỡ, từ các quốc gia khác nhau. Có cả vài tượng Phật Ấn Độ có mười hai cánh tay, mỗi bên trái, phải có sáu tay. Mỗi bức tượng Phật có một ánh mắt riêng: một số tượng thể hiện sự thanh thản, một số khác thì nghiêm nghị. Một số có nụ cười nhẹ nhàng luôn nở trên khuôn mặt, trong khi những bức tượng khác vẫn giữ nguyên vẻ lạnh lùng, môi mím lại.

Nơi cầu nguyện mang không khí bí ẩn, uy nghiêm và quyền lực, khiến cho khách bước vào chánh điện với nỗi kính sợ và tôn trọng. Ánh sáng mờ ảo ở đó, một phần là do không có cửa sổ, chỉ làm tăng thêm cảm giác huyền bí của gian phòng. Nhang và hàng trăm ngọn nến được thắp lên suốt buổi lễ chính. Những vòng khói trầm bay nhẹ nhàng quanh các bức tượng, lơ lửng trong không trung, tỏa ra một hương thơm kỳ ảo. Lễ vật gồm chuối, cam, thơm, và sầu riêng trưng bày nổi bật trên bàn thờ cùng với rất nhiều hoa. Những nhà sư đọc kinh, thỉnh thoảng gõ chuông trong lúc hành lễ - nghi thức giống các buổi tụng kinh ở nhà của bà ngoại tôi, có thể kéo dài rất lâu.

Khi ấy, tôi còn quá nhỏ để hòa mình vào những buổi lễ như thế. Tôi cảm thấy nhàm chán. Một ngày nọ, tôi nhập vào nhóm những tu sĩ phía sau ngôi chùa gần hồ sen. Chúng tôi nhảy lên một trong những chiếc xuồng neo ở đó và chèo quanh hồ, thán phục trước hàng ngàn lá sen xanh mướt nổi trên mặt nước và những bông hoa màu hồng tuyệt đẹp, vài cái đã nở bung. Không có gì mô tả được hình ảnh thanh bình và vĩnh cửu như những chiếc lá sen xanh này - an vị trên mặt nước, không thấm nước và không chìm. Không có gì ngạc nhiên khi người đời luôn vẽ Đức Phật tọa thiền trên một chiếc lá sen.

Các tu sĩ kể với tôi về cách họ đã dùng lá sen trang trí bàn thờ, chế biến các món ăn từ thân sen và thậm chí ăn hạt sen. Do đó, hoa sen có nhiều công dụng khác ngoài việc là biểu tượng cho một sự thuần khiết và tươi mát của tâm hồn mà ngay cả bùn đất cũng không thể làm vấy bẩn. Một trong các tu sĩ đã ngâm một bài thơ nổi tiếng:

Trong đầm gì đẹp bằng sen
Lá xanh, bông trắng, lại chen nhụy vàng
Nhụy vàng, bông trắng, lá xanh
Gần bùn mà chẳng hôi tanh mùi bùn.

Chúng tôi chèo thật chậm, tận hưởng từng phút giây tự do và bình yên. Chúng tôi ngắm những chú cá nhỏ bơi dưới mặt nước trong vắt. Chung quanh chúng tôi là bướm và chuồn chuồn bay lượn không có chút tiếng động nào. Thỉnh thoảng, tiếng chó sủa ở đằng xa hay tiếng chim hót là những âm thanh duy nhất phá vỡ sự tĩnh lặng này. Không gì yên bình hơn việc đi dạo quanh một hồ sen: không gió, không gợn sóng và không tiếng động. Bầu không khí nói lên hình ảnh của sự thanh bình, lột tả cuộc sống của Việt Nam vừa thoát khỏi chủ nghĩa thực dân. Nó cũng cho phép tôi được thả trôi dòng suy nghĩ của mình; đó là thời khắc của hồi tưởng và phục hồi tinh thần. Sau chuyến đi đầu tiên này, tôi đã quay lại nhiều lần nữa, vì muốn dạo quanh hồ sen.

Để đi hết một vòng quanh hồ sen, chúng tôi phải mất một thời gian. Khi đến lúc phải quay về, tôi đã xin được đi thêm chuyến nữa, nhưng không thể. Khi xuống gần vào bờ, tôi đã nhảy xuống nước vì muốn là người chạm đất đầu tiên. Tuy nhiên, đáy ao sâu hơn tôi tưởng, cả người tôi ướt hết. Những tu sĩ cười vang, rồi họ đưa tôi vào trong, giúp tôi làm khô quần áo, và cho tôi ăn vặt trong lúc chờ đợi.

Vào một dịp khác, tôi đang ngồi trước mũi thuyền, khi cúi người ra trước, tôi thấy những con cá mút bơi bên dưới mặt nước trong veo. Tôi thả sợi dây xích xuống nước để xem có làm đàn cá sợ không. Khi quay lại, tôi ngạc nhiên thấy một con cá mút đang bơi trong vũng nước nhỏ ở đáy thuyền. Tôi thử làm lần nữa, nhưng lần này không con cá nào bị kẹt vào thuyền. Tôi chưa bao giờ tìm ra đó chỉ là sự trùng hợp ngẫu nhiên hay sợi xích đã buộc những con cá phải chui qua một lỗ nhỏ ở đáy thuyền.

Đây là cuộc sống ở Vũng Tàu và miền Nam Việt Nam mà tôi đã biết vào cuối những năm 50s. Cuộc sống thôn quê, yên bình và giản dị. Con người hạnh phúc và bác ái. Cuộc sống tự nó mở ra trước mắt chúng tôi – đáng yêu và thanh bình như sự tĩnh lặng của hồ sen, đàn cá mút và mặt hồ không gợn sóng. Không có những tin lan truyền về chiến tranh hay chết chóc. Đồng hương của tôi và tôi đã bị đắm chìm, ngủ quên bởi sự yên bình này. Nhìn lại, nó đã làm cho chúng tôi không chuẩn bị cho một hiện thực rằng cuộc sống êm ả này không trường tồn – những điều ghê gớm đang chờ ở đường chân trời.

CHRISTINA
Hà Nội | 2003

TRONG MỘT NĂM RƯỠI ở VIỆT Nam, tôi đã sống giữa hai thế giới – vừa cố gắng để có một nền tảng thật vững chắc ở nơi mà tôi cảm thấy một nửa của mình đã thuộc về nó, nhưng cũng đắn đo về tương lai của mình sẽ như thế nào, liệu tôi có bị thụt lùi so với bạn bè đồng trang lứa, những người đang tạo dựng cuộc sống ổn định ở Mỹ không? Tôi thường tìm lời khuyên khi nào tôi nên rời Việt Nam bằng cách nhờ những người bạn Việt Nam và đồng nghiệp, ở Hà Nội và Sài Gòn, dẫn tôi đi "xem bói" – những người cho lời khuyên về tình yêu, cuộc sống, và ngay cả công việc kinh doanh. Tôi thấy khi gặp họ làm cho tôi an lòng khi tôi muốn hiểu thấu một sự thật nào đó.

Tôi mau chóng biết được vào thời điểm đó, Việt Nam không có hệ thống thực hành tâm lý hoặc trị liệu tâm lý chính thức, mặc dù các chuyên gia tâm lý học nước ngoài đã cung cấp dịch vụ của họ. Thay vào đó, người Việt thường tìm kiếm lời khuyên nhủ, và có lẽ là cảm giác an ủi, từ các thầy bói. Cách thức này đã ảnh hưởng sâu vào tôi.

Tôi đã mạo hiểm tìm đến những thầy bói ẩn danh, kín tiếng, chỉ gặp những ai biết nơi họ ở – những người mà không phải ai cũng có thể là "khách" của họ. Trước những buổi gặp đó, tôi thường hình dung mình được chào đón bởi những nhân vật đặc biệt, những người có luồng năng lượng tỏa ra từ trong ra ngoài, những người mà sự hiện hữu của họ cho mình cảm giác trầm tĩnh và nâng đỡ tinh thần. Nhưng thay vào đó, tôi thường gặp những người bình thường, không có vẻ ngoài đáng chú ý – những người mà tôi dễ dàng gặp được khi đi ngoài đường mà không liếc mắt nhìn họ lần thứ hai.

Có một lần ở Hà Nội, tôi đi gặp một người đàn ông từng là giáo viên dạy môn nghệ thuật. Bạn của tôi bảo rằng ông ấy có khả năng tiên đoán tương lai. Cô ấy chở tôi đi qua cầu Long Biên bắc ngang Sông Hồng, đến một khu mà tôi ít khi đi du lịch đến.

Khi chúng tôi đến nơi, cô bạn của tôi gọi người đàn ông đó là "thầy." Những bức tường trong nhà ông ấy trang trí đầy những bức tranh do học trò của ông vẽ, từ sàn nhà lên đến trần, không nơi nào không có tranh, cho cảm giác như đang ở trong một nhà triển lãm tranh. Ông ấy ngồi cạnh cái bàn nhỏ, hút thuốc, và bảo tôi cứ đặt câu hỏi. Rồi bảo tôi thả một đồng xu sáu lần trong lúc ông ấy đánh dấu vào cuốn sổ tay lần nào mặt sấp, lần nào mặt ngửa. Sau khi đọc bản ghi chú đó, ông ta đáp lại câu hỏi của tôi bằng một câu trả lời thật dài.

Tôi đã không cần thiết phải tin những người này sở hữu khả năng tiên đoán chính xác hậu vận của tôi, và trong trường hợp này, những đồng xu xuất hiện như những vật che mắt người đời. "Ông thầy" đã không nói điều gì cụ thể về cuộc đời của tôi, mà thay vào đó, ông đã nói bằng tiếng Việt, và cô bạn của tôi dịch lại cho tôi nghe.

"Có những chuyện xảy ra là do số phận, và có những chuyện xảy ra là do ý chí của mình mong muốn. Đường chỉ tay của cô, hoặc tương lai của cô thay đổi, thậm chí thay đổi rất nhỏ, vào mỗi ba tháng dựa vào những hành động của cô, thái độ của cô và cách cô đón nhận cuộc sống. Cuộc sống là bản hợp xướng giữa thiên định và nhân định."

Tôi đã muốn biết về tương lai của tôi và đặc biệt là thời gian của tôi ở Việt Nam sẽ ra sao? Tôi có nên ở lại lâu hơn không? Chuyển vào Sài Gòn có phải là một quyết định đúng cho tôi không? Liệu đó là sự sắp đặt của số mệnh hay do tôi muốn đến đây ngay từ bước đầu tiên?

NÉT QUYẾN RŨ
CỦA MIỀN NAM

NGHĨA
Sài Gòn | 1950s

ĐÂY LÀ CÂU CHUYỆN CỦA SÀI Gòn, từng một thời là "Hòn Ngọc
Viễn Đông"

Khi tôi bước chân vào đời,

Khi tôi đạp xe đến trường, đi dưới những tàn me to vào đầu
Tháng Chín,

Khi tôi trốn ra ngoài vào giờ giải lao để đá bóng cùng bạn học,

Nơi hình ảnh những cô nữ sinh áo dài trắng thanh nhã, cười e thẹn,
tay giữ vành nón lá, những tà áo dài bay phất phơ trong gió đã
ghi khắc mãi trong tâm trí tôi,

Nơi tôi gặp bạn bè và gặp cả đối thủ,

Nơi tôi đã được sống gần với nền văn hóa Việt Nam, rồi Pháp cũng
như văn hóa Mỹ, mở rộng tầm hiểu biết của tôi,

Nơi tôi chứng kiến cận kề cuộc chiến, nhìn thấy sự chết chóc khắp nơi,
nhìn thấy đất đai, tài sản bị tàn phá và hủy diệt,

Nơi con người có thể trở thành loài lang sói,

Nơi có thể nhìn thấy một người hôm nay nhưng ngày mai họ đã
không còn,

Nơi mà những chuyện bi thương, khó khăn, và cơ cực diễn ra bình
thường như ngày và đêm,

Nơi con người đón nhận sự đau khổ như một phần tất yếu hàng ngày
của họ,

Nơi người phụ nữ tự hào chống chọi với cuộc sống để nuôi con một mình khi người chồng phải đi vào cuộc chiến,

Nơi tất cả mọi người đã hy vọng và mong mỏi hòa bình vào mỗi mùa Xuân nhưng không hề thấy,

Nơi nước mắt chỉ là bình thường như những giọt mưa,

Nơi mà sự đau khổ và nghèo đói triền miên đã mở lòng tôi đến với thế giới.

DÙ THỜI GIAN ĐÃ TRÔI QUA rất lâu, tôi vẫn nhớ về Sài Gòn như mới ngày hôm qua. Tôi có thể hình dung mình đang đi dạo trên đại lộ Nguyễn Huệ, ngồi ở Bến Bạch Đằng nhìn dòng sông Sài Gòn uốn khúc lững lờ chảy ngang qua thành phố, chạy xe gắn máy băng qua những con đường nhỏ hẹp và đông đúc, cố gắng tránh những người lái xe không cẩn thận, và ăn phở ở một trong những tiệm ăn nào đó trên đường.

Dù có vẻ sáo ngữ, nhưng đó là sự thật. Tôi có nhớ Sài Gòn không? Câu hỏi là, làm sao tôi có thể quên vẻ đẹp quyến rũ của dòng sông Mê Kông? Sài Gòn trong ký ức của tôi từng là một thành phố sôi động với một chiều sâu quá khứ phức tạp, đã níu chân thị dân Sài thành như người phụ nữ luôn giữ chặt tình yêu bằng nhan sắc quyến rũ yêu kiều của mình. Dù Sài Gòn mà tôi đã biết và đã yêu giờ xa cách cả một đại dương và hàng thập kỷ, nhưng tôi vẫn giữ mãi bên trái tim mình.

TÔI QUAY VỀ SÀI GÒN KHI vào học năm lớp Bốn. Các dì và cậu đã tốt nghiệp trung học và dọn ra ngoài. Mẹ của tôi cuối cùng đã có lại không gian ngôi nhà cho riêng bà và năm người con của bà. Cậu của tôi vào cao đẳng, một người dì tìm được việc làm ở Sài Gòn, và người kia làm việc ở Vũng Tàu. Tôi luôn yêu Sài Gòn và tôi càng say mê hơn khi quay trở về.

Cho đến ngày hôm nay, tôi vẫn có những kỷ niệm đáng yêu của Sài Gòn – thành phố lớn nhất Việt Nam và một trung tâm thương mại sầm uất. Khi người Việt Nam đến định cư năm 1624, nơi này từng là vùng đánh bắt cá đìu hiu của người Campuchia, được biết đến là Prey Nokor (Thị Trấn Trong Rừng). Người Việt bắt đầu kiểm soát vùng đất Sài Gòn vào năm 1698. Đầu những năm 1970s, thời Hoa Kỳ can thiệp vào miền Nam cao nhất, Sài Gòn tự hào có gần hai triệu dân, mặc dù con số có thể nhiều hơn hai hoặc ba lần do dòng người tỵ nạn đến từ mọi miền đất nước trong những năm đó. Sài Gòn là huyết mạch kinh tế của miền Nam Việt Nam – là đôi mắt, là đôi tai, là trái tim của đất nước. Lúa gạo thu hoạch từ những cánh đồng lúa xanh tươi trù phú của Đồng Bằng Sông Cửu Long, cá và tôm nuôi dọc theo bờ sông, cao su từ các đồn điền chung quanh, và trà và cà phê nhập cảng từ Tây Nguyên đều được vận chuyển vào Sài Gòn để buôn bán. Hàng hóa nhập cảng ghé vào Cảng Sài Gòn. Mậu dịch của người Việt Nam khởi đầu và kết thúc ở Sài Gòn.

Dấu tích của kiến trúc Pháp còn đọng lại rõ rệt trong các khu vực của thành phố, trong số đó là Nhà Hát Thành Phố (tiền thân là Tòa Nhà Quốc Hội), Toà Thị Chính, Bưu Điện Thành Phố, và Nhà Thờ Đức Bà. Những đại lộ huy hoàng nối với nhau qua nhiều hàng cây cổ thụ trăm năm tuổi, những tòa nhà cao tầng nằm rải rác, những biệt thự sang trọng, hẻm nhỏ quanh co dọc theo những túp lều lợp mái tôn xập xệ và những ngôi nhà gạch nát. Sài Gòn có những nơi đông đúc, dơ bẩn, và lộn xộn. Sài Gòn cũng có những khu yên tĩnh, sang trọng, và gần như biệt lập. Ở Sài Gòn, người ta có thể nhìn thấy những phụ nữ xinh đẹp mặc áo dài Việt Nam xẻ tà ở hai bên từ eo xuống, hoặc những bộ Âu phục được may đo, xen lẫn giữa những người ăn mặc nghèo khổ trong chiếc áo sơ mi nhiều màu và quần đen. Sài Gòn là thành phố của sự tương phản rõ rệt, một thành phố của phồn vinh và ô trọc, từng là một tỉnh của nước Pháp cai trị và nhiều năm trước đó, từng được mệnh danh là "Hòn Ngọc Viễn Đông."

Những cây me cổ thụ nằm dọc theo hai bên đường. Những cây me to với tán lá dày đặc tạo nên bóng mát trong mùa hè nắng chói. Mỗi Tháng Chín, khi đến mùa tựu trường, tôi cảm thấy như mình đang đạp xe dưới những tán cây rậm rạp của khu rừng nhiệt đới. Ngay cả bây giờ, hình ảnh về của một cây me lập tức đưa tôi quay về năm học, nơi tôi được nếm trải sự tự do đầu đời, gặp gỡ những bạn học đầu tiên, và chơi đùa, thi đấu trong nhiều hoạt động ngoại khóa.

NHỮNG NĂM THÁNG TUỔI THƠ CỦA tôi trôi qua vun vút ở Sài Gòn, và chẳng mấy chốc tôi vào trung học – một trong những khoảng thời gian nhiều kỷ niệm nhất cuộc đời tôi. Tôi nhớ trường Gia Long, nơi có thể gặp những nữ sinh mặc áo dài trắng duyên dáng, e thẹn, hay cười khúc khích. Tôi ngơ ngẩn nhìn họ bước đi dọc vỉa hè, một tay ôm cặp sách, tay kia giữ vành nón lá để cơn gió không vô tình thổi bay đi. Những tà áo dài nhấp nhô như sóng gợn, mái tóc dày, đen mượt của họ buông dài đến tận eo. Chiếc áo dài ôm sát đường cong cơ thể, tôn vinh vẻ đẹp nữ sinh. Người ta nói rằng với chiếc áo dài đã giúp họ che giấu nhiều thứ nhưng cũng phơi bày thật nhiều thứ.

Những cô gái mang guốc mộc đi trên vỉa hè tạo ra những âm thanh nhịp nhàng: cộc. . .cộc. . .cộc. . . Tôi đã từng ngạc nhiên không hiểu làm sao để các thiếu nữ có thể bước đi dễ và vững vàng với đôi guốc trơn như thế, trong lúc phải ôm cặp sách và giữ nón lá. Những mái tóc bồng bềnh cùng tà áo dài thanh nhã bay trong gió đã phản chiếu số phận mong manh của người Việt giữa tâm bão chính trị và thảm kịch chiến tranh. Hình ảnh này như chấm nhỏ trắng (yin) ở giữa nền đen (yang) trong biểu tượng Âm Dương.

Tôi thường đạp xe trên đường Công Lý. Cuối đường là Dinh Độc Lập bên tay phải. Nếu tôi rẽ trái phía trước Dinh, tôi sẽ đi vào đường Thống Nhất. Ở đó có Nhà Thờ Đức Bà uy nghiêm tráng lệ, bưu điện thành phố, Đại Sứ Quán Hoa Kỳ, cuối đường là Thảo Cầm Viên Sài Gòn và Bảo Tàng Quốc Gia. Đường Công Lý dẫn đến khách sạn International và Majestic. Vào thời kỳ đỉnh điểm của chiến tranh, những khách sạn này là nơi lính Mỹ, ký giả, thương gia, những người trao đổi tin tức về chiến tranh và chính trị Sài Gòn chọn để lui tới.

Xa xa cuối con đường là sông Sài Gòn. Dòng nước chảy của nó mang theo loạt tàu thuyền nước ngoài chuyên chở hàng hóa, câu chuyện và tin tức từ ngoài Việt Nam để đổi lấy gạo, hải sản, cao su và cả nét quyến rũ của Hòn Ngọc Viễn Đông. Cha mẹ của tôi thường dẫn chúng tôi ra Bến Bạch Đằng để xem những con tàu khổng lồ lên xuống hàng hóa, ngắm những chiếc ghe tam bản và những thuyền mái chèo lướt êm nhẹ trên mặt nước tối đen của dòng sông. Đây là một hình ảnh khác nữa của biểu tượng âm (ghe tam bản) và dương (những con tàu). Sài Gòn phủ đầy những bức tranh tương phản.

Dòng sông này, ắt hẳn là trong veo ở thượng nguồn, đã nhận về mình tất cả rác thải do con người vứt xuống trong suốt chuyến hải hành ra biển lớn của nó, và khi dòng chảy cuối cùng đến với Sài Gòn, thì chúng đã nhuốm một màu tối đen, buồn thảm không thể nhận ra được nữa. Tuy nhiên, dòng sông tự nó vẫn trôi ra biển, nơi nó rũ bỏ hết những gì đang nặng mang, giành lại màu sắc trong lành khi hòa vào nước biển. Thỉnh thoảng, tiếng ồn của động cơ máy tàu lại xé toạc không gian, phá vỡ sự tĩnh lặng. Vài con vịt bơi bì bõm trong làn nước lạnh, không ngừng kêu quạc quạc.

Chúng tôi ngồi trên bến cảng, dưới một cây dù to, uống nước lạnh, tận hưởng làn gió mát thổi qua trong lúc mơ màng vọng tưởng về một chuyến đi thuyền đến hòn đảo xa nào đó. Gần đó là nhà hàng nổi Mỹ Cảnh, nơi người ta có thể vừa ăn vừa ngắm các hoạt động trên sông. Vị trí lạ lẫm này đã thu hút rất nhiều khách, hầu hết là người ngoại quốc. (Sau này Việt Cộng đã lợi dụng sự nổi tiếng của nhà hàng Mỹ Cảnh để tổ chức khủng bố người dân: đặt bom nổ tung nơi này vào Tháng Sáu năm 1965, giết chết 124 người, trong đó có 28 người Mỹ.)

Tôi bị kéo quay về thực tại khi những tia nắng chiều báo hiệu thời gian về nhà. Cả nhà chúng tôi đến Chợ Cũ để ăn tối. Có rất nhiều tiệm ăn trong nhà và những quầy ăn uống ngoài trời bán các món từ mì vịt tiềm cho đến phở. Sau bữa ăn chính là các món tráng miệng như nước trái vải, sâm bổ lượng, nước trái cây có nguồn gốc từ Trung Hoa mà mọi người gọi là nước tăng lực. Giống như ở nhiều nước Châu Á khác, khu ăn uống ngoài trời bán những loại thức ăn ngon nhất trong thành phố, trong một không gian bình dân và thoải mái.

Vào cuối tuần, giữa lúc phụ nữ thích đi mua sắm, thì những ông chồng sẽ đến sân vận động xem những trận túc cầu giữa hội tuyển Sài Gòn và hội tuyển nước ngoài. Túc cầu là môn thể thao hấp dẫn nhất trong nước, với hai hội tuyển lừng danh "Quân Đội" và "Hải Quan." Cha của tôi thường đưa chúng tôi đến sân Cộng Hòa ở quận Chợ Lớn để xem các trận này. Một sân vận động nhỏ hơn trong trung tâm thành phố đã bị phá bỏ vì không đủ sức chứa quá nhiều người. Chúng tôi phải đến sớm nếu không sẽ không có chỗ ngồi trống và tốt. Chúng tôi chen lấn để được vào, cố chui qua những cổng nhỏ, và sau đó ngồi dưới trời mưa và nắng nóng để xem đội tuyển của chúng tôi thi đấu. Chúng tôi sẽ quay về nhà trong niềm vui hân hoan hoặc sầu thảm, phụ thuộc vào đội tuyển của mình thua hay thắng – nhưng luôn luôn là một buổi giải trí hào hứng. Đó là những tháng ngày bình dị, những tàn dư êm ả của tuổi thơ tôi ở thành phố mà tôi đã giữ chặt trong tim mình.

CHRISTINA

Hà Nội | 2003

TRONG NHỮNG THÁNG CÒN LƯU LẠI Hà Nội, tôi đã loan báo tôi sẽ chuyển vào Sài Gòn - miền Nam nắng ấm – rời xa tỉnh thành Hà Nội. Tôi bắt đầu chuẩn bị kế hoạch cho bữa tiệc chia tay ở Bobby Chinn's, sẽ diễn ra vào ngày Quốc Tế Phụ Nữ. Tôi đã không hiểu nguyên nhân gì để cho cái nhìn của tôi về Hà Nội lại thay đổi đột ngột như thế chỉ sau sáu tháng tôi "làm người Hà Nội." Tôi đã không hiểu vì sao tôi không thể cùng có hai cảm xúc về Việt Nam, đặc biệt là Hà Nội và Sài Gòn cùng một lúc: vừa trân trọng Hà Nội và cuộc sống tôi đã trải qua ở đó sáu tháng, vừa rộn ràng đón chờ cuộc sống mới tôi đang tạo dựng ở Sài Gòn. Thay vì vậy, khi biết mình sẽ vào Sài Gòn, tôi lại giành ưu tiên cho những ngày tháng sắp đến ở nơi đó. Có lẽ đó là kết quả của lịch sử đất nước – đặc biệt hơn, lịch sử của gia đình tôi – với miền Nam; có lẽ nguyên quán sâu xa của tôi ở đó đã bắt đầu cho những ý tưởng của tôi về Việt Nam.

Một vài tuần trước khi tôi rời Hà Nội, tôi không nhận được tin tức nào từ chị Lan, giám đốc điều hành của công ty quảng cáo. Tôi đã gửi thư điện tử cho chị ấy và không nhận được thư trả lời. Tôi nghĩ ít nhất một nhân viên nào đó nên cung cấp cho tôi thêm thông tin chi tiết về công việc và ngày dự trù bắt đầu làm việc. Một tuần trước khi đi, tôi đã gọi đến công ty để nói chuyện với chị Lan.

Cuối cùng thì tôi gặp được chị Lan trên điện thoại, giọng nói của chị ấy có vẻ lạnh lùng và xa lạ. "Chị đã nhận em, nhưng không thể chờ vài tháng đến khi em vào Sài Gòn, nên chị đã tuyển người khác. Công việc kinh doanh không thể chờ vài tháng được."

Tôi đã thất vọng. Những kế hoạch của tôi sụp đổ, và tôi cũng cảm thấy bối rối vì mình đã không thể chuyển vào Sài Gòn ngay lập tức. Tôi muốn công việc đó, nhưng tôi cũng muốn nán lại Hà Nội lâu thêm chút nữa. Tôi xấu hổ không dám nói với bạn bè tin này, vì đã tự hào thông báo về chuyến đi. Tôi đến Công Viên Lenin, một công viên ở phía Nam của Hà Nội và đi dạo quanh trong ấy, nghĩ về những lựa chọn của mình: hay là tôi ở lại, hoặc vẫn cố gắng thực hiện cuộc "di cư"? Tôi đã quyết định tôi nên đi và tìm công việc khác. Tôi vẫn còn danh sách của các công ty quảng cáo mà tôi đã từng liên lạc. Có những nơi đã tỏ ý quan tâm đến thư xin việc của tôi. Tôi đã quyết định liên lạc với từng công ty khi tôi vào đến Sài Gòn.

CHÚNG TÔI TỔ CHỨC MỘT BUỔI tiệc tại nhà vào một trong những buổi chiều cuối cùng của tôi ở Hà Nội. Nhiều khách đến nỗi phải để bàn ghế ra tận con hẻm bên ngoài nhà. Những người bạn tôi quen biết trong cuộc sống ở Hà Nội đều đến: như Thanh và Sam, cũng như những người tôi gặp khi đi chơi. Thật sự phải nói rằng, tôi đã dành nhiều thời gian để kết bạn hơn là tập trung vào công việc thực tập hoặc học tiếng Việt. Khi nhìn lại, có lẽ đó là cuộc sống khá tự chủ và thơ ngây nhưng có lẽ khá phổ biến đối với một sinh viên vừa tốt nghiệp đại học.

Đêm muộn hôm đó, khi tôi dọn dẹp "tàn tích" của buổi tiệc ở bên ngoài, tôi nhìn thấy một ngôi nhà bên kia đường còn sáng đèn. Ngôi nhà rất nhỏ so với nhà tôi đang ở, nhưng nó mang một vẻ đẹp và nét quyến rũ rất riêng. Tôi để ý có bóng dáng của một cô gái trẻ đang đi lại trong ngôi nhà. Sau đó, cô ấy bước ra ngoài, trên tay khiêng cái nồi nước to và nóng. Cô ấy đang chuẩn bị cho quán phở của gia đình sẽ mở cửa lúc 5 hoặc 6 giờ sáng.

Tôi tự nghĩ, một cô gái 12 tuổi không nên thức dậy lúc 3 giờ sáng để chuẩn bị nguyên liệu cho một quán ăn. Cô ấy nên nghỉ ngơi để chuẩn bị cho một ngày dài, thư thả chạy xe rong chơi với bạn bè quanh Hà Nội. Cô ấy nên ngủ để có thể đến trường vào ngày mai với một bộ óc tỉnh táo, để có thể tiếp nhận những kiến thức cho tương lai rạng rỡ của cô ấy. Tôi đã nghĩ đến số tiền chúng tôi mua bia rượu cho buổi tiệc đêm qua nhiều hơn cả thu nhập một tháng của gia đình cô gái kiếm được từ quán ăn. Sự tương phản giữa cuộc đời cô gái ấy và tôi thật rõ và buồn. Nhưng tôi đã thấy nơi cô ấy một giá trị mà tôi đã thấy ở phần đông người Việt Nam: khả năng sinh tồn ở mọi hoàn cảnh, số phận của họ trong cuộc sống.

Tôi không biết điều gì chờ đón tôi ở Sài Gòn, nhưng tôi biết tôi sẽ mang đi những gì từ Hà Nội. Trong thời gian ngắn ngủi ở đó, tôi cảm thấy có được sự ấm áp từ những người Việt Nam tôi gặp. Họ bắt nhịp rất nhanh với cảm xúc của họ. Các đồng nghiệp thường hỏi tôi "Christina hôm nay không vui hay sao vậy?" Và nếu tôi thật sự buồn, thì tôi biết tôi có thể tâm sự với họ. Tôi cũng không nhận ra rằng trong sáu tháng ở Hà Nội, tôi đã tạo ra được mối quan hệ xã hội rộng gồm những người nước ngoài đã ổn định cuộc sống, những người đang tạo dựng sự nghiệp và những người nước ngoài khác đến Hà Nội đơn giản để giải trí.

Vài tháng trước khi rời đi, tôi đã mua một chiếc Vespa 1969 từ người đàn ông đã giúp tôi thuê căn phòng đầu tiên mà tôi chỉ ở đó chín ngày. Tôi không biết chạy Vespa. Ngay cả tôi cũng chưa từng chạy chiếc xe gắn máy Honda Dream, và lái chiếc Vespa thì dường như khó hơn. Tôi cũng không lanh lợi giữ thăng bằng để khéo léo chạy qua những con đường ở Hà Nội luôn tấp nập người bán hàng rong đội giỏ tre trên đầu, bán bong bóng hay bất kỳ đồ dùng nào có thể bán được; những người trẻ bốc đồng phóng xe gắn máy trên phố; những ông già chạy xe đạp; những người chở heo, gà, những tấm kính, cửa sổ, tivi, và mọi thứ nếu bạn có thể tưởng tượng ra. Một trong những người bạn của tôi đã nhận xét rằng phát minh vĩ đại nhất mà người Việt Nam được ban cho đó là cái bánh xe.

Khi có đủ can đảm, tôi cố gắng chạy thử chiếc Vespa quanh khu phố tôi ở. Một ngày nọ, tôi đã làm được. Tôi chạy bốn vòng. Khi kết thúc vòng thứ tư, tôi nhận thấy có vài người hàng xóm biết tôi đang tập chạy xe. Họ đứng ở ngoài nhà và những cửa hàng nhỏ, nhìn tôi chạy. Khi thấy tôi thành công, họ reo hò, vỗ tay cười vang và chúc mừng. Chiếc Vespa đó dường như là đại diện cho khoảng thời gian tôi ở Việt Nam cho đến nay – thử làm một điều gì đó chưa bao giờ biết và được mọi người cổ vũ trên suốt chặng đường.

Tôi không biết cuộc phiêu lưu nào đang chờ đón mình ở Sài Gòn, nhưng vì những gì Hà Nội đã tặng cho tôi – cụ thể là cách nhìn rõ hơn về bản thân, sự gắn bó với một đất nước và sự trân trọng dành cho người dân nơi đây – tôi cảm thấy mình có đủ can đảm và tự tin để bước vào chặng đường kế tiếp.

NGHĨA

Sài Gòn | 1960s

SÀI GÒN SẼ KHÔNG CÒN LÀ Sài Gòn nếu không có chợ hoa vào những tuần trước Tết Nguyên Đán, lễ hội lớn nhất trong năm, dựa theo lịch âm. Theo phong tục của người Châu Á, mọi người sẽ già thêm một tuổi vào ngày Tết, bất kể họ sinh vào tháng nào. Điều này giải thích vì sao Tết lại là ngày lễ lớn ở Việt Nam. Trong lúc phần lớn người dân đón mừng Tết trong ba ngày, thì những người khá giả họ có cả một tháng để vui chơi.

Sự chuẩn bị bắt đầu sớm từ hai đến ba tháng trước Tết. Cha mẹ của tôi sẽ may quần áo mới. Chúng tôi đi mua giày mới. Đây là thời điểm bận rộn nhất trong năm của các thợ may địa phương, những người sẽ làm thêm giờ để xong đơn hàng cho khách. Mỗi người sẽ may hai hoặc ba bộ trang phục mới. Họ mang đến các xấp vải đủ loại đủ màu sắc – lụa, gấm, hoặc chỉ là vải trơn đắt tiền. Nhà cửa được lau dọn sạch sẽ. Những cánh cửa chính hoặc cửa sổ hư hỏng sẽ được sửa chữa. Màn cửa sổ trong nhà thay mới, và những chùm đèn, đồ bạc được đánh bóng. Đây là thời gian để người ta trả hết những khoản nợ, vì nếu không, có thể sẽ gây ra vận xấu trong năm mới.

Không khí náo nhiệt. Mọi người tất bật. Trong một năm, các thương nhân có doanh thu tốt nhất vào thời điểm này. Nến, nhang, và pháo được bày bán cùng với bưởi, dưa hấu, hồng, cam và nhiều loại trái cây khác. Có rất nhiều bánh chưng, làm từ nếp thịt heo và bánh tét, cũng như kẹo, bánh ngọt, trái cây sấy khô, nước ngọt và bia.

Đại lộ Nguyễn Huệ ở trung tâm Sài Gòn là nơi tổ chức chợ hoa hàng năm. Màu sắc rực rỡ và thơm nồng nàn, chợ hoa mở cửa mỗi ngày cho đến nửa đêm và kết thúc vào ngày Mùng Một Tết. Vào buổi tối, không khí càng vui hơn. Người ta có thể tìm thấy rất nhiều loại hoa khác nhau ở đó: hoa thược dược, hoa cúc vàng, hoa mồng gà đỏ, hoa trạng nguyên đỏ và trắng, hoa mai vàng, hoa lan và cây quất. Chúng tôi đi từ gian hàng này đến gian hàng khác để cố gắng mua được với giá tốt nhất có thể, vì những người bán hàng rất nhiệt tình mời chào sản phẩm của họ, luôn khen hoa đẹp và tươi, cạnh tranh nhau để thu hút khách hàng. Cha mẹ tôi chọn mua cây mai, loài hoa của Tết, và hy vọng cây mai sẽ nở rộ trong những ngày lễ, dấu hiệu may mắn bước sang năm mới.

Người Việt Nam sống thiên về cảm xúc, tiên đoán, và hy vọng nhiều hơn là kiên trì theo đuổi hoặc đấu tranh cho một điều gì đó thực tế. Họ bỏ ra rất nhiều tiền cho những người bói toán, cố gắng nhìn thấy trước tương lai – đặc biệt là trong dịp Tết. Những thanh thiếu niên chọn những bộ quần áo đẹp nhất và đi dạo phố chợ với bạn bè, muốn nhìn ngắm và ngược lại, thích được người khác ngắm nhìn. Toàn bộ ngã tư trên Đại lộ Nguyễn Huệ đều cấm lưu hành giao thông để khách bộ hành có thể thoải mái dạo phố.

Tết là một sự kiện gia đình, và do đó các thành viên gia đình từ phương xa đều tề tựu về sum họp dưới một mái nhà. Khi chuông đồng hồ gõ đúng nửa đêm, mọi người tập trung ra ngoài sân trước nhà đốt pháo, ngắm nhìn nó nổ tung tóe trong đêm tối. Nhiều gia đình thi với nhau xem ai đốt phong pháo dài nhất và đắt tiền nhất trong xóm. Tiếng pháo phá vỡ màn đêm yên tĩnh và kéo dài trong một lúc, không khí tràn ngập âm thanh và khói pháo.

Sau khi đốt xong dây pháo cuối cùng, chúng tôi vào giường ngủ, háo hức chờ đợi có ba ngày lễ trọn vẹn đánh dấu năm cũ đã qua và đón chào năm mới.

KHI THỨC DẬY VÀO SÁNG HÔM sau, chúng tôi mặc quần áo mới và ra chào cha mẹ. Anh em chúng tôi tập trung ở gian phòng chính trong lúc cha mẹ ngồi trên ghế để làm chủ buổi lễ. Từng người trong chúng tôi bước đến, cúi chào, nói "Chúc mừng năm mới" cha mẹ, chúc cha mẹ nhiều may mắn, sức khỏe. Đổi lại, cha mẹ lì xì cho chúng tôi những tờ tiền giấy mới tinh, thơm tho, bỏ trong những phong bì nhỏ.

Những tờ tiền mới và dễ nhăn đến mức chúng tôi cầm cẩn thận trên tay, không dám gấp lại.

Tiếp theo là bữa ăn sáng của cả nhà. Nếu cây hoa mai nở rộ những bông hoa vàng rực, nếu những trái dưa hấu chín đỏ bên trong và ngọt lịm, sẽ đánh dấu cơ hội cho một năm thành công và nhiều điều tốt lành.

Sau điểm tâm, vài thành viên trong gia đình đi chùa để thắp hương cầu nguyện cho may mắn và sức khỏe. Vài người khác sẽ đi nhà thờ với cùng lý do đó. Chúng tôi đi thăm bà con họ hàng và nhận thêm tiền lì xì, số tài sản làm cho chúng tôi thành người giàu có tạm thời, rồi nhanh chóng sẽ biến mất vào những trò chơi điện tử hoặc vé xem phim. Chúng tôi thích xem múa lân do đoàn biểu diễn võ thuật thực hiện. Một người giữ cái đầu lân thật to trong lúc những người khác đỡ phần đuôi dài và sặc sỡ của con lân. Trong nhóm múa còn có ông địa, một nhân vật truyền thuyết mặc đồ để thành một người đàn ông to béo có gương mặt tròn như mặt trăng, lúc nào cũng tự quạt bằng cái quạt giấy trên tay. Đoàn múa lân sẽ nhảy múa theo nhịp điệu, theo tiếng trống và tiếng chũm chọe. Cả đoàn đi từ nhà này sang nhà khác, nhảy múa, lượn vòng theo tiếng nhạc. Sau đó, cả nhóm họ tạo thành một kim tự tháp để với lấy giải thưởng, thường là tiền đã được buộc vào một cây cột, dựng ngoài ban công của tầng một ngôi nhà.

Tất cả cửa hàng và công ty đều đóng cửa trong ba ngày Tết. Những thành viên trong nhà dành thời gian ôn lại kỷ niệm với bạn cũ, chơi đánh bài, chơi điện tử để giải trí. Đó là một thời khắc đặc biệt mà chúng tôi bỏ hết sự lo lắng phiền muộn lại phía sau, để cho mọi việc thuận theo tự nhiên. Chúng tôi trò chuyện và chỉ nói trong bầu không khí ấm áp tình cảm anh em, tử tế, an ủi nhau; cấm la hét, gào thét, hay nói lời thô tục trong thời gian này. Ngay cả những người thù ghét nhau cũng cố gắng chuộc lỗi hoặc ít nhất là không làm đau lòng nhau. Chúng tôi sống trong "thời kỳ đình chiến" và đôi khi tôi tự hỏi tại sao chúng ta không thể kéo dài nó thêm nữa. Khi những ngày Tết trôi qua, người ta trở về với lối sống bình thường, bắt đầu lớn tiếng, la hét nhau: "thỏa hiệp hòa bình" thêm một lần bị phá vỡ.

MỘT MÙA LỄ HỘI KHÁC TRONG văn hóa Việt Nam mà tôi nhớ mãi, đó là Tết Trung Thu, rơi ra vào khoảng giữa Tháng Mười, tùy vào lịch âm của năm đó. Các cửa hàng sẽ bán bánh trung thu, loại bánh khoảng 6 cm, một hộp có bốn cái. Mỗi bánh được làm khác nhau, với những loại nguyên liệu riêng biệt: một cái có bốn lòng đỏ trứng, cái nhân đậu xanh, cái nhân hạt sen, thịt hoặc các loại khác. Càng nhiều nguyên liệu, hộp bánh càng đắt tiền; đôi khi đến 5$/một cái (khoảng hơn 100 ngàn đồng.) Người Sài Gòn có truyền thống tặng cho bạn bè hoặc người thân một hoặc hai hộp bánh trung thu.

Vô số lồng đèn mang hình dáng các con vật hoặc đồ vật nào đó thắp sáng các cửa hàng. Chúng có hình con cá, con vui, thỏ với đôi lai phủ lông, con thuyền, xe hơi, những ngôi nhà và nhiều loại khác, đủ kích thước, màu sắc. Mỗi lồng đèn có gắn giá để nến bên trong. Trẻ con rất yêu thích những chiếc lồng đèn đó. Những đứa trẻ đi từ cửa hàng này sang cửa hàng khác, tìm một cái ưng ý nhất trước khi quyết định. Những cái đèn trang trí hoặc thiết kế cầu kỳ nhất, tất nhiên có giá mắc nhất.

Vào buổi tối, chúng tôi thắp lồng đèn, đi vòng quanh và hát:

Tết Trung Thu em rước đèn đi chơi
Em rước đèn đi khắp phố phường

CHRISTINA

Sài Gòn | 2003

KHI TÔI đến nơi ngôi nhà trên đường Võ Thị Sáu, những người bạn mới đã chờ tôi ở đó: David và chị của anh ấy, Kiều; Ali, người gốc Canada trước đây đã gợi ý với tôi về căn phòng ở đây; và Marc, người Thụy Sĩ. Ali và Marc làm việc cho những tổ chức phi lợi nhuận quốc tế.

Khi tôi nói với những người bạn cùng nhà biết tôi sẽ không làm việc ở công ty quảng cáo mà tôi nghĩ họ sẽ tuyển dụng mình, tôi thấy David há hốc mồm ngạc nhiên.

"Tôi đang làm ở đó," anh ta nói với tôi. "Chị Kiều đang làm việc với một công ty PR kết nối với Saatchi, và chị đã giúp tôi có được việc này."

Tôi bị sốc. Thì ra David đang làm việc ở đấy sao? Vậy anh ấy chính là người đã nhận vị trí chuyên viên quản trị khách hàng (Account Executive) mà công ty đã hứa với tôi?

Ngay lần gặp nhau trong chuyến thăm Sài Gòn đầu tiên của tôi, mối quan hệ giữa tôi và David đã luôn có sự căng thẳng. Ban đầu, cả hai hay "khích" lẫn nhau. Sau đó, tôi nhận ra chúng tôi là hai cá thể phản chiếu lẫn nhau.

Tôi nói: "Tôi nghĩ là anh đã có công việc mà lẽ ra là của tôi."

Trong tôi tràn ngập sự thất vọng. Tôi đã nghĩ công ty quảng cáo đó có cơ hội tốt nhất để thắng chiến dịch của UNICEF, và tôi thực sự muốn trở thành một phần của chiến dịch đó. Nhưng tôi đã che giấu cảm xúc của mình và quyết tâm hơn nữa để tìm một công việc khác.

Ngay lập tức tôi lao vào tìm kiếm những công ty quảng cáo trong thành phố. Cho đến một ngày, tôi tìm đến một công ty quảng cáo quốc tế khác. Công ty này cách nhà mới của tôi năm phút chạy xe gắn máy. Người dẫn dắt đội ngũ chuyên viên quản trị khách hàng là một người

Canada còn trẻ. Anh ấy muốn có một người nói tiếng Anh bản xứ trong nhóm của mình và đã mời tôi đến gặp chị Hồng Nhung, là giám đốc điều hành của công ty.

Khi đến văn phòng của chị ấy, tôi đã nghĩ về vẻ đẹp và sự thanh lịch của chị. Tôi chưa từng gặp mặt chị Lan, người của công ty "hụt" của tôi, nên tôi đã hình dung chị Hồng Nhung sẽ chào đón tôi với một phong cách tương tự như thế.

Chị Hồng Nhung kể cho tôi nghe câu chuyện chị đã bắt đầu sự nghiệp ở công ty quảng cáo ở Việt Nam như thế nào: "Có một nhóm người muốn mang ngành quảng cáo vào Việt Nam. Chị đã bắt đầu làm việc với họ ở vai trò phụ tá. Chị làm với tất cả khả năng tốt nhất của mình, và dần dần chị thăng tiến trong sự nghiệp đến vị trí này, điều hành cả công ty quảng cáo và công ty truyền thông của chúng tôi."

Tôi bị thuyết phục ngay lập tức với câu chuyện thành công của chị Hồng Nhung, và tự hỏi liệu tôi đã từng ấp ủ một nguyện vọng như thế chưa, hoặc có bao giờ tôi đã từng muốn đạt đến một nấc thang danh vọng như thế trong sự nghiệp chưa. Sự thật là tôi đã không có ham muốn này khi làm việc ở công ty dược ở Mỹ. Tôi không biết nếu tôi làm việc ở Sài Gòn thì có điều gì thay đổi hay không.

Chị Hồng Nhung tuyển dụng tôi ngay hôm đó. Tôi thở phào nhẹ nhõm và hy vọng tôi đã tìm được một mẫu người lý tưởng để học hỏi và hơn nữa là những kinh nghiệm từ chị ấy.

SÀI GÒN MANG MỘT NHỊP SỐNG mà tôi có thể cảm được. Nó đàn hồi, vang vọng lại vào buổi chiều tối khi bầu trời tối dần, đường phố lên đèn, thành phố mát mẻ hơn. Đường phố ngập tiếng ồn của xe gắn máy "qua lại như mắc cửi." Những cửa hàng ngoài trời gồm nhà hàng, quán bar, quán cà phê lúc nào cũng nhộn nhịp. Sài Gòn có một sự phóng khoáng, như một thành phố mong muốn phát triển, thay đổi, và tiến hóa. Không như Hà Nội, một nơi có vẻ như đã định hình và kết chặt vào lịch sử của nó. Tôi đã một lần đọc lời mô tả Hà Nội như một bà cô xưa cũ, thanh lịch, trong khi Sài Gòn là đứa em họ phong lưu, bướng bỉnh đang tìm cách vươn mình ra thế giới.

Có lẽ vì tính sôi nổi này mà tôi không thể ổn định cuộc sống của tôi ở Sài Gòn. Tôi muốn quay về, cũng nhanh như khi tôi muốn rời Hà Nội. Tôi nghĩ đến thành phố yêu kiều, đẹp như tranh vẽ mà tôi đã phải lòng. Tôi đã nghĩ đến việc vì sao dì Alice đã so sánh Thái Lan và Việt Nam trong chuyến du lịch của chúng tôi, và bây giờ tôi đã so sánh Sài Gòn với Hà Nội theo cách tương tự. Sự thất vọng này là một điều gì đó vẫn còn đọng lại trong bản chất của tôi ở độ tuổi ấy.

Tôi thường nhắn tin cho Mai để phàn nàn về Sài Gòn: "Tôi không nghĩ là mình có thể kết nối được với bất cứ ai ở đây. Tôi thấy Sài Gòn không thú vị như Hà Nội."

Mai khuyên tôi nên dành thêm chút thời gian cho Sài Gòn và thúc đẩy tôi hãy kết bạn với David, người mà cô ấy biết qua một người bạn khác. Mai nói David thú vị và thông minh, và anh ta có thể là một người bạn tốt.

Nhưng vấn đề ở chỗ là tôi nhận thấy David có vẻ xa cách và không thân thiện. Chúng tôi vẫn thỉnh thoảng trò chuyện về những việc xảy ra trong ngày – chuyện những hàng xóm người Astonian chuẩn bị mở công ty và họ hút cần vào khoảng 2 giờ sáng mỗi ngày, khói thuốc bay vào nhà chúng tôi, chuyện hai người bảo vệ cổng ngủ trên chiếc giường xếp mỗi tối và chào chúng tôi khi chúng tôi trở về nhà vào sáng sớm – nhưng David và tôi không thực sự thân với nhau. Tôi đã quen những lần vào và ra khỏi nhà nhanh chóng, cố gắng tránh gặp mặt các bạn cùng nhà của mình.

Một buổi chiều, khi tôi về đến nhà, cố lẻn nhanh vào phòng mình thì David chặn tôi ngay dưới cầu thang.

"Tôi có thể nói chuyện với bạn không?" David hỏi. "Tôi nghĩ là bạn chưa sẵn sàng cho Sài Gòn một cơ hội. Bạn luôn kể về Hà Nội và cuộc sống của bạn ở đó, nhưng ở đây cũng có những thứ dành cho bạn."

"Tôi không biết," tôi trả lời với giọng điệu phòng thủ. "Đơn giản là tôi thích Hà Nội hơn."

"Ồ nếu bạn thích nhiều như thế thì bạn nên quay về đó," anh ta đáp trả lại tôi.

Tôi lạnh lùng trả lời: "Có thể."

"Tôi nghĩ chúng ta có thể là bạn tốt với nhau nếu bạn muốn. Nhưng có vẻ như bạn không thích như vậy. Bạn sẽ không cho bản thân mình một cơ hội nào ở đây khi bạn đã không muốn," David nói.

Tôi sẵn giọng: "Tôi sẽ tìm cách. Tôi không cần anh nói cho tôi biết anh nghĩ gì. Tôi không sao cả."

Ngay lúc đó, tôi không muốn thừa nhận là David đã đúng: Tôi đã không sống hết mình ở Sài Gòn.

Chỉ đến sau này tôi mới nhận ra rằng đây chính là một phần của cái gọi là tình hoài hương – nỗi khao khát về một thời điểm khác trong cuộc sống ở Việt Nam của một người. Một hiện tượng nói lên khi người ta đã bị dính chặt vào một giai đoạn khác tốt đẹp hơn, thì nó đã tạo ra một hố sâu ngăn cách giữa hiện tại và quá khứ. Trường hợp của tôi, tôi luôn nhớ và mơ về Hà Nội. Khi đó, tôi đã bắt đầu hiểu cha của mình, người đã sống và hồi tưởng ký ức của ông về miền Nam Việt Nam sâu đậm đến nỗi một Việt Nam hiện tại không thể nào tồn tại trong tâm tưởng của ông.

NGHĨA

Sài Gòn | 1960s-70s

CHIẾN TRANH DIỄN RA ở NGOẠI ô thành phố khi tôi học trung học.
ở Sài Gòn, học sinh được che chở khỏi thảm cảnh của chiến tranh,
sống trong tổ kén an toàn. Nhưng chúng tôi biết bài toán chiến tranh
rất đơn giản: đối với nam sinh, nếu học không tốt thì gần như đồng
nghĩa với nhập ngũ.

ở trường trung học, chúng tôi trải qua hai kỳ thi bắt buộc: Tú
tài I vào cuối năm Đệ Nhị (lớp 11) và Tú tài 2 vào cuối năm Đệ
Nhất (lớp 12.) Học sinh không đậu kỳ thi Tú Tài 2 phải học lại Đệ
Nhất, do đó không thể vào đại học hoặc cao hơn nữa. Một trong
những người bạn của tôi, là Tân, đã thi rớt Tú Tài 2. Tân có cơ
hội để thi lại lần thứ hai trong vài tháng. Nhưng vào một ngày
nọ, trong lúc đang đạp xe về nhà, Tân bị cảnh sát quân đội chặn
lại tại chốt kiểm tra (những chốt dựng lên ở những góc đường để
kiểm tra thẻ căn cước của học sinh và những người trốn lính.) Vì
hôm đó, Tân quên thẻ căn cước ở nhà, nên anh bị câu lưu ngay
lập tức, và sau đó chuyển đến một trại lính, ở ngoại ô cách Sài
Gòn khoảng 10 dặm.

Khi bạn bè cho tôi hay sự việc, chúng tôi chạy xe đến trại lính để
thăm Tân. Chúng tôi nói chuyện với nhau qua hàng rào thép gai –
Tân phía trong, chúng tôi phía ngoài – và thúc giục anh ấy trình bày
hoàn cảnh của mình cho nhà chức trách để ra khỏi trại lính. Tân đã
có bằng Tú Tài 1 và gần đến ngày thi lại lấy bằng Tú Tài 2. Gia đình có
thể mang thẻ căn cước của Tân đến. Nhưng vì quá phiền muộn đã
rớt Tú Tài 2, Tân không thể giải thích gì với nhà chức trách. Và
chúng tôi cũng không thể thuyết phục Tân làm khác đi.

Không lâu sau Tân bị chuyển đến trại huấn luyện. Sáu tuần sau, anh tốt nghiệp, và được điều ngay đến một tiểu đoàn ở miền Trung Việt Nam. Năm tháng sau, chúng tôi được tin Tân tử trận trong một trận đánh với quân thù. Tân chỉ vừa 19 tuổi. Chúng tôi đã khóc rất nhiều khi nghe tin ấy. Khóc là tất cả những gì chúng tôi có thể làm. Chúng tôi ngồi lặng đi, ôm nhau và an ủi nhau. Không có gì khác hơn để chúng tôi có thể chống lại số phận. Đối với tôi và bạn bè tôi, cái chết của Tân là cuộc đụng độ đầu tiên của chúng tôi với thực tế chiến tranh. Nó không phải là điều gì đó xa vời, hay điều gì đó vẽ ra bởi báo chí hay chính quyền. Nó là sự thật, và nó ảnh hưởng trực tiếp lên tất cả chúng tôi.

DÙ MẸ TÔI PHẢN ĐỐI, SAU khi tốt nghiệp trung học, tôi ghi danh vào y khoa. Mẹ của tôi muốn tôi vào trường dược vì nó dễ hơn, đơn giản hơn, và sạch sẽ hơn.

"Trong ngành y, con phải đối diện với những bệnh nhân không sạch sẽ, những vết thương thối rữa, và những khu vực dơ bẩn," mẹ đã cảnh báo tôi. "Và con có thể bị nhiễm bệnh từ các bệnh nhân. Vi trùng và vi khuẩn hiện diện ở khắp nơi trong bệnh viện."

"Nhưng con thích y hơn là dược," tôi đã nói với mẹ. "Con chấp nhận thêm một năm hơn là học dược."

Ở Việt Nam, đào tạo y khoa kéo dài bảy năm và dựa trên chương trình giảng dạy của Pháp, dưới sự đỡ đầu của trường Đại Học Y. Ngoại trừ năm thứ nhất, lúc đó chúng tôi phải học các môn khoa học căn bản của trường Đại Học Khoa Học, những năm còn lại hoàn toàn do các giáo sư y khoa giảng dạy.

Kỳ thi tuyển sinh vào trường y rất khó, với tỉ lệ trúng tuyển khoảng 10%. Mùa Hè năm đó, khi những sinh viên tương lai của các trường đại học khác đi nghỉ dưỡng, thì các ứng viên của trường y phải trở lại trường học thêm cho một kỳ thi nữa. Tôi là một trong số những người may mắn trúng tuyển vào y khoa.

TRONG THỜI GIAN HỌC Y, MỘT bài giảng về chủ đề tâm lý và tâm thần đã thu hút tôi, khiến tôi bắt đầu yêu thích hai môn tâm lý học và tâm thần học. Tôi bị cuốn hút trong việc một bác sĩ, về lý thuyết, có thể chẩn đoán bệnh tâm thần phân liệt dựa trên vài triệu chứng. Thực tế chữa khỏi bệnh cho bệnh nhân tất nhiên không đơn giản sự chẩn đoán; tôi biết các biểu hiện tâm thần là những vấn đề khó giải quyết và khó chữa nhất, và đó là lý do vì sao tôi quan tâm nhiều đến những lĩnh vực này.

Vị trưởng khoa trở về Pháp. Cộng sự trẻ của ông, Bác sĩ Lâm, sẽ dạy chuyên khoa này. Bác sĩ Lâm là một bác sĩ lâm sàng giản dị nhưng phương pháp làm việc rất hệ thống và nhiệt huyết. Chính ông là người đã truyền cho tôi kiến thức về thần kinh học – một lĩnh vực mà không có nhiều bác sĩ thời đó theo đuổi vì nó trừu tượng và hầu như không có cách chữa trị cho bệnh nhân. Ở Việt Nam lúc đó, chúng tôi không có nhiều cơ học tham khảo sách về tâm lý học. Do đó tôi đã viết thư cho một nhà xuất bản ở Pháp, và họ đã rất tử tế gửi cho tôi vài chương để đọc. Đây chính là bước đầu cho tôi trở thành một người của ngày hôm nay: một người tìm cách hiểu về suy nghĩ và tâm lý của con người. Tuy nhiên thì không lâu sau tôi đã chấp nhận, tâm trí của con người là vô cùng khó chữa, nếu không muốn nói là không thể chữa được.

Trong thời gian này, tôi đã gặp người vợ đầu tiên của mình, Lyne, cũng là một sinh viên Y khoa. Cô ấy là một trong những người của một cộng đồng Việt sống ở Phnom Penh, thủ đô của Campuchia. Phần lớn đã có từ hai đến ba thế hệ các thương gia hoặc chủ đất đã sống ở đó nhưng họ buộc phải bỏ xứ đi khi xảy ra căng thẳng giữa miền Nam Việt Nam và Campuchia, do quân Bắc Việt đóng quân ở đó. Trong lúc những người Việt này nói tiếng Khmer, sinh hoạt như công dân Campuchia, thậm chí có vài trường hợp họ có cả quốc tịch Campuchia, nhưng vì hứng chịu sự tức giận của người bản xứ, họ phải bỏ đi hoặc nhập quốc tịch Campuchia. Khi sự xung đột leo thang, người Campuchia bắt đầu dùng vũ lực tấn công người Việt, tẩy chay kinh doanh của họ. Lyne là con gái của một thương gia Việt Nam, gia đình đã có ba đời sống ở Campuchia, phải bỏ đi đến Việt Nam để thoát cảnh bạo lực.

Lyne là cô gái rất tự nhiên, hoạt ngôn và dễ tính. Cô thích ngôn ngữ học và muốn trở thành một thông dịch viên, nhưng cha mẹ của cô, đặc biệt là người mẹ, thúc đẩy cô theo ngành y. Lyne và em trai của cô, cùng với ba sinh viên khác mới đến từ Campuchia, cùng lúc ghi danh vào trường Đại học Y Sài Gòn. Tôi gặp Lyne ở đó. Vài năm sau chúng tôi kết hôn.

THỜI GIAN TÔI ĐANG HỌC TRƯỜNG Y, chính phủ Nhật Bản, phối hợp với chính quyền Sài Gòn, thành lập một khoa phẫu thuật thần kinh đầu tiên gồm 40 giường tại Bệnh Viện Chợ Rẫy. Khoa này chỉ có một vị trí cho nội trú thực tập trong khoa. Họ quyết định mở một vị trí ngoại trú để hỗ trợ cho các bác sĩ bên trong. Với kiến thức về thần kinh học, tôi dễ dàng vượt qua kỳ thi phẫu thuật thần kinh và đạt được vị trí duy nhất này.

Sau khi hoàn thành chương trình học y và không trải qua thời gian thực tập, một sinh viên y khoa có thể thực tập toàn khoa; tuy nhiên, người đó sẽ phải bảo vệ thành công luận án tiến sĩ y khoa để nhận bằng tốt nghiệp. Luận án có thể là một phúc trình về căn bệnh nào đó, kèm theo là bản đánh giá nghiên cứu tài liệu hoặc đánh giá các ca lâm sàng đã chứng kiến trong một bệnh viện. Phần lớn các sinh viên có từ 12 đến 14 tháng sau khi tốt nghiệp để trình bày luận án của họ. Một số bác sĩ vì bận rộn với công việc nên họ sẽ mất nhiều thời gian hơn, có thể là từ năm đến mười năm để thuyết trình luận án của họ.

Những bác sĩ muốn chọn chuyên khoa hoặc bất kỳ lĩnh vực phụ nào đều đòi hỏi phải thực tập, có thể kéo dài thêm từ hai đến ba năm. Hàng năm, mỗi lớp học khoảng 160 sinh viên chỉ có 40 nội trú được chọn qua kỳ thi. Do đó, danh hiệu "nội trú" mang giá trị rất cao. Các nội trú là những người thực sự làm việc trong các bệnh viện của trường đại học, dưới sự hướng dẫn của bác sĩ thực thụ, cũng là những người hành nghề ở bệnh viện tư.

Sau khi vượt qua kỳ thi tuyển nội trú, tôi tiếp tục làm việc trong khoa phẫu thuật thần kinh, nơi chữa trị cho các bệnh nhân chấn thương thần kinh của cả thành phố Sài Gòn và các vùng phụ cận. Tôi chăm sóc những bệnh nhân bị thương do trúng đạn vào đầu, thường xảy ra trong chiến tranh, cũng như những người bị chấn thương đầu do té xe gắn máy hoặc do những tai nạn khác. Những người chạy xe đã không đội mũ an toàn. Trong suốt một năm, tôi có thể thu thập và xem qua 100 trường hợp tụ máu não sau khi bị một vật va chạm vào đầu. Những trường hợp này trở thành cơ sở cho luận án Y khoa của tôi. (Bác sĩ phẫu thuật thần kinh người Nhật Bản làm việc tại trung tâm từng viết bài báo về kinh nghiệm của ông với 700 trường hợp nạn nhân bị thương do súng bắn vào đầu, trong vòng bốn năm. Ông cho biết ông chưa bao giờ chứng kiến nhiều trường hợp chấn thương như vậy trong suốt sự nghiệp của ông ở nước Nhật ôn hòa.)

Cuối cùng, thời gian nhập ngũ cũng cận kề không tránh được, và tôi đã có cơ hội chọn Cần Thơ ở Đồng Bằng Sông Cửu Long để thực hiện nghĩa vụ trong quân đội. Tôi đã không biết chuyện gì sẽ xảy ra trong những tháng tới, cũng không thể đoán được cuộc đời quân ngũ sẽ đưa tôi đến Phú Quốc sau thời gian ở Đồng Bằng Sông Cửu Long, và từ nơi đó tôi sẽ hoàn toàn rời khỏi Việt Nam.

Tôi đã hình dung mình sẽ trở thành một bác sĩ của miền Nam Việt Nam, chứ không phải xây dựng cuộc sống ở một quốc gia khác, cách quê hương tôi hàng ngàn dặm.

CHRISTINA
Sài Gòn | 2003

KHÔNG LÂU SAU LẦN CHẠM MẶT với David ở chân cầu thang, tôi đã nhận ra sự chân thành của anh ấy và tầm quan trọng của cuộc đối đầu đó. Tôi vẫn bay về Hà Nội mỗi tháng, nhưng tôi đã cố gắng đi tìm vẻ đẹp của Sài Gòn. Mặc dù tôi đã không thể tìm được cách nào để yêu Sài Gòn theo cách đã yêu Hà Nội, tôi vẫn buộc mình phải ra ngoài gặp gỡ bạn bè nhiều hơn. Tôi nhận ra tôi không thể so sánh hai thành phố – mà tôi phải học cách yêu cả hai như tôi sẽ học cách yêu tất cả mọi người đến với cuộc sống của mình: theo cách riêng của mỗi người. Tôi sẽ nhận ra rằng cuộc tìm kiếm và khao khát này là một phần của chính tôi khi đó. Một phần lý do chính khiến tôi đến Việt Nam.

Mỗi ngày ở nơi làm việc, David và tôi bắt đầu trao đổi trên Yahoo! Messenger. Chúng tôi đùa giỡn về việc cả hai cùng làm chuyên viên quản trị khách hàng cho công ty quảng cáo nước ngoài. Chúng tôi nói với nhau về sở thích của người yêu của mình. Tôi vẫn dành cho Sam ở Hà Nội một tình cảm cuồng nhiệt. Đây lại là một phản ảnh nữa về sự bất lực trong tâm trí của tôi trong việc tận hưởng và trân trọng hiện tại. Bên cạnh đó thì David đang trong mối quan hệ "không hợp lệ" với Victor, một người đàn ông Việt Nam quyến rũ, rất thu hút, thành công và tử tế. Khi ấy Victor đang sống cùng một người đàn ông và gia đình của anh ấy. Gia đình người này nhìn nhận mối quan hệ của David và Victor chỉ là "bạn bè." Công khai đồng giới vẫn còn là điều cấm kỵ và không được chấp nhận về mặt văn hóa ở Việt Nam lúc đó.

Chúng tôi còn già chuyện với nhau về các đồng nghiệp của mình, đã trì hoãn nộp các phúc trình liên quan sau những cuộc họp với khách hàng, và hẹn hò ăn trưa. Tôi đã kể cho David về những vấn đề tôi gặp với đồng nghiệp của mình. Tôi cảm giác như họ không có niềm tin là tôi làm được việc. Họ có vẻ cảm thấy khó khăn khi tôi không thể nói tiếng Việt, nhưng lại gây khó dễ cho tôi khi tôi cố gắng: ngày nọ, có một loạt những chữ tiếng Việt tôi không hiểu, họ đã chế giễu trình độ tiếng Việt của tôi ở tầng sơ cấp. Tôi có mối quan hệ tốt với nhóm điều hành cấp cao của công ty, trong đó có nhiều người nước ngoài, nhưng lại có khoảng cách giữa tôi và các đồng nghiệp, cũng như các cấp quản lý.

Qua các cuộc trò chuyện của tôi với David, những câu hỏi lớn hơn về Việt Nam nói chung bắt đầu xuất hiện. Chúng tôi tự hỏi về kinh nghiệm của một thanh niên sống ở Sài Gòn và kiếm được $500 so với những gì bạn bè chúng tôi đang sống ở quê nhà sẽ như thế nào?

Trong lúc tôi đang thích thú hưởng thụ cuộc sống vô tư không lo lắng của một người nước ngoài ở Việt Nam, chẳng bao giờ ăn cơm nhà, và ra ngoài uống rượu bất cứ đêm nào trong tuần, tôi biết đó không phải là cuộc sống lâu dài tôi muốn. Cuộc sống của tôi lẽ ra phải ý nghĩa hơn những gì đang có ở Việt Nam. Không như David, tôi vẫn chưa thật sự hoàn toàn thấm nhuần tiếng Việt. Tôi đã gần như chống lại nền văn hóa gốc của chính mình, và cả việc thành thạo một ngôn ngữ sẽ giúp tôi xây dựng nên những mối quan hệ gắn bó hơn với người Việt Nam.

Là những người nước ngoài ở Việt Nam, chúng tôi sống trong một môi trường xã hội thú vị: không cần thiết phải giàu có, chúng tôi vẫn giàu so với nhiều người Việt Nam bản xứ. Chính điều này làm cho chúng tôi nhận thức sai về kiến thức chuyên môn của mình. Với mức lương khiêm tốn, chúng tôi đã có thể có nhiều hơn ở Việt Nam hơn là những gì có ở Mỹ. Chúng tôi đang sống trong một quả cầu, và tôi từng tự hỏi khi nào quả cầu đó sẽ vỡ tung.

Cuộc sống ở Sài Gòn đã chứng minh đó chỉ là nơi làm giàu thêm so với các mối quan hệ xã hội mà tôi có ở Hà Nội. Có vẻ như tôi không có thêm được bất cứ điều gì thực tế, rõ ràng hơn vào những trải nghiệm sống ở đó. Đối với bạn bè tôi ở Hoa Kỳ, sống ở nước ngoài có vẻ như là một cuộc phiêu lưu lớn, nhưng đối với tôi, sự mập mờ của chính tôi về mục đích của cuộc hành trình làm hoen ố nó. Tôi đã nghĩ về bước tiếp theo của mình sau khi rời Việt Nam. Tôi nghiêng về một chương trình hậu đại học. David cũng giỡn cợt về ý tưởng trở về Mỹ. Không ai trong chúng tôi muốn ở lại quá lâu ở một nơi mà vốn dự định chỉ là một chuyến lưu trú không dài lâu.

Cả hai chúng tôi thường nói vui về một cuốn sách kể lại những gì trải qua ở Việt Nam. Sách của David sẽ là 'Những Thử Thách Và Gian Khổ Ở Một Quốc Gia." Sách của tôi sẽ là "Một Câu Chuyện Tình."

Tựa sách này bao gồm kinh nghiệm đầu tiên của tôi ở Việt Nam, mà tôi vẫn chưa nhận ra rằng đó sẽ không phải là kinh nghiệm cuối cùng của tôi. Với cả Sài Gòn và Hà Nội, tôi đều có sự yêu mến, say mê và đón nhận những điều thú vị chưa biết, nhưng điều này giống như một mối tình chóng vánh hơn là một tình yêu lâu dài. Tình yêu của tôi dành cho Việt Nam đến nhanh và chấm dứt cũng nhanh. Cảm giác khá dữ dội, sôi động – như nhiều mối quan hệ của tôi trong thời điểm đó – và nó cũng cho thấy bản tính hay thay đổi của tôi. Tôi loay hoay trong những vòng xoáy: vừa mới cảm thấy ngập tràn niềm vui và trân trọng những trải nghiệm ở Việt Nam, ngay sau đó lại cảm thấy thất vọng và khó chịu vì tiếng còi xe gắn máy và những hiểu lầm xảy ra hàng ngày. Càng ngày tôi càng chán Việt Nam, và một điều rất nhỏ, tôi có thể nổi điên khi nhận ra mình đang bị bà chủ nhà tính tiền điện hoặc tiền internet quá cao.

Sau hơn một năm, tôi đã bắt đầu cảm thấy mối quan hệ của tôi và Việt Nam đang đi đến điểm kết thúc. Thức ăn Việt Nam – tất cả những món mà tôi chưa từng biết trước khi đến Việt Nam – giờ đây có vẻ nhàm chán, bình thường. Chi phí cuộc sống rẻ không còn hấp dẫn tôi nữa. Nó cho thấy tôi đang nhận được đúng giá trị mình đã trả – những chiếc ghế đẩu nhỏ, không thoải mái và thức ăn đường phố không vệ sinh. Các nhà hàng Tây tôi thường lui tới luôn chật kín những người nước ngoài mà tôi đã gặp khắp thành phố, trong các quán cà phê, tiệc tùng và quán bar. Không có không gian riêng tư nào trong thành phố nhỏ, đặc biệt là trong giới người nước ngoài, ở Sài Gòn cũng như ở Hà Nội. Những cuộc trò chuyện trong bữa ăn sáng muộn với bạn bè trở nên buồn tẻ và không còn bất ngờ, luôn tập trung vào cùng một chủ đề và con người. Bạn bè đến rồi đi, theo chu kỳ một hoặc hai năm, tùy thuộc vào công việc hoặc tình bạn của họ. Tôi cảm thấy ngột ngạt vì cánh cửa xoay vòng của tha nhân.

Một số ít chiến binh trong nhóm của chúng tôi đã quyết định Việt Nam sẽ là ngôi nhà vĩnh viễn của họ – rằng họ sẽ tìm ra cách để sống được ở Việt Nam. Tôi ganh tị với những người đó; họ rất quyết đoán, không sống "một chân trong một chân ngoài" như tôi. Nhưng tôi không thể có lời hứa trọn vẹn với Việt Nam. Tôi không muốn. Một phần trong tôi vẫn cảm thấy tôi thuộc về nước Mỹ – hoặc có lẽ là một nơi nào đó khác, nhưng chắc chắn không phải ở Việt Nam. Có lẽ đó là một "triệu chứng" của Việt Kiều, một ưu điểm và một yếu điểm của bản chất hai mặt vốn có của tôi: một phần của hai thế giới, hai nền văn hóa, và, năm đó, thậm chí là hai thành phố. Theo cách nhìn của cha tôi, hai quốc gia rất khác biệt nhưng lại có mối liên hệ phức tạp.

NGHĨA

Sài Gòn | 1975

KHI TƯỚNG LĨNH BẮC VIỆT VÀ quân đội tiến công vào Sài Gòn qua phía Đông của Thảo Cầm Viên, họ không biết kéo quân đến nơi nào họ để tiếp quản đất nước. Họ phải dừng lại nhiều lần và hỏi đường một số người dân. Tuy nhiên khi chiếc xe tăng đầu tiên húc đổ cổng Dinh Độc Lập, những gì còn lại đã trở thành lịch sử.

Rất nhiều người Bắc Việt sững sờ, ngạc nhiên trước những gì họ thấy ở Sài Gòn. Những lời tuyên truyền đã nói với họ rằng Sài Gòn là một thành phố chết, nhỏ bé, bẩn thỉu và xưa cũ. Những gì họ đã thấy là điều khác với tuyên truyền. Bất chấp chiến tranh, «Hòn Ngọc Viễn Đông» đã mang theo mình thời gian và những vết tích xưa. Thành phố vẫn được tôn kính theo nhiều cách: những tòa nhà cao tầng, những biệt thự Pháp uy nghi tráng lệ, các văn phòng thương mại, những công viên và vườn hoa được trau chuốt cẩn thận. Tuy nhiên, ở nhiều nơi vẫn thấy rõ ảnh hưởng của chiến tranh. Do dòng người di cư từ nông thôn ào ạt đổ về, nhiều khu ổ chuột đã xuất hiện chung quanh thành phố. Những bao cát chất quanh các tòa nhà của chính phủ, nhà ở bị phá hủy bởi pháo kích, và những chiếc xe hơi, xe gắn máy bị bỏ lại rải rác khắp thành phố.

Người đô thị nín thở theo dõi diễn tiến khi quân Bắc Việt tiếp quản Sài Gòn. Một bầu không khí sợ hãi bao trùm cả thành phố và dân chúng. Các cuộc vây người bắt đầu. Các chính trị gia, quan chức cao cấp, tướng lĩnh, lãnh đạo, tất cả những người có quan điểm chống cộng mạnh mẽ đều bị bắt đi. Một số người sẽ được gặp lại, những người khác thì không. Quân Bắc Việt bắt đầu tịch thu bất cứ thứ gì họ thích hoặc muốn. Họ đuổi nhiều gia đình ra khỏi nhà, chiếm đoạt tất cả biệt thự, cao ốc, nhà cửa và đồ đạc cho quan lính của họ. Nhiều người dân địa phương bỗng nhiên mất nhà và thất nghiệp.

Tất cả khu dân cư ở Sài Gòn từ từ được sắp xếp lại. Những ngôi nhà gom thành các khu nhỏ, do một người cộng sản lãnh đạo. Nhiều khu nhỏ tạo thành một khu vực. Những khu vực đó tạo thành một phân vùng, và cứ như thế ở những nơi khác. Người cộng sản đi từng nhà kiểm tra danh tính và số người ở. Họ lục soát mọi ngóc ngách của mỗi ngôi nhà, tìm kiếm bất kỳ sự khác lạ nào giữa những người đã ghi danh cư trú và những gì họ tìm thấy bên trong.

Người dân có lệnh không được đi ra khỏi nơi cư trú. Nếu họ muốn đi từ quận này sang quận khác, họ phải giải thích lý do và có sự cho phép của nhà chức trách. Chỉ khi nào chính quyền chuẩn thuận, họ mới có thể rời đi, nhưng nhà chức trách của nơi đến phải xác minh thời gian đến và đi.

Những người xâm lược đã tự tay giao cho họ công việc và chức vụ mới, và họ cũng phải học cách điều hành một chính quyền lớn ở một thành phố mới. Nhiều lính cộng sản có trình độ học vấn tối thiểu: một số thậm chí không biết đọc hoặc viết, và nhiều người không có bằng tốt nghiệp trung học. Tất cả các vị trí trong chính quyền mới thành lập đều thuộc về những người trung thành – từng là thành viên của Đảng Cộng sản.

Một bầu không khí nghi ngờ nhau bao trùm khắp thành phố, khi hàng xóm, đồng nghiệp và đôi khi là bạn bè cũ hóa ra lại là những người ủng hộ cộng sản. Mọi người "chỉ điểm" về nơi ở, hoạt động, công việc kinh doanh và tài sản của người khác. Chẳng mấy chốc, người dân không còn tin nhau để thổ lộ điều gì, vì bất kỳ hành động nào cũng có thể bị hiểu là chống đối chính quyền hoặc đảng. Bất kỳ ai cũng có thể bị bỏ tù chỉ vì nghi ngờ có hành vi sai trái. Nếu một người bị tình nghi có quan điểm chống cộng, công an có thể gõ cửa nhà vào giữa đêm và bắt đi. Thường thì sẽ không còn tin tức gì về người đó nữa. Nếu ai đó thất nghiệp (hoặc là một thương gia, và không được coi là đóng góp cho phúc lợi của xã hội) thì họ sẽ bị bắt và đày đi đến các vùng kinh tế mới. Đôi khi, người dân sống ở toàn bộ các khu vực của thành phố bị đày đi mà không có lý do.

Trong xã hội mới này, không có điều gì, đặc biệt là tương lai của chúng tôi – được xem là chắc chắn.

CHRISTINA

Sài Gòn | 2003

MỘT BUỔI SÁNG, TÔI NHẬN được thư điện tử từ cậu Thái, em của mẹ tôi, nói tôi nên đi thăm một người cậu khác ở Sài Gòn. Ngay cả có một người cậu sinh sống ở đó, tôi cũng đã không biết. Tôi viết xuống số điện thoại và địa chỉ của cậu, sau đó gửi một tin nhắn giới thiệu tôi là con gái của mẹ Lyne, tôi đang sống và làm việc ở Sài Gòn.

Khi chúng tôi gặp nhau tại Café Brodard, một quán cà phê lâu đời trên Đại Lộ Nguyễn Huệ – nơi mà tôi đã biết có nhiều người nước ngoài, đặc biệt là các ký giả, đã thường lui đến trong những năm chiến tranh – ông đã giới thiệu ông là Mohalam, hoặc cậu Năm. Vì là con thứ tư trong gia đình nên ông còn được gọi là năm, có nghĩa là "con thứ năm." Tôi đã nghe hai cách giải thích về lý do tại sao con đầu lòng được coi là con thứ hai – giải thích đầu tiên là vì cha mẹ được coi như số một, và sau đó mỗi đứa trẻ được xếp vào vị trí tiếp theo, và lý do thứ hai là mọi người sợ "ma" sẽ đi theo người con đầu lòng, vì vậy người Việt Nam sẽ gọi người con cả là thứ hai.

Trong khi tôi có cơ hội biết về ba anh chị em khác của mẹ tôi, những người đã đến thăm bà trong thời gian bà bị bệnh, thì cậu Năm lại là một bí ẩn – mọi thứ, từ tên của cậu, Mohalam/Năm, đến tên con trai của cậu, Ali.

"Cậu rất tiếc khi nghe về mẹ của con," cậu nói với tôi. "Tất cả các anh chị đều lớn hơn cậu rất nhiều. Cậu chỉ là một đứa bé khi mẹ con đã là một thiếu nữ, vì vậy cậu không biết về chị ấy nhiều lắm," cậu nói với tôi trong khi nhấp một ngụm cà phê sữa đá.

Cậu Năm sở hữu một gương mặt hiền từ và nụ cười rất tươi, nhưng chắc chắn cậu là người "ngoại tộc" – có thể cậu là "con ghẻ" – vì tôi chưa nghe bất cứ điều gì về cậu trước khi đến Việt Nam. Tôi luôn nhận thấy sự căng thẳng giữa cha tôi và gia đình của mẹ tôi, dù tôi chưa bao giờ biết rõ đó là chuyện gì. Có một khoảng cách, một sự hoài nghi mà tôi có thể thấy ngay cả khi còn là một thiếu niên, khi các dì và bà ngoại đến thăm mẹ tôi thời gian bà bị bệnh. Sau đó, tôi suy luận rằng bất hòa trong các gia đình Việt Nam có vẻ như đã trở thành một điều bình thường, như một tiêu chuẩn để nhận xét. Tôi còn có thể mong đợi gì khác từ những người Việt Nam đến từ một đất nước bị phân rẽ, nội chiến?

Cậu Năm và tôi phát hiện ra cả hai đều thích đồ ngọt và bị cám dỗ bởi các món tráng miệng ở Brodard. Tôi giải thích với cậu về công việc tôi đang làm ở Sài Gòn và đã đến Việt Nam như thế nào. Cậu tiếp nối câu chuyện bằng cách kể cho tôi nghe về câu chuyện của chính cậu. "Cậu đã đi khắp thế giới," cậu Năm nói, "và gặp một số rắc rối. Khi bắt đầu độ tuổi trung niên, cậu đã đến Thụy Sĩ sống với Solange một thời gian, nhưng cậu luôn tìm cách ra đi. Cậu đã đến Pháp, kết hôn với một người phụ nữ và có hai cô con gái. Cậu mợ ly hôn, và cuối cùng cậu dừng chân ở Việt Nam. Bây giờ cậu có một đứa con với người vợ thứ hai của mình."

Cậu Năm kể với tôi rằng cậu làm nhiều công việc lẻ khác nhau – một công ty gia công thành phẩm nào đó, đối tác với một công ty quần áo phụ nữ và một trường ngôn ngữ ở Việt Nam. Cậu cũng làm việc cho các dự án từ thiện ở Campuchia, và như cậu đã nói, cậu đã dâng hiến phụng sự cho nhà thờ và đức tin của mình.

Trong lúc hai người nói chuyện, cậu luôn cười và có một nụ cười rất tươi trên gương mặt, điều đó khiến tôi cảm thấy vừa vui vừa không thoải mái. Tuy nhiên, tôi rất vui khi có một người họ hàng huyết thống ở Sài Gòn, khiến tôi cảm thấy như mình ở nhà hơn.

KHI VỀ NHÀ, TÔI ĐI NGAY lên cầu thang, đến phòng của David. Tôi không kiềm chế được sự niềm vui của mình khi vừa gặp một thành viên trong gia đình.

"David, tôi vừa gặp cậu tôi," tôi thốt lên. "Ông ấy có cái tên lạ lắm, Mohalam, và con trai ông ấy tên là Ali."

Mắt David mở to. "Nè nè – tôi đã từng gặp anh chàng này rồi!" Phản ứng của David giống y như lần chúng tôi nhận ra rằng David hiện đang làm công việc tôi đã mong muốn ở Sài Gòn.

"Sao có thể như vậy được?» Tôi hỏi, "Có hàng triệu người ở Sài Gòn. Không đời nào anh gặp cậu tôi trước tôi."

"Không, tôi đã gặp rồi." anh ấy khẳng định. "Tôi thậm chí còn đến nhà cậu ấy. Mẹ tôi đã gặp cậu ấy trên máy bay, và sau đó giới thiệu chúng tôi với nhau khi chúng tôi đến đây."

"Anh đã gặp vợ chú ấy, Thi, và con trai, là Ali?" Tôi hỏi.

"Đúng. Đúng là họ. Tôi không thể quên cái tên Ali, bởi vì nó không thường gặp đối một đứa trẻ Việt Nam."

Cả hai chúng tôi đều bị sốc khi biết rằng giữa rất nhiều người ở Sài Gòn, bạn cùng nhà và cũng là bạn thân của tôi đã gặp cậu tôi trước. David giải thích rằng mẹ của anh ngồi cạnh cậu tôi trên một chuyến bay ở Hoa Kỳ. Khi bà ấy nói các con của bà sẽ chuyển đến Sài Gòn, họ đã trao đổi số điện thoại để David và em gái anh ấy có thể liên lạc khi họ đến nơi. Chúng tôi coi sự trùng hợp ngẫu nhiên này là bằng chứng cho tình bạn của chúng tôi – một trong vô số cách mà từ đó chúng tôi đã kết bạn với nhau.

MỘT BUỔI CHIỀU, CẬU NĂM CHỞ tôi đi quanh thành phố và chỉ cho tôi biết nơi gia đình mẹ tôi đã sinh sống khi bà học trường Y. Vì khi ấy cậu nhỏ hơn nhiều so với các anh chị em khác nên cậu không thể nhớ nhiều. Cậu nói rằng anh trai tôi – người con đầu lòng của cha mẹ tôi, người đã mất – rất dễ thương và mũm mĩm, mọi người đều yêu quý anh ấy. Cậu Năm cũng đã nghe một số câu chuyện về cha tôi, bao gồm cả việc ông nội tôi có một gia đình khác ở đâu đó tại Sài Gòn. Cậu cũng nhớ chi tiết mọi người đều nói cha tôi kiệm lời.

"Anh ấy là người đàn ông rất ít nói. Nhưng mẹ của con là một phụ nữ có nhiều năng lượng và hoạt bát. Chị ấy rất tốt, luôn muốn giúp đỡ người khác."

Tôi biết rất ít về những gì mẹ tôi đã trải qua trước khi bà qua đời – bà không bao giờ nói ra bất kỳ chuyện gì về thời gian bà lớn lên ở Campuchia và cuộc sống của bà ở Việt Nam. Cậu của tôi có nhắc đến việc mẹ tôi từng là vận động viên quán quân môn bóng bàn ở Campuchia. Điều này thật trái ngược với người phụ nữ mà tôi từng biết là mẹ tôi, người không bao giờ chơi bóng bàn với tôi, mặc dù chúng tôi có một cái bàn ở tầng hầm trong nhà. Mẹ tôi cũng sợ biển, và mỗi lần chúng tôi đi nghỉ ở bãi biển, bà đều từ chối xuống nước với chúng tôi.

Bây giờ tôi đã hiểu rằng, ở mẹ tôi có một hình ảnh khác, một người phụ nữ mà tôi chưa từng biết. Sau khi nói chuyện với cậu Năm, bất cứ khi nào tôi ngồi trong một quán cà phê đẹp ở Sài Gòn, và một nhóm phụ nữ Việt Nam bước vào – trang phục hợp thời không thể chê được, tóc tai và trang điểm đều hoàn mỹ – tôi tự hỏi liệu mẹ tôi, người cũng khá thời trang, có phải là một trong những người phụ nữ đó không. Liệu bà có hạnh phúc hơn khi ở Việt Nam không? Tôi nghĩ về tất cả những thị trấn nhỏ mà chúng tôi đã sống, với phần lớn dân số là người da trắng, và nhớ lại khi chúng tôi sống ở Illinois trong một năm, cuối cùng bà cũng có được một người bạn – một phụ nữ Hàn Quốc và họ đã trở nên rất thân thiết. Liệu mẹ tôi có thoải mái hơn, hài lòng hơn, với tất cả những người bạn Việt Nam mà bà có thể nói chuyện bằng tiếng Mẹ đẻ của mình, những người có cùng nền văn hóa với bà không? Đây là những câu hỏi mà tôi sẽ có câu trả lời, và hiểu biết đó đã dày vò tôi.

Khi tôi còn nhỏ, mẹ tôi thường hát một bài hát mà giai điệu của nó cứ vương vấn trong tâm trí tôi. Thay vì hát lời, mẹ hát tên tôi: Ti-na-ti-ti-na-ti-na Ti-na-ti-na-ti-na

Mẹ không bao giờ nói cho tôi biết tên bài hát, nhưng một ngày nọ, tôi lại nghe thấy bài hát đó trong một quán cà phê ở Sài Gòn. Tôi không thể hiểu được lời bài hát trong bầu không khí ồn ào của quán cà phê, nhưng ngay cả trong không gian đó, tôi vẫn biết đó chính là bài hát mẹ tôi vẫn thường hát cho tôi nghe. Ngay lập tức, tôi hiểu rằng mẹ đang ở đó với tôi – và bài hát đó là dấu hiệu cho thấy sự hiện diện của mẹ. Tôi có thể cảm thấy mẹ tự hào về tôi vì đã mạo hiểm đến một vùng đất xa lạ, vì đã cố gắng khám phá những mảnh ghép trong câu chuyện của mẹ và lịch sử gia đình chúng tôi, và quan trọng hơn là tìm cách hiểu về gia đình chúng tôi hơn.

NGHĨA

Sài Gòn | 1980s

TRƯỚC KHI SÀI GÒN THẤT THỦ, mẹ của tôi có hai mục tiêu cho cuộc đời mình: nuôi dạy con cái và đi du lịch nước ngoài. Bà cho tất cả các con vào học trường tư, một quyết định khó khăn và tốn kém cho bà. Khi mức lương nhân viên hải quan của cha tôi không đủ sống, bà đã đi học lớp học ban đêm để trở thành một y tá. Sau đó, bà mở một doanh nghiệp tư nhân, mang lại thêm thu nhập cho gia đình chúng tôi. Khi cách này vẫn không đủ cho nhu cầu của một gia đình đông người, bà đã bán ngôi nhà của chúng tôi và chuyển cả nhà đến một ngôi nhà nhỏ hơn.

Dưới chế độ cộng sản, công việc kinh doanh của mẹ tôi phát triển thuận lợi. Sau vài năm, bà mở một cửa hàng nhỏ chỉ bán gạo và thực phẩm có thể để lâu ngày. Có lần, có người hỏi bà tại sao bà không bán bất cứ thứ gì ngoài những mặt hàng này. Bà giải thích rằng đây chỉ là công việc kinh doanh phụ của bà, và bà bán những mặt hàng mà bà dễ có được. Cũng giống như nhiều quyết định khác của mẹ tôi, cuối cùng lại là một điều đúng, vì gạo từ lâu đã là lương thực chính của người Việt Nam, và trong thời chiến hoặc khan hiếm, người Việt Nam dựa vào cơm hấp, cá khô, rau và trứng vịt muối để no bụng. Họ có thể sống sót bằng chế độ ăn uống này trong nhiều tháng liền.

Có quá nhiều bất ổn dưới chính quyền cộng sản sau khi Sài Gòn sụp đổ; mọi thứ trở nên phức tạp hơn bởi các cuộc bố ráp nửa đêm, việc chuyển người dân đến các khu kinh tế mới và các trại cải tạo. Nền kinh tế bị ảnh hưởng nặng nề; nhiều người trung thành với cộng sản nắm giữ các vị trí trong chính quyền mới thành lập không có kinh nghiệm hoặc kiến thức để thực thi tốt công việc mới của họ. Trong khi đó, nền kinh tế càng suy yếu thêm do tình trạng chảy máu chất xám và vốn liếng khi hơn một triệu người trốn thoát sang các quốc gia khác. Giá thực phẩm tăng mạnh, dẫn theo lạm phát.

Một số người kinh doanh hưởng quyền lợi nhiều hơn những người khác và kiếm được những lợi nhuận đáng kể khi giá cả biến động. Mọi người, đặc biệt là thương gia, chuyển sang vàng, trở thành tiền tệ tiêu chuẩn trong kinh doanh. Nếu một người muốn trốn đi nước ngoài, họ phải đưa vàng cho khoản thanh toán ban đầu. Nhiều người Việt Nam đã thấy trước điều này và từ sớm đã đổi tiền giấy của họ sang vàng.

Ngoài áp lực mà mẹ tôi phải đối mặt khi quản lý một cửa hàng trong nền kinh tế đang thay đổi, các em trai tôi vẫn còn trong độ tuổi đi nghĩa vụ quân sự. Một trong những người em của tôi và bạn gái đã cố gắng trốn thoát qua đường Vũng Tàu, một tuyến đường mà mẹ tôi đã khuyên không nên đi. Bà đã đóng tiền tại ngoại cho họ ra, và rất lo sợ em tôi sẽ bị đưa sang Campuchia. May mắn là em tôi chưa lần nào lên tiếng phản đối chính quyền cộng sản, và những mối quan hệ của mẹ tôi ở Vũng Tàu đã có thể giúp cậu ấy được thả sau vài tuần.

Bất chấp tất cả yếu tố bên ngoài, công việc buôn bán của mẹ tôi vẫn thuận lợi. Bà đã mua vàng để cất tiết kiệm từ số tiền lời của mình. Em trai kế tôi đang làm bác sĩ nhi khoa tại bệnh viện địa phương. Bà khuyên em tôi nên ở lại đó càng lâu càng tốt để tránh xa giới chức địa phương. Hai người em trai kế đang làm thư ký cho một công ty trong lúc vẫn đi học bán thời gian.

Mẹ tôi vì để bảo vệ các con, đã bắt đầu thay họ tham dự các cuộc họp khu vực hoặc khu phố hàng tháng.

Một ngày nọ, một trong những viên chức hỏi: "Tại sao bà lại ở đây trong tất cả các cuộc họp này? Con của bà đâu?"

Mẹ tôi trả lời: "Các con tôi phải bận đi học. Lớp học rất khó nên chúng nó không có thời gian đi họp. Và sau giờ học, chính quyền cũng họp với chúng nó. Tôi đến đây thay cho các con tôi."

"Họ có biết rằng họ cần phải thay phiên nhau canh gác tại khu nhà ở của họ vào ban đêm không?" anh ta hỏi. "Đây là nhiệm vụ quan trọng đối với những người trẻ."

"Nhiệm vụ này bao gồm những gì?" mẹ của tôi hỏi.

"Họ cần phải canh gác vào ban đêm để không có người lạ nào được phép vào khu phố."

"Tôi sẵn sàng thế cho con tôi," mẹ tôi nói.

"Được thôi," anh ta đồng ý. "Việc này luân phiên nhau. Bà có thể mang một cái ghế nhỏ hoặc ghế dài ra phía trước nhà và canh gác."

Những người hàng xóm đều không biết rõ họ đang phải theo dõi ai. Lực lượng công an đủ để phong tỏa toàn bộ thành phố nếu cần, và các thanh niên rất sợ kiểm tra nhà cửa và các cuộc bố ráp lúc nửa đêm đến nỗi họ thà trốn ở đâu đó còn hơn chạy loanh quanh và làm phiền khu phố. Nhưng mẹ tôi vẫn im lặng về tất cả những điều này. Dựa vào thời gian biểu do công an đưa, bà canh gác khu vực địa phương trong ca làm việc của mình, cố gắng giữ con của mình tránh xa tầm quan sát để không ai chú ý đến và bắt họ đi. Bà cũng đủ khôn ngoan để kết bạn với công an, mang cho họ vài món quà, những hành động chắc chắn đã giúp bảo vệ gia đình bà nhiều hơn nữa.

NGAY CẢ KHI MẸ TÔI VỪA xoay xở tứ bề trong cuộc sống vừa bảo vệ cho con cái, thì bà vẫn âm thầm lập kế hoạch cho gia đình, như bà từng làm trong suốt cuộc đời. Bà đã hỏi thăm và liên lạc với các viên chức địa phương để xin thị thực xuất cảnh đặc biệt, đưa bà và các em trai tôi ra khỏi Việt Nam. Tất nhiên, điều đó rất khó khăn vì tuổi tác của họ, và bà đã phải đối mặt với vô số rào cản – nhưng mẹ tôi kiên trì và cuối cùng bà đã làm được. Bà đã xin được thị thực để bà và các em trai tôi có thể rời khỏi Việt Nam. Bà kiên nhẫn chờ chính quyền địa phương "bật đèn xanh."

Chuyện đã diễn ra đột ngột: mẹ tôi được thông báo bà chỉ có 24 giờ để mua vé máy bay và bay ra khỏi đất nước. Bà đã giao nhà lại cho chính quyền và ra khỏi Việt Nam bằng chuyến bay nhanh nhất có thể – đầu tiên là đến Thái Lan, rồi đến Los Angeles. Bà và các em trai tôi định cư ở Nam California vào đầu những năm 80. Như nhiều người tỵ nạn Việt Nam khác, họ đã trải qua một thời kỳ thích nghi khó khăn. Nhưng họ hạnh phúc vì cuối cùng đã được tự do, không phải sống với những lo lắng luôn triền miên về lệnh nghĩa vụ quân sự và cuộc sống dưới một chính quyền cộng sản hà khắc.

Cuối cùng, tôi tự nhủ, cả gia đình tôi đã rời khỏi đất nước cộng sản đó.

CHRISTINA
Sài Gòn | 2003

"THẦY" BÓI CUỐI CÙNG MÀ TÔI đi xem vài tháng trước khi tôi rời Việt Nam, là một nơi khuất, hẻo lánh ở Quận 3, Sài Gòn. Dì Hoa, dì của bạn tôi, là chủ một quán ăn đường phố chỉ bán một món duy nhất – cơm sườn bì chả trứng – trên con phố Nguyễn Trãi nhộn nhịp ở Quận 3. Cô đã kể cho chúng tôi nghe về một thầy bói nổi tiếng mà cô biết, người này nổi tiếng và đáng tin đến mức mỗi lần chỉ cho một người đến. Tôi đã rất phấn khởi khi dì Hoa nói sẽ dẫn chúng tôi đến "thầy" một ngày nào đó.

Dì Hoa đưa chúng tôi đi trong con hẻm quanh co, qua những ngôi nhà lợp mái tôn, dừng lại trước một ngôi nhà mà tôi sẽ không bao giờ có thể tự mình tìm thấy. Chúng tôi đi vào cổng trước, đã hé mở sẵn, đi ngang qua ba chiếc xe máy đậu trước ngôi nhà. Một người đàn ông ngồi trước tivi, dường như biết ngay lý do tại sao chúng tôi ở đó, và chỉ cho chúng tôi đến cầu thang tự chế dựng ở phía sau phòng.

Đã có ba người phụ nữ ngồi thành một hàng trên nền nhà chờ người xem bói. Vẻ mặt của họ đã nói cho tôi biết rằng họ tin tưởng người phụ nữ này đang nắm giữ chìa khóa vận mệnh tương lai của họ – thành công, sức khỏe và tình duyên lâu bền.

Bà thầy bói toán, mặc một chiếc áo choàng dài màu trắng, có vẻ chỉ lớn hơn tôi năm tuổi. Bà ngồi trên một chiếc ghế gỗ sơn màu xanh ngọc dịu nhẹ ở giữa phòng – tương phản với những chiếc đèn đỏ tươi đặt trên bàn thờ chiếm toàn bộ chiều dài của một trong những bức tường. Mùi hương thoang thoảng trong không khí, hòa trộn với sự chờ đợi kiên nhẫn của khách. Tượng Phật bằng vàng, với vẻ mặt vô cùng viên mãn, từ trên bàn thờ dường như đang nhìn chằm chằm vào chúng tôi.

Tôi biết tôi đang ở đó để tìm kiếm lời chỉ dẫn, có thể nói là "cho phép" để rời khỏi Sài Gòn. Rất nhiều điều đã xảy ra trong vài tháng qua: Tôi đã nộp đơn và được chấp nhận vào một chương trình sau đại học tại Trường Kinh tế London, nơi có những môn thuộc sở thích của tôi, bao gồm khả năng dùng truyền thông để thay đổi xã hội thông qua các chiến dịch công cộng. Công ty quảng cáo mà tôi làm việc cuối cùng đã thắng hợp đồng làm việc cho một chiến dịch truyền thông quốc gia do UNICEF lãnh đạo nhằm cổ võ thanh thiếu niên Việt Nam. Tôi đã cống hiến không mệt mỏi cho chiến dịch và cảm thấy đam mê với những gì chúng tôi đang cố gắng đạt được, nhưng giống như hầu hết các dự án ở một quốc gia đang phát triển, tôi bắt đầu nhận ra chúng tôi sẽ mãi mãi bị chế ngự bởi sự chậm trễ.

Tôi đã bắt đầu cảm thấy thời gian tôi ở Việt Nam sắp hết. Cảm giác rất rõ ràng trắng đen: đột nhiên những gì trải qua ở Việt Nam đã kết thúc trong tâm trí tôi. Không còn nhiều những buổi hẹn cà phê hay ra ngoài vào buổi tối với bạn bè. Tôi nhận ra rằng trong khi cuộc sống của tôi thoải mái và dễ dàng ở Việt Nam, thì quá nhiều thứ có thể gây tổn hại. Tôi cảm thấy đã đến lúc mình phải nghiêm túc hơn một chút về cuộc sống và sự nghiệp của mình.

Ngoài ra thì cuộc sống của cha tôi cũng có những thay đổi khá kịch tính. Gần đây cha viết thư cho tôi và chị của tôi:

> *Các con,*
>
> *Alice và cha không sống với nhau nữa. Dì không còn là thành viên của gia đình. Đừng chia sẻ gì thêm với dì nữa. Đừng viết thư cho dì nếu dì gửi thư cho các con.*
>
> *Ba.*

Không lâu sau đó là lá thư của dì Alice:

> *Dì muốn kể cho các con nghe câu chuyện của dì. Cha của con và dì đã có vấn đề trong một thời gian dài. Hai người chưa bao giờ có một mối quan hệ bình thường. Hai người chưa bao giờ sống cùng một thành phố và không thực sự có những cuộc nói chuyện với nhau.*

Ngay khi tôi nghe tin, tôi đã đến phòng của David để chia sẻ với anh ấy.

Tôi giải thích: "Tôi chưa bao giờ có cảm giác thân thiết với dì Alice. Nhưng tôi tin rằng dì đã từng là một phần trong cuộc sống của cha tôi. Khi ấy cha đã không còn cô đơn."

"Có lẽ bây giờ là lúc bạn về Mỹ để bên cạnh cha của bạn," David đã nói. Tôi biết câu nói đó không sai, nhưng tôi chưa thể tin rằng tôi có thể ủng hộ cha của tôi về tinh thần. Qua nhiều sự việc, đã có quá nhiều lần tôi thấy cha đã không bên cạnh tôi.

Vài ngày sau, thư từ gửi qua lại, ban đầu là đầy ắp sự giận dữ và đau khổ, rồi dần dần nguôi ngoai, cả hai đều cố gắng tìm kiếm sự bình yên trong câu chuyện. Dì Alice giải thích rằng cũng giống như cha tôi đã không bên cạnh chúng tôi, đối với dì, ông cũng như thế. Cha tôi tâm sự là ông và dì Alice đã có với nhau những giây phút và năm tháng đẹp đẽ, nhưng ông đã có quá nhiều điều phải suy nghĩ trong suốt mối quan hệ của họ – từ cái chết của mẹ tôi đến công việc của ông cho đến việc trở thành cha đơn thân của hai cô con gái tuổi vị thành niên – đến nỗi ông đã không có thời gian nuôi dưỡng tình cảm của hai người. Quan điểm của ông đã thay đổi sau lá thư thông báo sự việc, và ông khuyến khích chúng tôi tiếp tục giữ liên lạc với dì Alice. Ông viết: "Các con có thể học hỏi từ dì, và dì có thể là một mẫu người để các con noi theo."

Đây là một bước ngoặt trong đời của cha tôi. Ông đã phải chịu đựng quá nhiều thăng trầm trong cuộc sống, nhưng rõ ràng cuộc ly hôn của cha với dì Alice đã khơi dậy một điều gì đó sâu thẳm bên trong ông. Phải nhiều năm sau, khi tôi phải chịu đựng nỗi đau lớn của riêng mình, tôi mới hiểu rằng một số sự kết thúc là những cánh cửa mở ra những vết thương sâu thẳm chúng ta cần phải đối mặt trong cuộc sống này. Rồi sau khi nỗi đau qua đi, chúng ta biết ơn những người đã mang đến nỗi đau đó cho mình – cho chúng ta một lăng kính khác khi nhìn về quá khứ.

KHI ĐẾN LƯỢT TÔI, TÔI NGỒI trước mặt người xem bói. Bà ta trông mạnh mẽ và đầy quyền lực, khuôn mặt bôi đầy phấn, khiến tôi nhớ đến một thiếu nữ Việt Nam thử trang điểm lần đầu tiên trong đời. Bà ấy nhìn tôi bằng đôi mắt sắc sảo, rồi nhắm mắt lại, đọc một số câu thần chú khó hiểu, rồi phát ra một tiếng kêu dài, vang vọng khắp căn phòng nhỏ. Tôi nín thở, hy vọng bà thầy sẽ nói với tôi những điều thầm kín về cuộc sống của chính tôi, và cả cuộc sống của cha tôi nữa. Bạn của tôi viết xuống những ghi chú trong lúc dì Hoa ngồi phía sau tôi dịch những ý chính trong lời của bà thầy bói:

> *"Mẹ của cô ấy đã mất và mất sớm. Cô ấy không sống gần gia đình và cô ấy sẽ luôn ở xa nhà. Cô nên tập trung vào công việc, đừng vướng bận chuyện yêu đương. Tình duyên của cô rất phức tạp. Nếu cô chú tâm vào công việc, tình duyên tự khắc đến. Cuộc sống của cô sẽ khá hơn khi bước sang tuổi 30 vì cô sẽ hiểu bản thân nhiều hơn."*

Sau đó, bà ta nói thêm, "cô ấy sẽ luôn trở lại Việt Nam. Và tôi sẽ để cô gặp tôi lần nữa vì tôi biết cô sẽ quay về."

Tôi "cúng dường" cho thầy gói 50,000 đồng. Sau khi đặt tiền vào một cái hũ trên bàn thờ, tôi cúi đầu với người phụ nữ, bà ấy đáp lại bằng nụ cười ra vẻ đã hiểu. Tôi nhìn vào những ngọn đèn sáng bóng, mớ đồ vật lộn xộn trên bàn thờ, và tự nhủ rằng bà ấy đã sai. Tôi tin tôi đã trải qua hết những kinh nghiệm của mình ở Việt Nam, tôi đã học đủ ở đó.

Tôi đã nghĩ một khi đã rời đi, tôi sẽ không bao giờ quay trở lại Việt Nam nữa – ít nhất là không sống ở Việt Nam nữa – không bao giờ.

'CẢI TẠO' | HỒI HƯƠNG

CHRISTINA
Virginia | 2004

SAU KHI CHA CỦA TÔI VÀ dì Alice chính thức ly dị, ông chuyển về Northern Virginia, cách Washington DC khoảng 45 dặm. Thật không dễ dàng khi nhìn ông phải bỏ lại công việc bác sĩ ở Indiana và bắt đầu một chặng đường mới, xây dựng lại cuộc sống của ông ở một tiểu bang khác vào độ tuổi xế chiều.

Vào mùa Hè trước khi sang London học cao học, tôi ở bên cạnh ông. Khi tôi hỏi cha vì sao ông chọn Virginia, cha tôi trả lời vì có một người phụ nữ Việt Nam mà ông gặp trong cuộc hội thảo đã khuyên ông dọn về đó. Tôi đã tưởng tượng ra cha tôi và người phụ nữ ấy đang nói chuyện qua điện thoại, nghe bà nói, "Nhiều người Việt sống ở Virginia" – và nhẹ nhàng thúc giục ông, hãy cân nhắc đề nghị của bà. Có thể cha tôi đã kể cho bà về dì Alice, về cuộc ly hôn và bắt đầu ở một nơi nào mới. Có thể cha tôi đã gửi thư điện tử cho bà kể về tất cả những điều đó, như ông đã làm với tôi và chị tôi. Hoặc có thể ông không nói gì cả.

Có lẽ người phụ nữ này đã nhìn thấy mong muốn của cha tôi là tìm về với cội nguồn của ông, để sống cùng những người có thể hiểu được lịch sử của ông, vì họ cũng có một lịch sử tương tự – bị buộc phải rời khỏi đất nước mà họ yêu, nơi mà họ gọi là nhà, không biết khi nào hoặc có bao giờ quay trở lại được không?

Tôi không thể tưởng tượng ra số phận này gắn vào mình như thế nào, vì tôi luôn là người lựa chọn rời khỏi nơi tôi từng sống, quyết định dựa trên mong muốn được đến ở một nơi khác. Tôi luôn có thể về nhà, luôn có thể quay trở lại đất nước nơi tôi sinh ra.

Ở VIRGINIA, CHA TÔI ÁP DỤNG một khuôn thức cũ mà tôi đã thấy từ cuộc sống "du mục" thuở nhỏ của mình. Bất cứ nơi nào chúng tôi chuyển đến – Connecticut, New York, Utah, Tennessee, Illinois, Indiana – chúng tôi luôn thuê nhà trước khi mua. Phải mất một thời gian dài tôi mới nhận ra giá trị này, và khi trưởng thành, tôi đã đang áp dụng nó vào cuộc sống.

Khi tôi đến thăm, cha tôi đang thuê căn phòng nhỏ phía sau một trung tâm mua sắm bình dân gồm một cửa hàng tạp hóa và vài nhà hàng. Tôi không thoải mái khi nhìn thấy cha sống trong một căn phòng, không biết trước tương lai của ông. Cha tôi đã chuyển từ một ngôi nhà rộng khoảng 300 m² ở Indiana đến một khu chung cư có sáu dãy nhà giống nhau, toàn những người xa lạ – chỉ có chung bãi đậu xe, hồ bơi và một phòng tập thể dục.

Cha tôi nói ông muốn thử để xem có thích vùng đất này hay không trước khi mua nhà. Ông gửi hết đồ đạc của mình, chỉ mang theo những gì thật sự cần thiết vào căn phòng thuê. Một chiếc ghế bành bằng mây từng đặt trong căn phòng ngoài đầy ánh nắng của chúng tôi. Một bàn trong bếp. Một bàn làm việc. Một chiếc giường đôi cho mỗi phòng ngủ. Một cái đèn cho mỗi phòng. Cha đã sắp xếp một căn phòng cho tôi với một vài vật dụng cá nhân mà ông đã tự tay lựa chọn và cái mền bằng lông màu trắng mà tôi từng dùng trong suốt thời đại học.

Tôi không quen nhìn cha tôi sống trong một không gian nhỏ như thế. Không an tâm – không thoải mái. Tôi luôn nhìn thấy cha trong những ngôi nhà rộng lớn mà ông không thể tự chăm sóc, với những căn phòng mà ông chỉ vào để hút bụi hoặc dọn dẹp. Đó là hình ảnh mà tôi cảm thấy thoải mái và được yên lòng khi nhìn thấy: cha tôi, được che chở bởi không gian trống trải. Hiên nhà nơi ở mới của cha tôi là một diện tích vuông vức 1 mét x 1 mét, bằng gạch, có một vài cây nhỏ và chiếc ghế dài hướng ra bãi đậu xe. Tôi tự hỏi liệu có phải cha tôi ngồi đó suốt cả ngày, nghĩ về cuộc đời và tương lai của ông không? Tôi tự hỏi không biết ông có cần một người bạn không?

Trên bàn làm việc của ông, tôi để ý có một tờ rơi giới thiệu về một khóa tu thiền ở Rocky Mountains. Tôi thắc mắc không biết ông đã tham dự chưa hay vẫn đang cân nhắc. Khi tôi còn nhỏ, có một cách để tôi hiểu về cha tôi, đó là nhìn vào các vật dụng trên bàn làm việc của ông. Ngoài những chồng sách và giấy tờ y khoa, chung quanh chỗ ông làm việc luôn có những cuốn sách tự lực, một chiếc hộp nhỏ màu xanh lá cây trong đó chứa đầy những tấm thiệp và những câu truyền cảm hứng viết nguệch ngoạc trên đó. Ngay khi đó, tôi đã biết rằng cha của tôi đang tìm kiếm một điều gì đó sâu thẳm hơn – ông đang cố gắng sống một cuộc đời ý nghĩa.

Trong suốt thời gian tôi ở với cha tôi, chúng tôi thường đi bộ trên con đường mòn gần căn phòng của ông – điều mà chưa bao giờ có giữa cha và tôi trong quá khứ. Ông bước nhanh trước mặt tôi trong lúc tôi đi phía sau, thong thả hơn.

Một trong những lần đi bộ đó, cha quay lại và hỏi, "Con có thiền không, Christina?"

"Dạ không, ba, con không thiền», tôi nói. "Nhưng nó có vẻ hay."

"Nó không dễ," cha tôi nói. "Chỉ cần nhìn chung quanh, một đóa hoa hồng chẳng hạn, và nhìn chăm chú vào nó khoảng 15 phút. Lâu đến khi nào con không thể nhìn nữa. Đừng nghĩ về điều gì cả. Và cố gắng thực hành càng lâu càng tốt." Tôi gật đầu, và chúng tôi đi tiếp.

Đến cuối buổi đi bộ, cha tôi hỏi một câu hỏi khác khiến tôi ngạc nhiên: "Con có muốn biết điều gì về mẹ con không?"

"Dạ không," tôi trả lời một cách kiên quyết, mặc dù điều đó không đúng. Tôi muốn biết về mẹ mình. Tôi cũng muốn biết về cha của tôi nữa – nhưng vì lý do nào đó, tôi không thể hòa vào cuộc nói chuyện này với cha. Chưa phải lúc.

Trong thời gian tôi ở cạnh cha, ông gợi ý cho tôi nên cân nhắc chuyển đến D.C. sau khi tốt nghiệp đại học và nhắc tôi rằng có rất nhiều tổ chức quốc tế ở đó để tôi có thể làm việc. Tôi đã lạnh lùng trả lời ông: "Con không muốn sống ở DC."

Tôi còn quá trẻ và quá ích kỷ để nhận ra được cha tôi đang chìa một cành ô liu, cách ông cố gắng gần gũi hơn với tôi. Và quan trọng hơn, ông đã ngỏ ý với tôi một điều, đó là bên cạnh ông, điều mà tôi cũng chưa bao giờ làm trong đời mình. Tôi thấy thoải mái hơn khi cha và tôi vẫn như hai hòn đảo: cùng một đại dương, nhưng mãi mãi tách rời.

NGHĨA

Hartford, Connecticut | 1977-1988

NĂM 1977, CUỐI CÙNG TÔI đã chuyển đến một thành phố lớn hơn để học y khoa. Nhiều thứ đã thay đổi trong hai năm kể từ khi tôi đến Mỹ. Phải đến mùa Xuân năm 1976, tôi mới gặp lại Lyne tại phi trường JFK. Cô ấy ốm hơn nhưng vẫn thể hiện bên ngoài nét thanh thoát tự nhiên. Về mặt tinh thần, cô ấy đã thay đổi kể từ lần cuối tôi gặp cô ấy. Tôi tự hỏi không biết Lyne có đối diện được với thực tế cuộc sống mới hay không khi thế giới quanh cô đã thay đổi quá nhiều trong một thời gian ngắn.

Chỉ trong mười tám tháng, cô ấy đã chứng kiến cộng sản chiếm lấy Sài Gòn, bị đuổi khỏi nhà, phải chịu nỗi đau mất đứa con đầu lòng của chúng tôi và danh tính của mình, đã trốn khỏi Việt Nam và trải qua các chấn động khủng khiếp của hàng loạt những thách thức mới – đầu tiên là ở Pháp, và bây giờ là ở Mỹ.

Ở Việt Nam, Lyne lúc nào cũng u sầu, nhưng không bao giờ cô ấy cho tôi biết lý do. Vì những người cộng sản, hay là cách gia đình cô ấy đối xử với cô ấy ở Việt Nam? Đôi khi, cô có vẻ tức giận với gia đình mình. Ở đây, Lyne sẽ phải học với những tư tưởng mới, cách suy nghĩ mới, cũng như một nền văn hóa mới. Nó đã quá sức cô ấy. Cô ấy sợ hãi.

Cô ấy ghi danh vào học một trường cao đẳng cộng đồng nhưng rồi không muốn học nữa. Lyne chỉ muốn ở nhà. Qua những buổi đi lễ nhà thờ và các lớp học tiếng Anh, cô ấy kết bạn với đôi vợ chồng cao niên, gia đình Donaldsons. Từ từ, Lyne mở lòng hơn với họ, cô thấy thoải mái và thấy hạnh phúc hơn vì có thể hòa nhập với vài người trong cộng đồng và vui với tình bạn của họ. Tôi đã tập trung vào thời gian huấn luyện của mình, nhưng đã cố gắng hết sức để giúp Lyne hòa nhập vào đất nước mới. Bắt đầu một gia đình dường như là cách mang lại ý nghĩa cho cuộc sống của Lyne: năm 1977, đứa con thứ hai và con gái đầu lòng của chúng tôi chào đời, tiếp theo chúng tôi có Christina vào năm 1979. Những đứa con dường như đã mang đến cho cô ấy sự sắp xếp chu toàn trong cuộc sống, trong khi tôi tiếp tục xây dựng sự nghiệp y khoa của mình.

CÓ HAI CHƯƠNG TRÌNH NỘI TRÚ trong thành phố: một chương trình tại bệnh viện gồm 600 giường và một chương trình tại bệnh viện gồm 800 giường. Nỗ lực sáp nhập hai chương trình đã gặp phải sự phản đối từ các bác sĩ tư nhân của hai bệnh viện.

Trong buổi khởi đầu, tôi đã rất ngạc nhiên về những gì vị nội trú trưởng nói với chúng tôi.

"Các bạn sẽ trực tại bệnh viện mỗi ba đêm và hai ngày cuối tuần (Thứ Bảy và Chủ Nhật) mỗi ba tuần lễ," ông thông báo. "Các bác sĩ nội trú trẻ sẽ ở lại bệnh viện trong khi trực, nhưng các bác sĩ nội trú cấp cao có thể trực qua điện thoại."

Một nội trú hỏi liệu chúng tôi có được nghỉ một ngày sau khi trực không.

"Sẽ không có thời gian nghỉ sau ngày trực," ông trả lời. "Điều đó có nghĩa là nếu bạn trực trong hai ngày cuối tuần, bạn sẽ tiếp tục làm việc vào Thứ Hai cho đến 5 hoặc 6 giờ chiều."

"Nhưng điều đó có nghĩa là chúng tôi sẽ phải làm việc liên tục trong tổng cộng 58 đến 60 giờ," một nội trú nói.

"Đúng vậy," nội trú trưởng nhún vai. "Chúng tôi đã làm được, vì vậy các bạn cũng có thể làm được."

"Lịch làm việc hàng ngày của chúng tôi như thế nào?" một nội trú khác hỏi.

"Vào buổi sáng, bạn phải gặp bệnh nhân của mình trước, sau đó đến phòng phẫu thuật đúng 8 giờ sáng, nơi bạn sẽ được phân công phụ trách các ca cụ thể. Là một bác sĩ chuyên khoa mới vào nghề, bạn sẽ giúp giữ dụng cụ trong các ca phẫu thuật lớn và sẽ có ít cơ hội theo dõi phẫu thuật."

"Các ca mổ này kéo dài bao lâu?" một nội trú hỏi.

"Một số ca kéo dài hai hoặc ba giờ, một số khác lên đến năm hoặc sáu giờ. Có một ca kéo dài mười tám giờ."

"Và chúng tôi phải giữ dụng cụ hành nghề trong suốt thời gian đó?" người đó hỏi tiếp.

"Tất cả nội trú phẫu thuật đều phải trải qua giai đoạn này," nội trú trưởng nói. "Bạn phải học cách giữ yên, đôi khi thậm chí không được cử động bất cứ một cơ nào – thậm chí không được thở – trong những khoảnh khắc quan trọng. Nếu không, bạn sẽ nghe thấy các bác sĩ cấp cao hét lên. Vào cuối ngày, các cơ và lưng của bạn sẽ rất đau nhức. Nhưng bạn sẽ vẫn phải gặp bệnh nhân của mình và tham gia thêm một vài cuộc họp trước khi về nhà nếu bạn không có ca trực."

Vài tuần đầu tiên là những tuần khó thích nghi nhất. Các bác nội trú mới vào nghề phải làm tất cả các công việc lặt vặt: tiền sử bệnh của bệnh nhân, khám sức khỏe tổng quát, chăm sóc bệnh nhân, chích tất cả thuốc vào tĩnh mạch và nhận tất cả các cuộc gọi. Vì thuốc được dùng vào các giờ khác nhau cho mỗi bệnh nhân, nên một nội trú có thể bị gọi vào lúc 2 giờ sáng để tiêm thuốc cho một bệnh nhân, rồi gọi lại một giờ sau để tiêm một loại thuốc khác cho một bệnh nhân khác.

Đây là những đêm tôi bị mất ngủ nhất trong cuộc đời. Có những buổi sáng tôi mệt mỏi đến mức chỉ có thể nhìn chằm chằm vào các bác sĩ nội trú cao cấp hoặc bệnh nhân, trong khi tâm trí tôi ở đâu đó cách xa hàng ngàn dặm.

THÁNG GIÊNG NĂM 1978, NỘI TRÚ trưởng gọi tôi đến bệnh viện vào lúc 6 giờ sáng. Trời vẫn còn tối và tuyết đang rơi, dày khoảng 7cm trên mặt đất. Tôi lưỡng lự không biết có nên đi không, nhưng tôi cũng biết mình không có sự lựa chọn.

Đường phố vắng hoe, cả hành lang bệnh viện cũng yên lặng hơn bình thường.

Khi tôi gặp nội trú trưởng, ông nói ngắn gọn: "Chuẩn bị đi khám bệnh nhân đi. Tôi gặp lại anh sau."

Một nội trú khác đi cùng tôi cũng ngạc nhiên. "Tại sao ông ấy không đi khám với chúng ta?" người này hỏi một cách khó chịu.

"Tôi không biết tại sao chúng ta lại ở đây lúc 6 giờ sáng," tôi trả lời.

Chúng tôi kiểm tra bệnh nhân xong, đến phòng phẫu thuật và tiếp tục làm việc cho đến 6 giờ tối.

Nội trú trưởng không xuất hiện cho đến một tiếng sau, 7 giờ tối.

Người nội trú kia nói với tôi: "Bên ngoài vẫn tối và tuyết vẫn đang rơi."

"Chúng ta trải qua ca làm việc 13 tiếng và không biết chuyện gì bên ngoài kia," tôi nói.

Anh ấy lắc đầu. "Tôi đã nói với anh rồi – chúng ta đang sống trong một thế giới của riêng mình, trong một thế giới mà gia đình và những người khác không hề biết đến."

Khi chúng tôi rời bệnh viện, tuyết phủ kín mặt đất thành từng đống cao, một số nơi tuyết dày khoảng 60cm. Tất cả những chiếc xe trong bãi bị chôn vùi dưới tuyết. May mắn thay, khu nhà ở của nội trú nằm ngay bên kia đường, vì vậy chúng tôi không phải đi xa để về nhà.

Cơn bão có tên là "Trận bão tuyết năm 1978." Nha lộ vận của thành phố quá tải; xe cào tuyết không xử lý kịp với mật độ rơi của tuyết.

Vài ngày sau, mọi chuyện trở lại bình thường, và "Trận bão tuyết năm 1978" không còn gì ngoài ký ức. Những người bạn của tôi và tôi đã phải làm việc hết sức mình trong những năm tiếp theo. Dù mưa hay nắng, dù có bão tuyết hay không, chúng tôi vẫn phải chăm sóc bệnh nhân. Một bệnh nhân cần điều chỉnh insulin. Một bệnh nhân khác cần phẫu thuật. Một bệnh nhân khác cần thay băng, và một bệnh nhân khác phải chuyển đến khoa X-quang để chụp thêm. Danh sách cứ tiếp tục dài thêm.

Sau vài tuần đầu tiên, tôi đã hiểu từ "nội trú» thực sự có nghĩa là gì – đó là chỉ những người sẽ sống tại bệnh viện. Chúng tôi được gọi đến có bất kỳ vấn đề gì xảy ra với bệnh nhân, hoặc nếu các bác sĩ đang trong giai đoạn thuyên chuyển, hoặc thậm chí chỉ trong phòng khám của họ, và cần phải làm điều gì đó cho bệnh nhân.

Không có gì ngạc nhiên khi vào đầu những năm 70, nhiều chương trình phẫu thuật nội trú không chấp nhận các ứng viên đã kết hôn. Họ hiểu rõ người lập gia đình sẽ khó hy sinh hết mình cho hệ thống đào tạo khắc nghiệt. Họ cũng biết rằng các bác sĩ phẫu thuật nội trú có tỷ lệ ly hôn cao nhất trong bất kỳ chuyên khoa nào khác.

Năm năm cống hiến cho hệ thống làm việc đã chứng tỏ là quá sức đối với nhiều nội trú. Gia đình tan vỡ, tính khí thất thường và nghiện rượu đều là những hậu quả có thể xảy ra của quá trình đào tạo. Những vết sẹo từ những năm tháng đó có thể theo họ sau khi tốt nghiệp đến suốt quãng đời còn lại. Nhưng những người vượt qua được có lẽ là những bác sĩ giỏi nhất và có trình độ nhất mà hệ thống này đã đào tạo.

Một ngày nọ, khoảng 17 tháng sau khóa đào tạo của tôi, một trong những bác sĩ có mặt nói với tôi: "Tôi biết anh sẽ ở lại với chúng tôi thêm vài năm nữa."

"Tôi không hiểu ý của ông," tôi nói.

"Chúng tôi đã có một cuộc bỏ phiếu vào một ngày khác,» ông nói. "Tôi không thể nói với anh nhiều hơn thế. Sẽ có người cho anh biết."

Tôi đã bị bối rối nhưng không hỏi thêm câu nào nữa. Đêm đó, tôi không thể ngủ được. Tôi không ngừng suy nghĩ ý nghĩa của điều ông ấy nói. Tôi có nghĩ đúng về những gì ông ấy muốn nói không?

Chương trình năm năm là một hệ thống kim tự tháp, với tổng cộng mười sáu nội trú. Hai năm đầu tiên, bệnh viện tuyển chọn năm người mỗi năm, sau đó giảm xuống còn hai chỗ cho mỗi năm trong ba năm còn lại. Nếu một bác sĩ bị cắt khỏi chương trình sau năm thứ hai, anh ta phải thay đổi chuyên môn của mình hoặc lặp lại năm thứ hai tại một chương trình nội trú khác.

Vài tuần sau, thông báo được đưa ra: Tôi sẽ được lên năm thứ ba của chương trình nội trú của bệnh viện. Vị trí thứ hai được dành cho một người đến từ một bệnh viện khác. Bốn đồng nghiệp của tôi bị cắt khỏi chương trình. Trong đó, hai người đã chuyển vào chỉnh hình, một người vào chuyên khoa phẫu thuật khác và người thứ tư vào khoa cấp cứu.

Tôi không thể hạnh phúc hơn. Cuối cùng tôi đã làm được và sẽ tốt nghiệp. Tôi không phải tìm một vị trí khác, cũng không phải chuyển đi.

CHRISTINA

San Francisco | 2005

Sau khi hoàn thành chương trình cao học, tôi tiếp tục chặng đường rong ruổi của mình. Bất chấp yêu cầu của cha tôi, tôi đã không chọn ở Washington, DC. Tôi đã không nhận ra điểm chung của cha và tôi: mặc dù ông ở Hoa Kỳ và tôi đã đi khắp các nước ở tuổi đôi mươi, cả hai đều cố gắng tìm vị trí của mình trên thế giới, một nơi nào đó để gọi là nhà.

Ban đầu, tôi đã đặt mục tiêu của mình ở New York. Tôi đã chọn một căn phòng ở Brooklyn và trả tiền cọc. Thậm chí tôi còn chuyển một số đồ đạc của mình đến nhà của David ở Brooklyn, nơi anh ấy cư trú kể từ khi rời Sài Gòn.

Sau đó, ở Chapel Hill, tôi liên lạc lại với Thomas, người cũng vừa rời Hà Nội. Anh dự định sẽ chuyển đến Los Angeles cùng bạn trai cũ. Bất thình lình, tôi cảm thấy California cởi mở và thú vị hơn với tôi so với New York. Tôi nói với Thomas rằng tôi đã luôn mơ ước cuộc sống ở San Francisco, và anh ấy có một ý: tại sao không cùng nhau chuyển đến San Francisco? Tôi đồng ý ngay lập tức.

Một số người bạn mà tôi gặp ở Việt Nam cũng chọn sinh sống ở Bay Area sau khi trở về Hoa Kỳ. Họ có công việc ổn định và dường như quyết định hồi hương dễ dàng hơn tôi. Tôi chưa được như họ, vẫn đang chèo chống với con thuyền sự nghiệp và bất cứ thứ gì mà tôi cho là con đường đi tìm "truyền thống," nhưng một phần trong tôi vẫn muốn cố gắng xây dựng cuộc sống ổn định ở một thành phố của Hoa Kỳ.

Sau khi sống ở San Francisco sáu tháng, làm việc cho các dự án truyền thông với tư cách là một người tự do, tôi đã khám phá cộng đồng người Việt lớn mạnh ở San Jose, một trong những cộng đồng lớn nhất tại Hoa Kỳ. Tôi đi tàu Caltrain đến San Jose, sau đó đi xe buýt đến một trong những tổ chức phi lợi nhuận địa phương đã lên kế hoạch cho Lễ Hội Toàn Quốc Người Mỹ Gốc Việt (VANG) – một lễ kỷ niệm tôn vinh thành tựu của người Mỹ gốc Việt tổ chức mỗi năm. Người đứng đầu tổ chức đó là một người đàn ông Việt Nam có họ – do gia đình ông chọn khi họ trở thành công dân Hoa Kỳ – là Hubris, có nghĩa là "niềm kiêu hãnh lớn hoặc tự tin."

Tôi đã gặp những người Việt thành danh khác, như Sara, một luật sư nhạy bén, thông minh, không gặp khó khăn gì khi cô làm việc với tinh thần vừa là một người Việt Nam vừa là một người Mỹ. Cô ấy rất tận tâm với cộng đồng người Việt – thậm chí đã thành lập một tổ chức phi lợi nhuận, Sáng Tạo Cơ Hội Ở Việt Nam (COVN), tôn vinh các nghệ sĩ Việt Nam và gây quỹ để giúp các phụ nữ ở Việt Nam – cách cô ấy đền đáp cho quê hương.

Tôi cũng làm quen với Kim, một cô gái bằng tuổi tôi nhưng di dân đến Hoa Kỳ khi cô ấy mười ba tuổi. Khi chúng tôi gặp nhau, cả hai chúng tôi đều ở độ tuổi giữa hai mươi và cô ấy vẫn sống với gia đình – một điều mà tôi không thể hiểu được.

Tôi tin rằng sống ở San Francisco sẽ thuận lợi cho Kim – không ở cùng với gia đình, nhưng với khoảng cách không xa, vẫn có thể thăm họ hàng tuần. Tôi không hiểu tại sao Kim muốn sống chung với cha mẹ của Kim và một chị gái lớn hơn Kim hai tuổi. Bất cứ khi nào tôi đến nhà chơi, cô ấy đều sắp một phòng khách nhỏ ở tầng hầm, giữ một khoảng cách giữa tôi và gia đình. Tôi tự hỏi nếu tôi nói tiếng Việt thì Kim có làm như vậy không?

Một ngày nọ tôi hỏi Kim: "Kim không muốn có tự do hơn sao?" "Chúng ta luôn có thể tìm một căn phòng và sống cùng một thành phố với gia đình."

"Có lẽ vui đó," Kim nói. "Nhưng Kim không muốn sống xa gia đình mình."

Thành thật mà nói thì tôi cảm thấy nhẹ nhõm. Mặc dù tôi đã đề nghị thế, nhưng tôi biết nếu Kim đồng ý, tôi sẽ cảm thấy ngột ngạt. Tính cách của Kim và tôi có thể giống nhau, nhưng không thể phủ nhận rằng chúng tôi đến từ hai thế giới khác nhau, những lát cắt từ hai mảnh vỡ khác nhau.

Kim thường hỏi tôi về gia đình của tôi. Ban đầu tôi nói rất ít về nơi ở của cha và chị tôi, cũng như lý do tại sao tôi không thân thiết với họ. Tuy nhiên, theo thời gian, tôi đã chia sẻ nhiều hơn về gia đình mình và tôi thấy cách cô ấy hỏi về cha tôi khá đáng yêu.

"Ông cô đơn, Christina," cô ấy nói với tôi. "Bạn nên nói chuyện với ông nhiều hơn; bạn là gia đình của ông."

Ở mặt nào đó, tôi biết Kim nói đúng, nhưng thật khó để tôi có thể nói chuyện nhiều hơn với cha mình, khi sự cố gắng trong quá khứ của tôi thường đổi lại bằng sự im lặng.

NĂM ĐÓ, LỄ HỘI VANG DIỄN ra ở Westin St. Francis ở trung tâm San Francisco. Chủ đề là "Nối Kết Những Khả Năng Vô Tận." Người dẫn chương trình, Betty Nguyen – khi ấy là người dẫn chương trình thời sự của CNN, một nhà cựu đầu tư, kỹ sư của Texas Instruments – đã được vinh danh giải thưởng Golden Torch Award vì những đóng góp thiết thực của cô ấy cho cộng đồng người Mỹ gốc Việt.

Đó là một buổi biểu diễn, một sự kiện trang trọng mà ông Hubris quảng bá là phiên bản Oscar của cộng đồng người Mỹ gốc Việt. Khi tôi nhìn đoàn người Việt Nam diễu hành đi ngang qua cửa trong trang phục cầu kỳ, tôi cảm thấy hoàn toàn lạc lõng.

Nhiều người nhận giải thưởng đêm đó nhắc đến những khó khăn mà họ từng vượt qua để xây dựng cuộc sống ở đây – những khó khăn và mất mát mà họ phải chịu đựng – nhưng họ tập trung nói nhiều vào những thành tựu và chặng đường họ đã trải qua. Niềm tự hào và kiêu hãnh tràn ngập căn phòng. Trên sân khấu là đại diện cho một phần tiêu biểu của cộng đồng người Mỹ gốc Việt – những người đã "thành công."

Sau đó, tôi có hỏi ý kiến của cha tôi về VANG và sự kiện tôi đã tham dự. Ông nói đơn giản: "Có rất nhiều thành phần người Việt ở Mỹ, Christina."

CHÍN THÁNG SỐNG ở SAN FRANCISCO, tôi làm việc toàn thời gian với tư cách là chuyên viên quản trị khách hàng cho một công ty quảng cáo có trụ sở tại San Francisco, tập trung vào việc thiết kế các chiến dịch cho cộng đồng người Mỹ gốc Á. Đó là một nỗ lực khác để tôi tìm chỗ đứng với tư cách là một người Mỹ gốc Việt tại Hoa Kỳ - nhưng nó vẫn không lấp đầy được khoảng trống mà tôi cảm thấy mình bị thiếu. Bất kể tôi có tham gia các tổ chức có liên quan đến Việt Nam như thế nào, tôi vẫn ám ảnh với ý nghĩ quay trở lại. Dần dần, tôi bắt đầu nhận ra rằng những cộng đồng khác này thực sự không phù hợp với tôi. Điều quan trọng đối với tôi là ở Việt Nam.

Tôi gặp một nhiếp ảnh gia người Việt ở một trong những sự kiện của COVN. Tôi nói với anh ấy về sự đam mê và nỗi nhớ Việt Nam của tôi.

"Sao em không quay lại đó sống một lần nữa?" anh ấy hỏi rất thực tế. "Em còn trẻ. Có vẻ như em muốn ở đó. Em sẽ có nhiều thời gian để ổn định cuộc sống trong tương lai."

Một buổi sáng thức dậy, tôi nhận một thư điện tử từ trụ sở chính của UNICEF ở New York. Dịch cúm gia cầm đang bùng phát trên khắp châu Á và Liên Hiệp Quốc đang tăng cường nỗ lực hỗ trợ các quốc gia trong khu vực. Nhân viên phụ trách nhân sự đã gửi email cho tôi để xem liệu tôi có muốn ứng tuyển cho vị trí tư vấn truyền thông tại văn phòng quốc gia của UNICEF tại Việt Nam hay không, vì UNICEF sẽ dẫn đầu các chiến dịch truyền thông thay đổi nhận thức.

Tôi trả lời "Có" một cách hào hứng. Sau hai cuộc phỏng vấn, một bài kiểm tra viết và rất nhiều thủ tục giấy tờ, tôi thấy mình đang quay trở lại Việt Nam - lần này là một người nước ngoài làm việc có lương và phúc lợi, chính xác là kiểu người mà tôi đã rất ngưỡng mộ khi lần đầu tiên tôi mạo hiểm đến Hà Nội.

NGHĨA

Sài Gòn | Cuối những năm 1970s

SAU KHI SÀI GÒN SỤP đổ, bất kỳ người đàn ông nào có liên quan đến chính quyền miền Nam Việt Nam, dù là cựu chiến binh, viên chức chính phủ, bác sĩ, giáo viên...đều bị yêu cầu trình diện tại một số địa điểm trong thành phố hoặc quận. Họ phải mang theo thức ăn và quần áo cho vài ngày; sau nhiều ngày cải tạo, thông cáo cho biết, họ sẽ được trả về với gia đình.

Nhiều người đàn ông thật sự lo lắng về những gì sẽ xảy ra với gia đình họ nếu họ rời đi. Một số người cân nhắc không trình diện và trốn biệt. Tuy nhiên, việc đó sẽ để lại hậu quả tất yếu, vì cuối cùng, cộng sản sẽ tìm thấy họ, sau đó tước đi danh tính, nơi cư trú hợp pháp và địa vị xã hội của họ.

Một số người đàn ông đã quyết định trốn, thành người vô gia cư và biến mất hẳn trong xã hội, hoặc đến vùng nông thôn để trốn ra nước ngoài. Đa số đã phải đến các trại cải tạo. Chính quyền cộng sản phân loại dựa trên lý lịch: lính giải ngũ, viên chức cấp thấp, giáo viên, chuyên gia kinh doanh...Những người không thể hiện sự phản kháng nhiều với chính quyền cộng sản được xếp vào một nhóm. Những người từng là mối đe dọa đối với những người cộng sản, bao gồm cảnh sát chìm, cộng tác viên CIA, lính mũ xanh và những người chống cộng quyết liệt, bị xếp vào một nhóm riêng. Họ nhận sự đối xử khắc nghiệt hơn.

Tất cả những người đàn ông bị đưa đi bằng đoàn xe tải quân sự bít bùng. Không ai biết chính xác họ sẽ đi đâu. Cũng không ai biết chuyện gì đang xảy ra phía trong thùng xe tải đó vì đã bị che phủ. Rất nhiều người đã chết vì ngạt thở trước khi đến nơi phải đến, nhưng những người cộng sản dường như không quan tâm.

Ngay cả quân nhân cũng bị phân theo thứ tự: những nhân viên cấp thấp hơn đến các trại địa phương, trong khi các quan chức cấp cao hơn bị đưa đến các trại cách đó hàng nghìn dặm ở miền Bắc, gần biên giới Trung Quốc.

Một số bạn của tôi đã bị đưa đến vùng Tây Nam, gần biên giới Campuchia – một vùng đất khô cằn chỉ có cây cỏ mới sống được. Họ phải biến vùng đất cằn cỗi đó thành vựa lúa của đất nước bằng cách chặt cây cối, bụi rậm và canh tác đất. Nguyên tắc trong trại rất đơn giản: làm theo mệnh lệnh, và chỉ cần bạn có sức khỏe, tinh thần tỉnh táo, bạn sẽ sống sót. Đây là những người đàn ông mới ngày hôm qua vẫn còn là những anh hùng, những lãnh đạo của nhân dân, giờ cảm thấy họ bị phản bội, tan nát, ngỡ ngàng. Từ những trại cải tạo này, nhiều người trong số họ đã bật khóc lần đầu tiên trong đời.

Trong số những bạn bè đó của tôi, là bác sĩ Cường, một người sống khép kín và hiếm khi nói lên suy nghĩ của mình. Cường đóng quân với tôi ở Cần Thơ. Tôi sống trong khu nhà quân sự để tiết kiệm tiền, Cường may mắn sống với gia đình riêng trong thị trấn. Cường vừa kết hôn năm tháng trước khi Sài Gòn sụp đổ, và khi tôi được chuyển đến Phú Quốc, cấp trên của Cường đã giữ anh lại Cần Thơ.

Vài ngày sau khi Sài Gòn sụp đổ, Cường đã đầu hàng cộng sản và ở cùng trại với bác sĩ Phú, cũng là bác sĩ ở bệnh viện quân y Cần Thơ. Họ ngủ trong cùng một lều, có cùng thời gian làm việc và khối lượng công việc. Hai người nguyện sẽ hỗ trợ nhau trong thời điểm này. Họ nương tựa vào nhau để giữ tinh thần lạc quan và tìm thấy sở thích chung trong âm nhạc. Khi còn học trường y, có một thời gian Phú đã dành thời gian riêng để chơi cho ban nhạc của anh và được gọi là "Mr. Harmonica» vì anh chơi nhạc cụ đó rất giỏi. Phú đã mất mười năm để học xong trường y thay vì bảy năm – một sự thật mà bản thân anh rất tự hào, vì anh có thể thỏa mãn niềm đam mê âm nhạc và hoàn thành khóa đào tạo y khoa cùng một lúc. Cường chia sẻ tình yêu âm nhạc của Phú qua cây đàn tây ban cầm. Cả hai thề khi nào ra khỏi trại sẽ thành lập một ban nhạc và đi du lịch khắp đất nước.

Vào cuối ngày, họ nghỉ ngơi trong những túp lều. Khi trải qua những ngày dài đăng đẳng cùng sự chống chọi với thiên nhiên – thời tiết, đất đai, cái nóng – thì vào đêm, những người đàn ông này phải đối mặt với chính mình và vô số câu hỏi trong tâm thức họ: Điều gì đã xảy ra với gia đình tôi? Khi nào thì kết thúc thời gian cưỡng bức lao động này? Tôi có sống sót trong trại này không?

PHÚ VÀ CƯỜNG TỰ TÌM ĐẾN những niềm vui ở trại bằng mọi cách có thể. Họ bị tước đoạt tối đa về thể chất, tinh thần, nhưng không thể trấn áp linh hồn của họ.

Một ngày nọ, Phú buộc sợi chỉ vào một cây gậy, tạo thành cái lưỡi câu và đi câu cá ở nhánh sông xuyên qua giữa trại. Vì quá mải mê câu cá, anh băng qua một cây cầu sang bên kia con sông, không để ý đến tấm biển nhỏ cấm bất kỳ tù nhân nào đi qua cầu. Mặc dù cả hai bên bờ đều thuộc cùng một trại, nhưng những người cai ngục đã ngăn lại.

Một cán bộ la lên: "Đứng lại ngay."

"Dạ, cán bộ," Phú trả lời.

"Anh có biết anh đang làm gì đó không?" cai tù hỏi.

"Không, thưa cán bộ."

"Anh có nhìn thấy tấm bảng kia không?" gác tù yêu cầu. "Bảng đó ghi là 'cấm vượt qua.' Anh không hiểu cấm vượt qua nghĩa là gì sao?"

"Tôi lo câu cá nên đã không thấy," Phú trả lời lịch sự. "Tôi xin lỗi cán bộ."

"Anh sẽ bị phạt vì không làm đúng luật."

Tên cai tù túm lấy Phú, đấm vào anh, bắt anh cởi bỏ quần áo phơi nắng suốt một ngày. Trận đòn làm cho cả người anh bị bầm tím và đau đớn. Da anh bị cháy nắng. Môi nứt nẻ và đau rát vì khát. Cổ họng Phú khản đặc vì khóc. Toàn thân

Phú kiệt sức. Đầu anh giật liên hồi vì tức giận tên cai ngục ngu ngốc.

Sau hôm đó, Phú không còn thích câu cá nữa.

Cường quá nhớ nhà, yêu mến người vợ mới cưới của mình đến nỗi anh quyết làm một chiếc lược để nhớ đến cô ấy. Vật liệu có giới hạn, Cường đã từ từ tạo ra chiếc lược bằng những gì anh có, và cuối cùng, anh đã khắc lên đó tấm ảnh của vợ. Anh giữ nó trong túi, quyết tâm một ngày nào đó sẽ tặng cho vợ mình như một minh chứng cho tình yêu của anh dành cho cô. Không hiểu vì sao, những người cai ngục đã phát hiện ra chiếc lược. Họ yêu cầu cho họ xem, và sau đó bắt Cường khắc một bức ảnh của Bác Hồ.

"Tôi sẽ làm bất cứ điều gì cho các anh," Cường nói với họ sau khi suy nghĩ rất nhanh, "nhưng tôi không nghĩ mình có thể làm được trong trường hợp này. Bác Hồ là một lãnh đạo đáng kính, có vị trí quan trọng nên tôi không thể hạ thấp bằng cách khắc gương mặt của bác lên một miếng gỗ."

Câu trả lời của Cường thỏa mãn những người cai ngục. Tất nhiên, Cường không gặp vấn đề gì khi khắc hình ông Hồ; anh chỉ biết rằng nếu anh không khắc được hình ảnh đẹp nhất của ông ấy, hoặc nếu những cai ngục không thích tác phẩm của anh, họ có thể dẫn anh ra ngoài xử bắn. Nhiều tù nhân đã mất mạng vì những điều đơn giản hơn, và anh không muốn mạo hiểm mạng sống của mình.

Các cai ngục để cho Cường yên, nhưng không quên việc này. Anh sẽ là người cuối cùng rời khỏi trại.

NGAY SAU KHI CHIẾM LẤY ĐẤT nước, chính quyền mới đã thực hiện cải cách ruộng đất. Về cơ bản họ lấy đất từ những chủ đất lớn và chia lại thành những thửa đất nhỏ cho người dân thường, yêu cầu họ canh tác đất và trả lại cho chính phủ bằng sản phẩm thu hoạch. Đổi lại, chính phủ trả cho họ một số tiền nhất định. Vì nhiều lý do, chương trình này đã thất bại. Những người lao động này không phải chủ sở hữu thực sự của đất đai. Họ chỉ là người trông coi hoặc người thuê đất. Nhiều người trong số đó là cựu chiến binh hoặc dân làng – nên họ không có nhiều kiến thức về nông nghiệp, chưa kể đến việc không có thiết bị phù hợp. Thêm nữa, vì không được giữ lại một phần thu hoạch một cách công bằng nên họ không có động lực để làm việc chăm chỉ, hoặc chăm sóc đất đai cẩn thận.

Trong suốt thời gian này, nhiều người rơi vào nạn đói.

Giữa lúc đó, xã hội không có tự do tôn giáo. Tất cả hội đoàn, thậm chí các nhóm họp tôn giáo đều bị trấn áp. Nhà thờ, chùa chiền đóng cửa. Bất kỳ ai dám chống lại các nguyên tắc đều bị buộc tội phản động và bị đẩy vào tù. Đây là những năm tháng khó khăn dưới chế độ cộng sản – thời điểm mà những cảm tình viên bắt đầu nhận ra sự bất lực của chính quyền mới.

Với nền kinh tế hỗn loạn và thu nhập bình quân đầu người sau chiến tranh thuộc loại thấp nhất thế giới, chính quyền cộng sản Việt Nam bắt đầu mềm mỏng hơn. Dần dần, họ nhận ra những sai lầm đã mắc phải, và họ hé mở một khe hở nhỏ cho cánh cửa doanh nghiệp tự do. Họ tạm dừng cải cách ruộng đất, và từ từ trả tự do cho "tù nhân."

Nhưng phải mất nhiều năm. Các bác sĩ bị tù cải tạo trung bình hai năm rưỡi đến ba năm – đối với nhiều người trong số họ đang ở độ tuổi sung sức nhất của cuộc đời thì đó là một khoảng thời gian dài. Và nó dài hơn rất nhiều so với lời tuyên truyền ban đầu chỉ là hai đến ba ngày. Họ kiệt sức khi chống chọi với thử thách này. Nhiều người đã trở thành những bộ xương biết đi, suy yếu vì lao động khổ sai, suy dinh dưỡng và đầy bệnh tật trong các trại cải tạo. Họ trông giống như những con bù nhìn trong bộ quần áo rách nát, không còn là những quý ông như trước khi bị giam cầm.

Sau khi được thả, tất cả tù nhân đều nhận "giấy chứng nhận" tòa án nhân dân kết tội họ về các tội chống lại nhà nước, nhưng họ đã được "cải tạo" lại và "phục hồi" đầy đủ, có thể trở lại xã hội để phục vụ đất nước mới của họ. Tuy nhiên, nhiều tù nhân tuyên bố rằng họ chưa bao giờ ra trước tòa và chưa bao giờ chính thức bị buộc bất kỳ tội danh nào.

Số đông tù nhân phải vật lộn với nhiều thứ để hòa nhập trở lại xã hội sau thời gian dài ở trại. Nhiều người đã giữ thái độ khiêm nhường trong một thời gian sau khi được thả, chỉ để lên kế hoạch trốn thoát hoặc rời khỏi Việt Nam. Nhiều người trong số họ đã thay đổi vĩnh viễn vì chấn thương tâm lý, có những người đã bị suy nhược thần kinh. Một số tù nhân khi được thả xem việc sống sót của họ là một chiến thắng của cá nhân. Họ đã sống sót qua những trại tồi tệ nhất, lính canh, sự ngược đãi, thời tiết, khó khăn và suy dinh dưỡng. Họ cảm thấy như nếu họ đã sống còn trong những trại cải tạo này, thì họ có thể tồn tại ở bất cứ đâu. Họ còn sống, họ đã được tự do và họ đã được đoàn tụ với gia đình.

Thông thường, những người tù đã sống trong các trại ngoài trời quá lâu – trở nên sợ hãi không gian nhỏ hẹp, tù túng khi họ trở về nhà. Họ không thể quen với việc đối diện trong bốn bức tường ngôi nhà của họ. Cường đã ngủ trên mái nhà của anh trong vài tuần trước khi làm quen với giấc ngủ giữa bốn bức tường một lần nữa.

Nhiều người đã bị bỏ lại phía sau trong thời gian này. Những người nghèo khổ nhất trong tất cả là những cựu chiến binh Việt Nam Cộng Hòa bị tàn tật. Đây là những người, chỉ vì họ đã chiến đấu ở phía bên kia chiến tuyến, đã bị những người cộng sản xa lánh, không thể làm việc hoặc thậm chí không được điều trị y tế một cách tử tế. Những người đàn ông đã chiến đấu vì tự do của gia đình, bạn bè và đất nước của họ đã trở thành những người bị bỏ rơi, kiếm sống bằng hết khả năng có thể như bán hàng rong, ăn xin, hoặc với sự giúp đỡ của gia đình họ.

Trong những năm này, một thành phần khác bị người Việt Nam xa lánh là người Mỹ gốc Á, những người khác biệt giữa đám đông vì màu da hoặc mang đặc điểm da trắng. Họ là kết quả của người lính Mỹ và phụ nữ Việt Nam, và họ bị cộng sản tuyên truyền gọi là bụi đời. Những người lính đã ra đi, bỏ lại "kết quả" họ đã tạo ra và không được cộng đồng Việt Nam chấp nhận, vì họ gợi cho dân địa phương về những gì người Mỹ đã làm với đất nước họ. Chính quyền mới bỏ rơi, đến trường học là một khó khăn cho thân phận của những người này.

Trên thực tế, có rất nhiều người Việt Nam, khi chiến tranh qua đi, cảm thấy mình như bụi đời. Việt Nam đã chịu quá nhiều thiệt hại và mất mát. Có quá nhiều thứ cần phải sửa chữa, tái tạo và nhiều hòa giải cần phải làm.

CHRISTINA

Hà Nội | 2006

NGÀY TÔI QUAY VỀ, HÀ NỘI vừa gần gũi vừa xa lạ đến lạ kỳ. Thấp thoáng sự hiện đại và thay đổi ẩn sau lớp áo truyền thống mà thành phố cố gắng duy trì. Những tòa nhà cao tầng mới mọc lên khắp nơi, xen kẽ với những tòa nhà theo phong cách thuộc địa Pháp cũ, kể từ lần cuối tôi đến đó. Một vài cửa hàng KFC đã mở ra khắp thành phố, phần cơm trắng là chọn lựa cho món ăn kèm thay vì khoai tây chiên. Chuỗi cửa hàng thức ăn nhanh này nhắm đến những người Việt Nam có thu nhập trung bình và những người trẻ thèm đồ ăn Tây. Vào thời điểm đó, McDonald›s cũng đã có mặt tại Việt Nam, cũng như các chuỗi cửa hàng cà phê mang bản sao của Starbucks.

Tôi rất ngạc nhiên khi thấy sự phát triển của Hồ Tây, khu vực nơi dì của Lara sinh sống. Trong vòng hai năm, nơi đây đã trở thành một khu phố Tây phồn thịnh với vô số cửa hàng và nhà hàng, một quán rượu vang sang trọng và một cửa hàng tạp hóa đặc biệt bán mọi thứ từ bánh ngọt Thụy Điển đến bánh Oreo. Tôi đã khám phá ra nhiều nhà hàng, từ đồ ăn Thái đến đồ ăn Ấn Độ đến đồ ăn truyền thống của Mỹ, tất cả đều phục vụ cho cộng đồng người nước ngoài đang ngày càng nhiều hơn. Bobby Chinn›s, nhà hàng gần Hồ Hoàn Kiếm, nơi tôi từng tụ tập với bạn bè trong thời gian đầu ở Hà Nội, cũng đã chuyển đến khu vực đó. Và có những công trình đang trong giai đoạn thực hiện để hoàn thành một dự án xây dựng lớn: một con đường quanh Hồ Tây nối liền hai bên bờ Hà Nội. Khách sạn Sheraton từng bị bỏ hoang nay đã xây xong và trong vài tháng ngắn ngủi, nơi đây sẽ đón tiếp George W. Bush và đội ngũ nhân viên của ông tham dự diễn đàn Hợp Tác Kinh Tế Châu Á - Thái Bình Dương (APEC) tổ chức lần đầu tiên tại Hà Nội.

Tôi vẫn còn thẻ SIM điện thoại mà tôi đã sử dụng ở Việt Nam, trong đó có toàn bộ danh bạ của tôi từ hai năm trước, giúp tôi liên lạc lại với những người bạn đã ở lại Hà Nội một cách dễ dàng. Tôi nhờ họ giúp tôi trong thời gian đầu chuyển đến Hà Nội và chuẩn bị những bước cơ bản trong cuộc sống.

Do được tuyển từ Hoa Kỳ, tôi đã chính thức là một người nước ngoài được cử đến Hà Nội – không còn làm việc không lương. UNICEF đã chuẩn bị cho tôi chỗ ở tạm trong một tháng gần văn phòng để tôi có thời gian tự tìm kiếm nhà. Tôi đã có thể sống ở Việt Nam với mức lương của Hoa Kỳ, một thành quả mà tôi tự hào. Tôi không còn phải ở chung nhà với ba hoặc bốn người khác nữa. Tôi không còn thuê chiếc xe gắn máy Honda Wave nữa, thay vào đó là Mio Scooter, dễ lái hơn, đặc biệt là khi mặc trang phục công sở đi làm.

Một tuần sau khi đến Hà Nội, tôi đã gửi thư cho những người bạn Việt Nam cũ – những người không còn sống ở đó nữa – và kể cho họ nghe về mọi thứ ở Hà Nội đã thay đổi như thế nào. Có bao nhiêu quán cà phê có wifi đã mở ra khắp thành phố. Gần như không còn nhận ra một số nơi chốn xưa.

Tôi rất hài lòng về căn nhà thuê: ở phía Nam thành phố do một đồng nghiệp UNICEF giới thiệu. Căn phòng có trần cao và sàn gỗ sậm màu, diện tích lý tưởng cho một người, với một phòng ngủ, một phòng khách và một khoảng hiên nhỏ xinh. Nhà của tôi có lối vào chung với một gia đình sống ở tầng trên, làm cho tôi cảm thấy thoải mái và yên tâm hơn.

Khu dân cư mới của tôi gần Công viên Lenin, chỉ cách văn phòng năm phút chạy xe gắn máy, rất hoàn hảo. Tôi luôn bị thu hút bởi địa điểm đó của thành phố, nơi mang đến một cảm giác nghệ thuật với những con phố rợp bóng cây và những quán cà phê thời thượng hướng đến giới trẻ Việt Nam. Đồng thời, nó rất gần một rạp chiếu phim – là rạp đầu tiên của thành phố chiếu phim tiếng Anh có phụ đề tiếng Việt – và chỉ cần đi bộ là đến những cửa hàng KFC.

Chuyển đến nơi ở mới không lâu, tôi tình cờ gặp Thăng, anh tài xế xe ôm của Minh, bạn tôi – người chở Minh đến trường mỗi ngày khi Minh ở đó. Thăng nhẹ nhàng hỏi thăm Minh, và hỏi liệu tôi có thể mang vài trái cây cho anh ấy khi tôi trở về Hoa Kỳ không. Tôi không muốn cho Thăng biết Hoa Kỳ là một nơi rộng lớn – không giống như Hà Nội, nơi bạn có thể mang trái cây cho tất cả bạn bè của mình, nơi bạn có thể dễ dàng gặp mọi người ở cùng một góc phố, hoặc cùng một khu phố, nơi mà bạn đã tạm biệt họ vài năm trước.

TÔI KHÔNG TRAO ĐỔI TRỰC TIẾP với chủ nhà mới của tôi, mà với cháu trai của họ, một doanh nhân Việt Nam, tên Đất, nói năng nhanh nhẹn, luôn sẵn tỏ vẻ sẵn sàng ký kết một thỏa thuận và tự hào về khả năng tìm ra giải pháp cho tất cả khách hàng của mình.

Đất ăn mặc giản dị, quần jean bạc màu và áo thun, có chiều cao trung bình so với một người đàn ông Việt Nam. Anh ấy để tóc dài hơn những đàn ông Việt Nam khác và chải sang một bên.

Với cách kinh doanh mạo hiểm của mình, Đất đã làm mới lại tòa nhà của dì và chú của anh, thiết kế thành những căn nhà riêng nhắm đến người nước ngoài, chủ yếu là người Nhật Bản. Không giống như nhiều chủ nhà khác ở Hà Nội, anh nhanh chóng nắm bắt được những gì người nước ngoài muốn ở một căn nhà cho thuê – không có đèn huỳnh quang, một phòng bếp với các thiết bị mới và đồ nội thất hiện đại, ngay cả khi chúng được làm từ những vật liệu rẻ tiền. Anh đã nghĩ ra cách thiết kế những ngôi nhà hấp dẫn hơn với giá cả thích hợp mà anh có thể cho thuê nhanh chóng và mang lấy lại lợi nhuận tối đa cho mình.

"Cứ cho tôi biết bất cứ điều gì cô muốn – tôi có thể tìm cho cô," anh nói với tôi bằng tiếng Anh không trôi chảy.

Đất có vẻ ngần ngại không hiểu tại sao tôi lại chọn căn này mà không chọn một trong những căn anh ấy đã thiết kế lại ở tầng trên. "Hãy đến xem những căn khác tôi có ở tầng trên," anh ấy nói với tôi. "Chúng đẹp hơn nhiều, mới hơn. Cô sẽ thích những căn phòng đó hơn."

Nhưng tôi thích căn phòng nhỏ hơn, cũ hơn của mình. Tôi thấy sàn gỗ sẫm đã phai màu và tủ quần áo cổ điển và kệ để tivi cũ trông rất hấp dẫn. Tôi muốn chà giấy nhám và sơn chúng để tạo cảm giác hoài cổ. Tôi hỏi anh ấy về các cửa hàng đồ nội thất cũ, muốn tìm thêm đồ nội thất mà tôi có thể làm tương tự như vậy.

"Mua đồ mới đi Tuyết," anh ấy khăng khăng nói. "Không người Việt nào muốn đồ cũ. Họ muốn đồ mới. Còn cô sao lại muốn đồ cũ? Nó xấu lắm."

"Những đồ vật ấy có nét quyến rũ riêng," tôi cố giải thích với Đất.

Khi tôi trang trí xong căn nhà bằng những món đồ cũ còn sót lại từ gia đình Đất và một vài đồ dùng đương thời, bao gồm một chiếc ghế sofa màu trắng hiện đại mà tôi tự thiết kế từ những khối sơn mài kích thước khác nhau do một người bạn đã làm cho tôi – Đất đến xem, cuối cùng anh ấy đã hiểu được cái đẹp mà tôi muốn.

"Lúc đầu tôi nghĩ cô không bình thường. Nhưng giờ thì tôi hiểu rồi. Tôi biết ý cô muốn nói gì khi nói đến sự quyến rũ."

Trong khi tôi có thể thấy Việt Nam đang trở nên hiện đại hóa và tôi đánh giá cao những cách mà Hà Nội đang phát triển, tôi vẫn khao khát về một Hà Nội quyến rũ mà tôi từng biết khi đến để thực tập vài năm trước. Tôi có thể hiểu rằng đây là một sự cân bằng tinh tế nhẹ nhàng, rất giống với căn nhà của tôi: tìm ra điểm hài hòa giữa hiện đại và truyền thống, giữa tiện lợi và nét quyến rũ.

TRỞ VỀ HÀ NỘI GIỐNG NHƯ một bước tiến triển tự nhiên về mặt sự nghiệp – từ thực tập sinh ở UNDP lên vị trí nhân viên truyền thông tại UNICEF. Các đồng nghiệp mới của tôi, một số người tôi biết từ UNDP, đã nồng nhiệt chào đón tôi quay lại. Tôi thậm chí còn biết một trong hai thành viên khác của nhóm mà tôi sẽ làm việc cùng: nhân viên truyền thông quốc tế của chúng tôi, Phương. Trước đây tôi từng gặp cô ấy khi cô ấy làm việc với những người bạn cùng phòng cũ của tôi tại Việt Nam News.

"Chúc mừng chị Tuyết trở lại," một đồng nghiệp trong văn phòng nói với tôi.

Tôi không biết tôi có gặp anh ấy bao giờ chưa, nên tôi đưa mắt nhìn anh ta tỏ vẻ nghi ngờ, và nói: "Chúng ta đã từng làm việc chung à?"

"Đúng, em nhớ chị đã làm ở đây," anh ấy nói với một nụ cười tươi. "Em đã nghĩ chị có thể quay lại."

Tôi nhận được phản ứng tương tự từ những người khác trong văn phòng khi mọi người biết về sự quay lại của tôi. Một số lời nhận xét của họ đã khiến tôi cảm động: một người nói rằng tôi đã gây ấn tượng với anh ấy ngay lần đầu gặp tôi, và anh ấy hy vọng rằng tôi sẽ tiếp tục làm việc cho Liên Hiệp Quốc. Như thể họ hiểu rõ hơn cả tôi, rằng Việt Nam, và đặc biệt là Hà Nội, vẫn là một phần lớn trong hành trình của tôi.

Tôi trở về hôm nay với tư cách là chị, nghĩa là chị gái, trong khi lần trước tôi ở Hà Nội, tôi thường được gọi là em, tức là em gái. Tôi cảm thấy rằng trở thành "chị" phù hợp với tôi trong lần này, và tôi đã sẵn sàng cho những gì Việt Nam dành cho tôi.

Tôi vẫn thích tên mình khi phát âm bằng tiếng Việt, đặc biệt là khi có thêm chữ "chị." Chị Tuyết – thật nhẹ nhàng khi gọi, rất khác so với cách những người không phải người bản xứ nói tiếng Việt gọi tên tôi.

Tôi thường nói với mọi người tên lót của tôi nghĩa là "tuyết», nhưng đồng nghiệp của tôi cho biết tên tiếng Việt đầy đủ của tôi mang ý nghĩa phần óng ánh hoặc những tia sáng lấp lánh trong tuyết.

TÔI GẶP LẠI BẠN BÈ VÀ người quen của thời gian ở Hà Nội trước đây. Có một lần tôi chạm mặt Sam (người tôi từng thích) khi tôi bước vào một nhà hàng Ý, tay mang một túi đựng gối từ một cửa hàng địa phương. Tôi vẫn luôn ngưỡng mộ sự tập trung và tận tụy với công việc rất chuyên nghiệp của anh, và cũng vì sự sáng tạo: anh ấy tự thiết kế đồ nội thất, là diễn viên trong các vở kịch do một nhóm người nước ngoài dàn dựng và vẽ tranh trên tường nhà mình. Cuối cùng, tôi cảm thấy mình đang đi đúng hướng, nhưng tôi vẫn chưa bắt đầu khám phá được phần sáng tạo trong tôi. Thậm chí tôi còn không cảm thấy mình có bất kỳ đam mê sáng tác nào.

Khi gặp nhau, chúng tôi đã nói chuyện nhiều về công việc của tôi và những năm qua.

Sam nói: "Em đã trưởng thành."

Những lời nói ấy, từ Sam, có ý nghĩa rất nhiều với tôi. Tận sâu thẳm, tôi hiểu cảm tình tôi dành cho Sam đã tác động đến việc tôi mong muốn mình trở thành một chuyên gia sáng tạo và thành công.

Tôi muốn tin là mình đã thay đổi, và lần này, Việt Nam sẽ là một kinh nghiệm sâu sắc hơn, phong phú hơn – không còn là mối tình thoáng qua như nó đã từng.

ĐIỀU MÀ TÔI TRÂN TRỌNG TRONG cuộc sống ở Hà Nội (và có lẽ là một trong những lý do tôi quay về,) đó là những người bạn Việt Nam và đồng nghiệp của tôi đã xem tôi như gia đình. Họ hiểu tôi một mình đơn độc đến Việt Nam, nên họ bên cạnh giúp đỡ tôi bất cứ khi nào họ có thể. Khi tôi bệnh, các đồng nghiệp người Việt sẽ nhắn tin và hỏi tôi có muốn họ mang súp đến không. Ở Hoa Kỳ, đặc biệt là ở một thành phố như San Francisco, ngay cả những người bạn thân nhất của tôi cũng không ngỏ ý mang thức ăn cho tôi khi tôi không khỏe. Ở Mỹ, nếu tôi sắp xếp để gặp được một người bạn tốt một lần trong một tháng, thì đó có vẻ là một kết quả đáng mừng. Ở Hà Nội, tôi thường xuyên gặp bạn bè của mình. Đối với tôi, những mối quan hệ này như liều thuốc bổ, khiến tôi cảm thấy mình đang có một cuộc sống vượt qua khỏi giá trị bề ngoài của nó.

Cô giáo tiếng Việt của tôi là cô Yên, như một người dì hơn là một cô giáo. Cô Yên đến văn phòng vào buổi trưa để dạy tôi trong một giờ, nhưng thường thì cô dành thời gian cho tôi hỏi và cô cho tôi những lời khuyên, thay vì những bài học tiếng Việt. Đáng tiếc là tôi vẫn không có động lực để cải thiện tiếng Việt của mình.

Một bữa nọ, cô Yên nói: "Em có biết là vài Việt Kiều khác cũng không nói tiếng Việt khi lớn lên. Nhưng họ tập trung, họ học và họ nói tốt hơn. Em có thể giỏi nhưng em không muốn."

Tôi biết cô Yên nói đúng. Có một chút miễn cưỡng trong tôi khi học tiếng Việt, mặc dù tôi biết mình có khả năng bẩm sinh hơn những người lớn lên trong gia đình không nói tiếng Việt. Cô Yên là người có lập trường cứng rắn về mọi việc chúng tôi nói đến, từ công việc đến chuyện tình cảm. Khi vào buổi học phác họa nhân vật, tôi chia sẻ với cô ý tưởng của tôi về những truyện ngắn, thay vì nói về hoàn thành bài tập tiếng Việt.

"Em muốn viết về những chuyện trong năm nay ở Việt Nam," tôi nói với cô.

"Em có thể làm, nhưng khi ấy thì nên quan tâm hơn đến những người chung quanh em. Em không nên ngồi trong văn phòng, Christina. Em nên tìm một thế giới khác vì hình thức công việc này không phù hợp với cá tính của em."

Tuần nào cô Yên cũng hỏi tôi về cha của tôi.

"Em có nói chuyện với ba không?"

"Ba và em không nói chuyện nhiều với nhau," tôi nhún vai nói.

"Em đã từng nói với cô đó."

"Nhưng ông đang cô đơn và em là con gái của ông," cô Yên nhấn mạnh. "Em nên bên cạnh ông. Cô nghĩ nếu ông về Việt Nam, ông sẽ cảm thấy tốt hơn, ông ấy sẽ cảm thấy viên mãn trở lại. Trái tim ông có một hố sâu vì ông ấy đã mất Việt Nam."

Tôi biết cô Yên nói đúng. Cha tôi có một vết hằn sâu thẳm trong trái tim ông, điều mà tôi đã hoàn toàn không hiểu. Nhưng tôi đã bắt đầu nhận ra cái hố sâu trong chính trái tim mình và tôi đã cố gắng để phủ lấp nó – qua những chuyến đi mạo hiểm đến Việt Nam, qua công việc, qua những cuộc tìm kiếm không ngừng nghỉ. Tôi đã không thể giúp cha của tôi vá lành khoảng trống trong trái tim ông cho đến khi tôi làm điều đó với chính mình.

NGHĨA

Connecticut | 1980

MẶC DÙ TỪNG VIẾT VÀI BÀI báo ở Việt Nam, những tôi nghĩ viết một bài học thuật và phát hành ở Hoa Kỳ sẽ khó hơn bất kỳ nơi nào trên thế giới. Một ngày nọ, khi đang trực, tôi chăm sóc một bệnh nhân vào phòng cấp cứu với đôi chân lạnh băng. Một thứ gì đó mềm, không giống như cục máu đông bình thường, đã được lấy ra khỏi mạch máu của bệnh nhân. Chất lạ này sau đó được chẩn đoán là một loại nấm có nguồn gốc từ van tim của bệnh nhân.

Trường hợp này quá mới lạ nên tôi quyết định viết ra. Tôi tìm lại các trường hợp tương tự đã có trong bệnh viện. Tôi đã xem qua tất cả các hồ sơ lưu giữ nhưng không tìm thấy bất kỳ trường hợp nào như thế này. Tim tôi đập ngày càng nhanh hơn khi tôi yêu cầu người cất giữ tài liệu tìm tất cả các tác phẩm đã xuất bản liên quan đến vấn đề này. Trên toàn thế giới, tôi đã tìm thấy 43 trường hợp tương tự. Tôi đã phân tích nguyên nhân, sự khác biệt, cách trình bày và cách chữa trị của tất cả các trường hợp. Sau đó, tôi làm một bản tóm tắt và bắt đầu viết một bài báo.

Cùng thời điểm, tôi nhận được thông báo từ Hội Phẫu Thuật Viên Đại Học về cuộc họp tiếp theo, cho biết họ đang nhận các luận văn tổng hợp từ bác sĩ nội trú. Tôi làm theo hướng dẫn đã in, đánh máy và gửi đi. Sáu tuần sau, tôi vô cùng ngạc nhiên nhận được một thư thông báo họ đã chấp nhận bài luận của tôi và cho tôi biết thời gian, địa điểm để trình bày.

Tôi sửng sốt. Chưa bao giờ có một nội trú trong chương trình của tôi được mời trình bày một bài luận ở cấp quốc gia. Tôi đọc đi đọc lại lá thư để chắc chắn mình không mơ. Tôi bỏ lá thư lại vào phong bì, mang về nhà và để trên bàn làm việc. Đêm đó, tôi lại mang lá thư ra đọc lại. Sau khi chắc chắn và hài lòng, tôi đi ngủ.

Phải mất ba ngày để tôi nhận ra tầm quan trọng của lá thư. Cuối cùng, tôi mang lá thư đến trưởng khoa phẫu thuật. Ông chúc mừng tôi và nói, "Bây giờ là giai đoạn quan trọng, anh cần viết bài báo cáo. Mang nó đến trợ lý của tôi và anh ấy sẽ giúp anh phần thuyết trình."

Tôi đã làm theo hướng dẫn của vị trưởng khoa. Trợ lý của ông nói tôi có thể viết nội dung lên những tấm giấy ghi chú rồi nói, hoặc nói bằng trí nhớ. Tôi quyết định đọc từ tấm giấy và tôi cũng đã xem đi xem lại nhiều lần, cố gắng làm thật tốt bài phát biểu của mình.

NĂM ĐÓ, CUỘC HỌP DIỄN RA tại Hershey, Pennsylvania. Tôi tự lái xe qua tiểu bang New York rồi đến Pennsylvania. Tôi biết rằng ông Milton Hershey, người làm kẹo, đã xây dựng nhà máy của mình ở thành phố khoảng 100 năm trước. Ông giàu đến mức còn xây một trung tâm y tế mang tên mình. Khi đi thăm thị trấn, tôi để ý thấy công viên Hershey Park, nhà máy và những con phố đầy những viên kẹo "Hershey's Kisses Silver" có hình như ngọn đèn đường.

Phần thuyết trình của bác sĩ nội trú diễn ra một ngày trước hội thảo chính, vì vậy không có quá nhiều khách trong khách sạn. Khoảng 80 đến 90 bài báo được trình bày cùng một lúc trong bốn phòng khác nhau, mỗi bài 10 phút. Các chủ đề bao gồm nghiên cứu cơ bản trong phòng thí nghiệm, điều tra y tế và các trường hợp nghiên cứu.

Khi đến lượt mình, tôi cảm thấy ngực mình thắt lại và lo lắng không biết những phát hiện của mình sẽ được đón nhận như thế nào.

Tôi bước lên bục, bắt đầu phần trình bày của mình. Tôi mở các trang viết, giới thiệu về trường hợp mình đã gặp và xem xét các trường hợp khác đã mô tả trong các tài liệu. Cuối cùng tôi kết luận và cảm ơn hiệp hội đã cho phép tôi thực hiện bài thuyết trình.

Như những người khác, tiếng vỗ tay vang lên, tiếp theo là những câu hỏi từ khán giả. Sau khi trả lời từng câu hỏi, tôi hít một hơi thật sâu, trở về chỗ ngồi và lắng nghe bài viết tiếp theo. Tôi cảm thấy hài lòng với phần trình bày của mình.

Khi tôi lái xe về nhà từ Pennsylvania, tôi đã tự hứa với mình: Tôi sẽ có ít nhất một bài báo được chấp nhận mỗi năm. Đến cuối khóa đào tạo, tôi đã có tám bài viết xuất bản có tên mình – nhiều hơn bất kỳ bác sĩ nội trú nào khác tại nơi tôi từng làm việc.

CUỐI CÙNG, THỜI GIAN KẾT THÚC khóa đào tạo năm năm cũng đã đến. Tôi đã nộp đơn xin tham gia chương trình đào tạo phẫu thuật tim kéo dài hai năm nhưng được nhận vào chương trình kéo dài ba năm. Thời gian đào tạo quá dài và tôi đã từ chối. Các yếu tố tài chính cũng ảnh hưởng đến quyết định này. Lyne thúc giục tôi vào làm cho phòng khám tư, vì mức lương năm đầu tiên của tôi sẽ cao gấp hai đến ba lần so với mức lương của bác sĩ nội trú.

Ngày tốt nghiệp, tôi nhận một tấm bảng có tên mình, số năm đào tạo và tên bệnh viện. Các nội trú khác và tôi đã có bài phát biểu ngắn cảm ơn giám đốc chương trình, nhân viên bệnh viện và những người vợ của chúng tôi. Tôi nhận một bức ký họa chân dung của mình từ vị trưởng khoa phẫu thuật, trên đó có dòng chữ "Tri Thức Sài Gòn." Trong nhiều phương diện, tôi thấy mình đã thành công.

Tôi đã tiếp tục theo học chương trình nghiên cứu sinh về chăm sóc đặc biệt tại New York, nơi tôi đi lại mỗi ngày từ Connecticut. Thời gian này tôi đã viết và nộp thêm một vài bài báo.

Khi chương trình nghiên cứu đó kết thúc, tôi đã đến Utah để tham gia chương trình nghiên cứu sinh khác trong một năm nữa. Tôi chưa bao giờ nhìn thấy dãy núi Rocky Mountains hay vùng đất đó. Ngày đầu tiên khám phá môi trường mới, tôi đã vô cùng kinh ngạc trước quang cảnh hùng vĩ và đầy màu sắc, cảm nhận nguồn năng lượng dồi dào từ chặng đường dài mà mình đã đi qua - từ Việt Nam đến đất nước này, nơi đã mang đến cho tôi rất nhiều cơ hội.

CHRISTINA

Hà Nội | 2006

CÓ VÀI THỨ SÂU RỘNG HƠN mà tôi tìm kiếm ở Việt Nam trong lần quay trở lại này. Bốn năm trước, tôi nghĩ đó là việc không muốn trở thành một phần của nước Mỹ đa sắc và khao khát hiểu được lịch sử gia đình mình. Nhưng có những điều ẩn sâu trong đó: những lát cắt mà tôi đang từ từ tách rời nó ra. Có mặt ở Hà Nội lần này, tôi chỉ lớn hơn cha mình hai tuổi ở thời điểm ông rời bỏ quê hương. Hành trình của chúng tôi rất khác nhau: với tôi, đến Việt Nam là một lựa chọn, không phải là điều tôi bị bắt buộc. Với cha của tôi, ông đã chạy trốn khỏi chế độ cộng sản để bắt đầu cuộc sống ở một đất nước mới, bỏ lại tổ quốc phía sau. Nếu so sánh, tôi biết mình sở hữu một đặc ân xa hoa dựa trên cuộc sống ổn định mà cha tôi đã tạo ra cho chúng tôi.

Tôi luôn cảm giác hồi hộp trong sáu tháng làm việc đầu tiên ở UNICEF – một tâm trạng hiếm gặp khi làm việc với một cơ quan của Liên Hợp Quốc. Trong thời gian giới hạn, chúng tôi phải chi một khoản ngân sách lớn do chính phủ Nhật Bản đã tài trợ cho UNICEF để thực hiện một chiến dịch truyền thông quốc gia. Mục đích của chiến dịch này nhằm nâng cao nhận thức về các phương pháp phòng ngừa sự lây lan của H1N1, hay còn gọi là cúm gia cầm. Nó thật sự như một guồng máy công việc chạy không ngừng nghỉ, kết hợp với các cơ quan của Liên Hiệp Quốc và các đối tác chính phủ để chuẩn bị tài liệu truyền thông cho người dân, cũng như các đối tượng cụ thể như người chăn nuôi gia cầm, nhân viên y tế, giáo viên và viên chức y tế công cộng.

Trong thời gian đó, nhóm bốn người của chúng tôi đã mất đi trụ cột chính trong một phòng ban của tổ chức khi sếp của tôi bị đột quỵ. Trách nhiệm của ông giao cho ban quản lý ở các phòng ban khác, và làn sóng quan liêu ập vào công việc của chúng tôi: đột nhiên, các nguồn tin liên lạc mà chúng tôi tạo ra lại cần có sự tham gia và chấp thuận của nhiều người.

Khi sếp tôi trở lại văn phòng sau kỳ nghỉ bệnh, ông nhận ra những thay đổi lớn ở tôi, và chính tôi cũng thấy điều đó. Tôi kiệt sức vì thời gian làm việc căng thẳng, nhưng tôi cũng nản lòng vì sự thay đổi trong phần trách nhiệm của chúng tôi: Tôi phát hiện ra khi chúng tôi ít bận rộn hơn, thì công việc ngày càng không có gì khác là viết báo cáo và giấy tờ.

"Cô từng có rất nhiều năng lượng trong công việc, Christina," sếp tôi nói. "Bây giờ, có vẻ như cô chỉ thấy một hố đen trước mặt mình. Cô nên sử dụng sự sáng tạo của mình để tìm ra giải pháp cho những vấn đề này."

Tôi không biết chính xác điều gì đã thay đổi trong tôi. Tôi đang khao khát điều gì? Tại sao tôi không hài lòng với công việc và cuộc sống của mình ở Hà Nội? Đó cũng là khuôn mẫu mà tôi đã trải qua trong quá khứ, và tôi đã muốn thoát khỏi nó. Vậy là có một cơn sóng chán nản đang nhấn chìm tôi, và như sếp tôi đã ám chỉ, có một hố đen trước mặt tôi. Tôi đã đạt được điều mình mong muốn: là một người nước ngoài sống ở Việt Nam, có một công việc tốt và đầy đủ phúc lợi. Vậy tại sao tôi lại không thấy hài lòng?

MAY MẮN LÀ TÔI CÓ NHỮNG người bạn tốt đã cố gắng giúp tôi vượt qua thời điểm này. Một trong những người bạn đó là Yoshiko, một phụ nữ Nhật Bản đang tiến hành nghiên cứu cho Ngân Hàng Thế Giới, thỉnh thoảng dành vài tháng ở Hà Nội. Yoshiko điềm tĩnh, hài lòng với thực tại, và rất tập trung – trái ngược với bản tính của tôi lúc đó.

Một buổi sáng, tôi nhắn tin cho Yosiko, hỏi cô ấy có thể gặp để ăn dimsum tại một trong những khách sạn sang trọng gần Hồ Tây không.

"Tôi chỉ cảm thấy trong tôi thật trống rỗng," tôi thừa nhận với Yosiko khi chúng tôi ngồi đối diện nhau.

Khi cô ấy dò hỏi thêm, tôi nói rằng tôi không biết. "Tôi cảm thấy chơi vơi và không có gì ràng buộc," tôi nói, và không thể giải thích rõ hơn nữa.

Vài tháng sau, khi tôi đi du lịch cùng Yoshiko và chồng cô ấy đến Hội An ở miền Trung Việt Nam, một ý tưởng nảy ra trong đầu tôi và tôi đã chia sẻ với họ: Tôi muốn viết một cuốn sách về Việt Nam, về câu chuyện của gia đình tôi. Ý tưởng đó xuất hiện một cách bất ngờ. Tôi đã thử sức với việc viết lách, chính xác là tôi đã viết blog một thời gian sau khi trở về Hà Nội. Một biên tập viên của một tạp chí tiếng Việt ở San Jose ngỏ ý quan tâm đến việc xuất bản những câu chuyện của tôi về cuộc sống ở Việt Nam với tư cách là một người Mỹ gốc Việt – mặc dù tôi chưa bao giờ gửi bất cứ bài nào cho ông ấy. Tôi không nghĩ mình là một nhà văn đúng nghĩa.

TÔI NÓI CHUYỆN VỚI MỘT NGƯỜI bạn khác, cũng sống xa quê hương như tôi, về mong muốn khám phá một lĩnh vực khác, khám phá khả năng sáng tạo của tôi. Chị ấy hơn tôi mười tuổi, điều hướng cuộc sống cân bằng giữa công việc chuyên môn và sáng tạo. Chị đã nhắc đến một cửa hàng bán đồ nội thất gia đình, Element, gần Hồ Tây, nói rằng chủ cửa hàng người Việt Nam này rất tài năng và hy vọng sẽ biến những ý tưởng sáng tạo mới tại Hà Nội thành hiện thực.

Tôi chưa bao giờ nghĩ Hà Nội là mảnh đất của năng lượng sáng tạo. Chắc chắn có một cảm nhận rất rõ về sự chuyển mình đang lan tỏa khắp Việt Nam, nhưng tôi chưa thấy những sản phẩm và ý tưởng độc đáo hiện diện nơi này. Tôi chú ý đặc biệt về cửa hàng nội thất này.

Vào một buổi chiều, kiệt sức sau một ngày làm việc nhàm chán, tôi quyết định ghé thăm Element. Khi bước vào, tôi ngạc nhiên khi thấy họ chọn trưng bày những món đồ cổ đẹp mắt. Tôi chưa từng thấy một cửa hàng nào giống như vậy ở Hà Nội. Một vài cửa hàng bán đồ nội thất hiện đại, hoặc ít nhất là "hàng nhái" từ những mẫu trên tạp chí nội thất phương Tây mà người nước ngoài chọn – một điều mà người Việt Nam làm khá tốt. Tuy nhiên, Element lại hoàn toàn khác biệt, với những khối sơn mài hiện đại nhiều màu sắc được dùng làm phần bàn cạnh ghế sofa, những đồ cổ gồm bình hoa và bàn cũ, và một chiếc đèn hiện đại mà chủ cửa hàng đã làm từ một chiếc nón lá.

Tôi đi về phía sau của cửa tiệm. Một người phụ nữ – tôi đoán là chủ – đang ngồi trước một chiếc bàn gỗ dài. Cô ấy có mái tóc dài ngang cằm, đôi chân mày hơi cau lại. Bộ quần áo vải lanh hợp thời trang che đi vóc dáng nhỏ bé của cô, người có vẻ lạnh lùng xa cách, nhưng có một phong cách giản dị và tự tin làm cho tôi ngay lập tức cảm thấy có sự tôn trọng.

"Tôi rất thích cửa tiệm của chị," vừa tiến đến bàn của cô, tôi vừa nói. "Một người bạn của tôi giới thiệu tôi đến đây. Tôi là Christina."

"Xin chào, tôi là Phúc," cô ấy giới thiệu.

Tôi ngồi xuống chiếc ghế trước mặt cô ấy và nói ngay về những khối sơn mài mà tôi thích.

"Sao chị không thử xuất cảng những khối này?" Tôi hỏi, chỉ tay về phía những món đồ đó.

"Tôi đã nghĩ về điều này," chị nói. "Nhưng trước tiên, tôi đang muốn tạo ra một không gian ở Hà Nội để mọi người sáng tạo. Tôi đang mở một studio thiết kế và phòng trưng bày nơi tôi có thể có những buổi triển lãm."

Tôi gật đầu một cách nhiệt tình. "Tôi nghĩ là chị có thể làm được. Có vẻ như ở Hà Nội không có nơi nào như thế."

Chị ấy nói chị sẽ tổ chức một buổi tiệc mừng studio mới vào Chủ Nhật. Chị mời tôi tham dự và đưa cho tôi một tờ rơi nhỏ có thông tin chi tiết. Tôi rời cửa tiệm với cảm giác thú vị về mối quan hệ mới của mình.

Khi tôi đến sự kiện, Phúc đã thật sự hòa lẫn vào thế giới của chị. Chị không còn vẻ xa cách hay lạnh lùng như khi ở cửa hàng. Chị cười và vui đùa cho mọi người trong phòng. Studio này cũng là nhà của chị, và tôi cảm nhận được chất sáng tạo ngay khi tôi bước qua cánh cửa. Đó là một căn nhà đơn giản, nhưng chị đã chia không gian mở thành nhiều khu vực ngồi khác nhau. Phúc dùng các vật liệu truyền thống để trang trí mang lại cho căn nhà một chiều sâu tuyệt vời. Toàn bộ kiến trúc này có thể là bộ ảnh cho một tạp chí thiết kế.

Nhiều người ở đó là nhân viên của các đại sứ quán, nhưng cũng có những người Việt Nam địa phương, dường như tất cả đều là những người sáng tạo theo nhiều lĩnh vực. Đại sứ Hy Lạp đã ở đó, trưng bày một số tác phẩm điêu khắc của mình. Phúc đề nghị tôi có vài lời tại sự kiện, và mặc dù ban đầu tôi đã đồng ý, nhưng khi đến lượt tôi phát biểu, tôi đã từ chối. Một cảm giác nhút nhát rụt rè nảy sinh trong tôi khi tôi bước vào không gian đó.

Vào chiều tối muộn, khi chỉ còn một vài người bạn của Phúc ở lại bữa tiệc và không khí dần lắng xuống, tôi biết thêm về câu chuyện của Phúc. Chị ấy kể với tôi rằng chị không phải người được học về thiết kế, nhưng đã quyết định, ở tuổi ba mươi, sẽ nghỉ việc tại Air France và theo đuổi điều gì đó đúng với tiếng gọi của trái tim. "Tôi không có lựa chọn nào khác," Phúc nói với tôi. "Tôi cảm thấy mình không thể ở lại văn phòng đó thêm một ngày nào nữa." Những lời chị ấy nói đã tác động đến tôi. Lúc đó tôi gần 30 tuổi, gần bằng tuổi Phúc khi chị quyết định tự mình mạo hiểm. Tôi bắt đầu cảm thấy ngột ngạt vì công việc của mình, vì các văn phòng của UNICEF – cảm giác giống hệt như tôi đã từng có khi mới bắt đầu sự nghiệp tại công ty dược phẩm.

Phúc kể với tôi, chị đã bắt đầu cửa tiệm đầu tiên bằng cách đơn giản là bán những sản phẩm mà chị nhìn thấy vẻ đẹp của nó. Sau một thời gian, chị bắt đầu thử sức trong lĩnh vực thiết kế quần áo. Cuối cùng, chị đạt đến công việc hiện tại: trang trí nội thất cho người nước ngoài, xây dựng dòng sản phẩm gia dụng của riêng mình và tạo ra phong cách thẩm mỹ riêng ở một đất nước vừa mới bắt đầu hiểu được thuật ngữ "thiết kế nội thất."

Khi tôi thường bắt đầu ghé thăm Phúc sau giờ làm và hiểu rõ hơn về chị ấy, tôi biết chị cũng đã đương đầu với những quan niệm truyền thống của một gia đình Việt Nam. Chị đã có con gái với một người đàn ông Việt Nam hơn chị ba mươi tuổi, dù biết người đàn ông này không muốn chia sẻ trách nhiệm con cái với chị. Bố mẹ chị đã cảnh báo đó không phải là một quyết định hay, nhưng chị đã giữ đứa trẻ, một mình nuôi con và xây dựng sự nghiệp của mình.

Tôi chưa từng gặp một phụ nữ nào như Phúc – một người thực sự hoạch định và tạo ra con đường của riêng mình. Tôi mong thời gian chúng tôi có thể gặp nhau, để tôi cũng bắt đầu học thêm về thiết kế và giá trị thẩm mỹ của chị. Trong các thiết kế của mình, chị muốn duy trì bản chất của Việt Nam trong khi thêm vào các yếu tố hiện đại mà chị tìm ra sự cuốn hút của nó.

Phúc giới thiệu tôi đến với một nhóm Phật giáo – hay tăng đoàn – theo truyền thống Phật giáo của Thích Nhất Hạnh, một thiền sư Phật giáo sinh ra tại Việt Nam năm 1926 và bắt đầu tu tập từ năm 16 tuổi. Ông là người ủng hộ không mệt mỏi cho hòa bình và bất bạo động. Phần lớn cuộc đời ông là cuộc sống lưu vong ở Pháp, bị cấm trở về Việt Nam. Cộng đồng này được thành lập và lãnh đạo bởi một phụ nữ Mỹ ngoài sáu mươi tuổi. Năm năm trước, bà thu dọn hành lý và quyết định mạo hiểm đến Việt Nam. Ở đây, bà đã gặp một người đàn ông thuyết phục bà phải ở lại, và bà đồng ý. Cuối cùng bà tạo ra một cộng đồng tín ngưỡng tu học theo thiền sư Thích Nhất Hạnh.

Thông qua tăng đoàn, tôi đã gặp những người tu học khác từ khắp nơi trên thế giới: tất cả chúng tôi đều vì những lý do riêng để đến Hà Nội, không chỉ tìm kiếm một vùng đất khác để tạm gọi là nhà mà còn là cảm giác bình yên nội tâm – một ngôi nhà tâm linh, có thể nói như vậy. Tôi nhanh chóng nhận ra Phúc là một trong những người phụ nữ hiện đại, tiến bộ và tín ngưỡng nhất mà tôi từng gặp – không chỉ ở Việt Nam mà còn ở bất cứ đâu. Chẳng bao lâu, tôi đã tham dự các buổi thiền vào mỗi tối thứ Ba và thứ Năm tại tăng đoàn với chị ấy. Tôi đến cửa tiệm của chị, và sau đó chúng tôi cùng nhau chạy xe đến nơi thực tập thiền định.

Những buổi tối đó đã trở thành những kỷ niệm đẹp nhất của tôi về cuộc sống ở Hà Nội, giúp tôi chế ngự những suy nghĩ luôn chạy qua liên hồi trong tâm trí tôi về những gì tôi đang làm và nơi tôi sẽ đến. Tôi nhớ lại cách cha của tôi đã đề cập đến thiền định với tôi trong thời gian tôi trở lại Hoa Kỳ; có lẽ ông, cũng như chị Phúc, đã thấy tôi cần điều này để lắng dịu tâm hồn mình và xem điều gì sẽ xuất hiện từ sự bình yên. Bằng cách ngồi thiền thường xuyên, tôi thấy trong mình nỗi khao khát được giải thoát và buông bỏ ngay khi mọi thứ bắt đầu trở nên khó chịu, hoặc thậm chí là nhàm chán. Nhận thức này của tôi lớn dần trong khi tôi ngồi thiền, nhưng tôi vẫn chưa chắc chắn mình phải thực hiện nó như thế nào.

Thật trùng hợp, tại tăng đoàn, tôi cũng tình cờ gặp chị Thanh, người mà tôi đã kết bạn khi tôi thực tập ở UNDP. Chị ấy đã nghỉ việc nơi làm cũ và đang có kế hoạch đến Singapore học về nhân quyền, điều mà chị luôn mơ ước. Chị vẫn cứng rắn như ngày nào. Chị nói công việc tại các cơ quan của Liên Hiệp Quốc mang nặng tính chất chính trị, dù về lý thuyết thì đó là vì con người. Tôi đồng ý với điều chị Thanh nói.

Những cuộc nói chuyện của tôi với Phúc và chị Thanh làm cho tôi biết chắc chắn rằng công việc tại UNICEF này không còn phù hợp với tôi nữa – rằng tôi cần theo đuổi một điều gì đó có thể khơi dậy ngọn lửa bên trong tôi.

Ngay sau đó, tôi quyết định mình không thể ở lại UNICEF, ngay cả khi con đường đó mang lại sự ổn định và nhiều khả năng là một sự nghiệp hiếm có, tôi vẫn phải định rõ và tạo ra tương lai của riêng mình dựa trên những gì đúng đắn và chân thực với tôi, giống như Phúc và chị Thanh đã làm.

Tất nhiên, thử thách ở đây là tôi vẫn chưa biết điều gì là đúng thuộc về mình; tôi vẫn đang trong hành trình khám phá. Vì vậy, tạm thời – một lần nữa – điều duy nhất đúng đắn mà tôi biết chắc chắn là tôi phải ra đi.

NGHĨA

Tennessee | 1985–1991

SAU NHIỀU NĂM đào tạo, cuối cùng tôi đã đi hành nghề ở phía Đông Tennessee – một vùng có nhiều ngọn núi hùng vĩ có đầy thảm cỏ xanh tươi. So với sa mạc và hệ thực vật miền núi của Utah, Tennessee đối với tôi giống như một khu rừng nhiệt đới. Chúng tôi định cư ở một thành phố nằm khuất sau sườn núi phía Bắc, một phần tiếp theo của dãy núi Appalachian. Nơi này vẫn còn biệt lập, gồ ghề và kém phát triển hơn nhiều khu vực khác trong tiểu bang. Trong suốt bốn mùa, quang cảnh của những ngọn núi đều tuyệt đẹp. Vào mùa Xuân, hoa phủ đầy những ngọn đồi, từ hoa sơn thù du màu hồng và trắng đến cây đỗ quyên màu tím và hồng cho đến những bông hoa dại của núi rừng.

Tôi lái xe chở Lyne và hai con gái của tôi, những đứa trẻ được sinh ra trong thời gian tôi ở Connecticut, đến vùng núi gần như mỗi cuối tuần để thưởng thức nhiều loại hoa nở rộ và ngắm nhìn Mẹ Thiên Nhiên qua những luồng ánh sáng khác nhau. Vào mùa Hè, khi chúng tôi đi qua những con đường quanh co uốn lượn theo sườn núi, đột nhiên lên cao rồi đột ngột xuống thấp, tôi say mê với khung cảnh những ngôi làng nhỏ trong thung lũng bên dưới, cũng như không khí trong lành của núi non. Không gì đẹp hơn mùa Thu, khi lá đổi màu đa sắc điểm xuyến trên sườn núi, cảnh vật thay đổi tùy vào sự kết hợp của cây cối và tốc độ lá đổi màu.

Tôi cảm thấy một cảm giác kỳ lạ khi lái xe dưới tàn lá nâu, vàng, đỏ và xanh lá cây, thỉnh thoảng có những tia nắng vàng từ bầu trời xanh ngắt xuyên qua kẽ lá. Vào những tháng mùa Đông, một sự rùng rợn không thể diễn tả thành lời bao trùm trong không khí. Đường đi trở nên vắng vẻ và sườn núi phủ đầy tuyết trắng. Những cột khói xám bốc lên từ những ống khói dưới thung lũng, tạo thành con đường uốn lượn lười biếng từ dưới lên trên. Những cây thông cao, cành cong dưới lớp tuyết dày, nhô ra giữa khung cảnh trắng xóa. Phong cảnh thật hùng vĩ, yên bình và kỳ diệu. Cuộc sống bất động khi thiên nhiên đã quyết định nghỉ ngơi.

Thiên nhiên đã nhắc tôi nhớ lại nơi tôi đang sống vào thời điểm đó: Đến thời điểm này chúng tôi đã trải qua rất nhiều mùa khác nhau, nên thời gian ở Tennessee của chúng tôi là để hồi tưởng, đổi mới và xây dựng lại. Mệt mỏi vì quá nhiều năm rèn luyện, cuối cùng gia đình tôi và tôi cũng có thể nhẹ nhàng cho cuộc sống mới.

Công việc mới của tôi tương đối dễ dàng và mức lương chấp nhận được đối với một công việc của liên bang. Tôi đã dành vài thời gian trong môi trường học thuật về phẫu thuật tại đại học East Tennessee State University. Tôi cảm thấy thú vị với công việc này vì tôi có thể ở bên sinh viên. Chúng tôi có cơ hội chuẩn bị các chủ đề khác nhau để thảo luận, sau đó dạy những bài học này cho sinh viên từ sáu đến tám tuần. Với thời gian quá ngắn ngủi dành cho phẫu thuật, nhiều sinh viên không thể quyết định xem họ có muốn theo đuổi ngành này hay không. Một số người không chịu nổi với giờ làm việc dài, lịch trình làm việc nghiêm ngặt và thời gian cầm giữ dụng cụ dài bất tận. (Tôi đồng cảm; tôi khá vui vì mình đã hoàn thành trọn vẹn khoảng thời gian đó của cuộc đời.) Tuy nhiên, những người khác lại cảm thấy sự hồi hộp khi họ đến phòng phẫu thuật đã dẫn dắt nhiều người trong chúng tôi đến với chuyên ngành này ngay từ đầu.

Nghiên cứu cũng là một phần của chương trình giảng dạy và có thể được thực hành trên động vật hoặc con người. Trường đại học cho chúng tôi số lượng và tổng hợp các loại bệnh nhân cần thiết để theo đuổi công việc này, giúp tiến hành các nghiên cứu so sánh về hiệu quả của một phương pháp điều trị nhất định. Kết quả tốt là động lực, nhưng hiếm. Đối với rất nhiều nhà khoa học, nghiên cứu mang lại kết quả không thuyết phục dẫn đến sự nản lòng.

Vừa là nhà nghiên cứu, cùng lúc đó vừa là bác sĩ, là một kết hợp khó khăn. Chăm sóc bệnh nhân đòi hỏi rất nhiều sự tận tụy. Tôi có thể dành hàng giờ liền để kiểm tra tiến trình của bệnh nhân. Nhưng các nhà nghiên cứu cũng phải làm việc ngày này qua ngày khác, trong phòng thí nghiệm và lớp học. Tôi phải tìm ra sự cân bằng khéo léo.

Trong thời gian này, tôi có hai bài nghiên cứu được Nhóm Cố Vấn Nghiên Cứu VA và Viện Y Tế Quốc Gia (NIH) tài trợ; khoản tài trợ sau có tính cạnh tranh cao, chỉ có 10 đến 15% bài nghiên cứu nộp vào được nhận tài trợ.

Không có cách nào để diễn tả được sự hân hoan vui sướng của tôi khi giành được khoản tài trợ của NIH. Tôi cảm thấy mình được xác nhận là một nhà nghiên cứu; công trình của tôi được các đồng nghiệp đánh giá xứng đáng. Đó là phần thưởng cho hàng giờ trong phòng thí nghiệm, bám víu vào hy vọng le lói rằng một ngày nào đó công trình của tôi sẽ được công nhận. Nó cũng mang ý nghĩa bảo đảm công việc trong vài năm nữa.

TRONG KHI ĐÓ, Ở CALIFORNIA, THỈNH thoảng mẹ và các anh em tôi trải qua những thời điểm khó khăn nhưng họ đã không còn phải lo lắng về "cuộc tập trung nửa đêm" nữa và mẹ tôi liên tục nhắc nhở họ phải lấy bằng đại học và tự lập. Tôi đã gửi cho em tôi là Tiến, người đã học xong trường y trước khi rời Việt Nam, tất cả sách cần thiết để làm bài kiểm tra tương đương. Tiến cũng là tình nguyện viên tại Trung tâm Y tế Loma Linda Medical Center để làm quen với cộng đồng y khoa.

Sau khi lấy được bằng tương đương, Tiến đã thực tập nội trú nhi khoa, chuyên ngành đã học khi còn ở Việt Nam. Tiến vào trường học, và sau vài năm đi làm cho một tổ chức chăm sóc sức khỏe lớn ở California. Tuy nhiên, vì cảm thấy hệ thống bất công, anh mở phòng khám tư. Những năm đầu tiên rất khó khăn, Tiến làm việc không ngừng nghỉ, luôn sẵn sàng phục vụ bệnh nhân và những người do các bác sĩ giới thiệu. Không lâu sau, phòng khám của Tiến phát triển tốt. Trong suốt thời gian đó, mẹ tôi ở chung với Tiến.

Quảng và Huy là hai em sinh đôi, đã tiếp tục đi học ở trường đại học cộng đồng. Quảng có một số lo lắng cá nhân trong thời gian đó. Bạn gái của Quảng, là Thu, và gia đình cô ấy cũng mới trốn khỏi Việt Nam, nhưng họ đang kẹt ở trại tỵ nạn Thái Lan. Quảng không có tiền để giúp họ, và trong thời gian ở trại tỵ nạn, mẹ của Thu bị bệnh, qua đời. Gia đình đã ở lại trại tỵ nạn thêm thời gian trước khi được bảo lãnh sang Hoa Kỳ. Tuy nhiên, trên đường đến Mỹ, cha của Thu bị bệnh, được đưa vào một bệnh viện ở Nhật Bản và ông đã qua đời ở đó. Cả cha và mẹ đều mất, chỉ có Thu và chị gái đến Little Saigon ở Nam California. Quảng không nghe lời khuyên của mẹ tôi, anh dọn ra ngoài và bỏ học, với lý do muốn điều hành một doanh nghiệp tư nhân. Thỉnh thoảng Quảng về nhà thăm và không ai biết anh sống ở đâu.

Huy đã vào đại học, nghỉ một thời gian, và cuối cùng tốt nghiệp bằng nha khoa. Sau đó Huy lập gia đình kết hôn và dọn ra ngoài. Vợ của Huy cũng học nha khoa và mở phòng khám riêng, do Huy quản lý.

Gia đình tôi chỉ đến thăm họ vài lần trong những năm qua. Chúng tôi bận rộn ổn định cuộc sống riêng ở Hoa Kỳ, chính xác là ở phía bên kia của đất nước.

ĐỨA CON CỦA VIỆT NAM

CHRISTINA
Virginia | 2008

TÔI VỀ đến phi trường Dulles sáu tuần trước Giáng Sinh, dự tính ở với cha tôi ít nhất là vài tuần. Tôi không biết mình mong đợi điều gì nhưng tôi cần một chút thời gian nghỉ ngơi trước khi quay lại Việt Nam một lần nữa.

Khi tôi quyết định rời UNICEF và Việt Nam lần thứ hai, tôi đã gặp một người đàn ông Thụy Sĩ, anh ấy đang thực hiện một dự án nghiên cứu trong giai đoạn cuối. Anh đã chuyển đến Brussels để ký hợp đồng ngắn hạn và chúng tôi bắt đầu hẹn hò từ xa. Cuối cùng, tôi đã đến thăm anh trong một tháng và mặc dù mối quan hệ không hoàn hảo, tôi vẫn cố tìm một công việc ở Geneva, một phần là để gần anh ấy hơn. Chỉ sau khoảng một tháng tôi đến đó, chúng tôi chia tay. Tôi tự hỏi mình đang làm gì ở Thụy Sĩ. Rồi tôi đã yêu một người đàn ông khác, là đồng nghiệp của tôi và mối quan hệ đó cũng không thành. Trái tim tôi tan nát. Tôi tưởng tượng đây là một nỗi đau tương tự những gì cha tôi đã trải qua trong cuộc ly hôn với dì Alice. Nhưng cha và tôi không bao giờ có sự cảm thông sâu sắc cho nhau trong chuyện tình cảm của mỗi người.

Đó là thời điểm khó khăn nhất của tôi ở độ tuổi đôi mươi, khi mỗi ngày ở Hà Nội tôi cảm thấy mình chơi vơi mất phương hướng. Tôi quyết định rời Geneva và không có một kế hoạch cụ thể nào. Nhưng may mắn, tôi đã ký được một hợp đồng tư vấn ngắn hạn, để trở lại Việt Nam một lần nữa. Vào thời điểm này, với tôi, Việt Nam như một ngôi nhà hơn bất kỳ nơi nào khác trên thế giới.

Một trong những đồng nghiệp cũ tốt bụng của tôi ở Geneva, một phụ nữ Nhật Bản, biết về chuyện của tôi và mối quan hệ của tôi với cha, đã hỏi tại sao tôi không tận dụng cơ hội này, khoảnh khắc mà tôi chưa có một kế hoạch cụ thể nào, để dành thời gian cho cha tôi. "Em sẽ không bao giờ biết khi nào em sẽ có cơ hội này một lần nữa," cô ấy nói. Điều cô ấy nói đã thúc đẩy tôi quyết định dành một tháng tại nhà của cha tôi ở Northern Virginia.

Khi tôi viết thư hỏi cha ngỏ ý tôi có thể về ở với ông, tôi không giải thích hoàn cảnh và nguyên nhân tôi quyết định rời Geneva, hoặc vì sao tôi về bên cạnh ông. Cha tôi cũng không hỏi thêm điều gì, ông chỉ đơn giản trả lời, "Lúc nào ngôi nhà này cũng chào đón con, con muốn ở bao lâu cũng được."

Thời điểm đó, tôi không thể nhìn thấy điểm tốt của cha mình; tôi chỉ thấy những cách mà ông đã làm tôi thất vọng. Tôi trách ông vì đã không giúp tôi nhiều hơn, hay đúng hơn là cứu tôi khỏi nỗi chơi vơi không định trước này. Theo một nghĩa nào đó, tôi đã thất vọng với ông vì một vai trò mà ông không bao giờ có thể thay thế được – đó là mẹ tôi.

KHÔNG KHÍ MÙA LỄ PHỦ KHẮP phi trường với những đồ trang trí – vòng hoa giả màu xanh lá cây, nơ đỏ – và Starbucks, không có gì ngạc nhiên, đã trưng bày các loại đồ uống ngày lễ – mocha bạc hà và latte trứng trên quầy.

Tôi nghĩ thoáng qua có thể cha tôi đến muộn. Sau đó, tôi nhìn thấy ông từ xa, chậm rãi bước qua cổng, mặc chiếc áo nỉ có nón màu xanh nước biển quen thuộc và chiếc quần dài màu xám mà ông đã mặc trong nhiều năm. Ông vẫn giữ thói quen này: chỉ mua quần áo mới khi thực sự cần thiết.

Tôi nhanh chóng thu dọn hành lý của mình – cất cuốn sổ tay vào túi xách, đóng máy tính lại cho vào túi – và đứng dậy để gặp ông.

Khi cha tôi đến gần, tôi nhận thấy rõ vết hằn thời gian – da mặt cha đã bắt đầu nhăn nhúm, chảy xệ, mái tóc hoa râm của ông thưa dần, và cơn ho dai dẳng cắt ngang lời ông nói. Cha không còn là người cha xa cách mà tôi đã lớn lên bên cạnh; giờ đây cha là một người đàn ông lớn tuổi, một người mà tôi hình dung là đã trân quý thời gian nhiều hơn.

"Con đợi lâu chưa?" ông vỗ nhẹ vai tôi và hỏi.

"Dạ không lâu đâu," tôi nói. "Đường đông xe không ba?"

"Đông lắm. Từ nhà ba chạy đến đây cũng mất khá nhiều thời gian."
Khi chúng tôi ra xe, cha tôi mang hai chiếc vali của tôi lên – những cái đã theo tôi trong nhiều năm – để bỏ vào cốp xe. Khi còn là một đứa trẻ vị thành niên, sau cái chết của mẹ tôi, tôi đã hình dung mình sẽ thảnh thơi đi khắp thế giới, chỉ với hai chiếc túi, để chúng không là những chướng ngại có thể ngăn cản tôi rời đi bất cứ khi nào tôi muốn. Tôi đã đi du lịch như thế kể từ đó.

Cha của tôi, trông không yếu cũng không khỏe, đẩy tập bản đồ và thùng đá nhỏ của ông sang một bên, để chỗ cho hành lý của tôi. Tôi biết sẽ đến lúc ông sẽ không thể mang những cái túi cho tôi được nữa.

Cha và tôi cùng im lặng, nhưng là sự im lặng thoải mái; rồi ông bắt đầu nói về những điều ông cho là quan trọng, như nơi nào đang xây đường mới, hay việc mở rộng tuyến tàu điện ngầm từ Dulles đến trung tâm DC. Ông cố gắng nói chuyện vui. Nhưng ông không bao giờ hỏi tôi những câu hỏi mà tôi mong ông hỏi – tại sao con lại rời đi? Con cảm thấy thế nào? Con có cần ba giúp đỡ gì không? Những người bạn trong cuộc sống của con là ai? Đó không phải là cách giao tiếp của cha và tôi.

Ông chỉ vào một tòa nhà nơi ông đã có bài phát biểu về Việt Nam. Tôi tự hỏi điều gì đã thay đổi? Vì sao hôm nay ông có thể công khai nói về Việt Nam trong khi ông đã từ chối lời mời của giáo viên môn lịch sử của tôi để nói chuyện với lớp của tôi thời trung học? Có lẽ là vì bây giờ ông sống gần với những người Mỹ gốc Việt khác hơn. Có lẽ điều đó cho ông nhận ra một phần trong tâm hồn mà ông nghĩ đã mất nó từ lâu. Có lẽ vết thương của ông đang kéo liền da, hoặc đã lành lặn, khỏi những tổn thương mà ông phải đối mặt trong cuộc đời mình – con trai ông, mẹ tôi, dì Alice, và mất mát lớn nhất của ông, Việt Nam.

"Con đói bụng không?" cha tôi hỏi. "Con muốn ăn đồ ăn Việt Nam không? Ở nhà không có gì ăn."

"Dạ được," tôi trả lời ông.

Chúng tôi thường ghé vào một nhà hàng trên xa lộ số 7, trong một trung tâm mua sắm, nơi có nhà hàng Nhật Bản Borders và một phòng tập nhảy cho trẻ em. Nhưng lần này chúng tôi dừng lại ở một nhà hàng chỉ cách nhà của cha tôi khoảng năm phút.

Một phụ nữ Việt Nam, tôi đoán là ở độ tuổi ngoài bốn mươi, chào chúng tôi khi chúng tôi bước vào cửa.

Cha tôi nói chuyện với bà bằng tiếng Việt, khiến bà mỉm cười. Tôi nhìn thấy ở ông sự dịu dàng mà tôi chưa từng chứng kiến khi ông nói tiếng Anh. Có một phong cách thoải mái, quen thuộc, một sự nhận biết lẫn nhau mà tôi nhìn ra khi ông giao tiếp với một người Việt Nam khác.

Cha tôi trở nên quan tâm, hỏi gia đình của người phụ nữ này từ đâu đến, sống ở vùng này lâu chưa và cô có phải chủ nhà hàng không. Tôi nghĩ những câu hỏi, sự ân cần xen lẫn với một khoảng cách tế nhị cần thiết của cha tôi đã thu hút người phụ nữ này.

"Anh sống ở đây à?" cô hỏi cha tôi.

"Anh ở đấy mấy năm rồi," ông trả lời. "Ở đây món ăn gì ngon nhất?"

"Anh nên thử món đặc biệt của Huế" – cô trả lời.

Cô ấy mang đến đặt lên bàn hai ly nước đá lạnh và mỉm cười với cha tôi.

"Sắp tới con sẽ đi New York, ở lại đó vài tuần với một người bạn từ D.C.," tôi nói với cha. "Bạn của con là Kim cũng sẽ đến chơi. Tháng Giêng có thể con sẽ đi Chicago, có thể gặp Teresa."

"Nhưng sao con lại đi nhiều như vậy?" cha hỏi tôi. "Con nên nghỉ ngơi chứ."

"Vì con muốn đi gặp bạn bè của con và cũng không có gì làm ở chỗ của ba. Con không biết ai ở đây. Ba chở con đến chỗ bạn con ở D.C. được không?"

"Được chứ. Khi nào đi thì cho ba biết," cha tôi nói.

"Ba đến nhà hàng này lần nào chưa?" tôi hỏi ông, đổi chủ đề.

"Chưa. Nó gần nhà quá nên ba chưa đến ăn thử."

Ngay lúc đó tôi cảm thấy như đang nói về cuộc sống của mình. Tôi đã không nhận ra nhiều giá trị trong việc khám phá những gì gần nhà. Tôi cảm thấy mọi thứ xứng đáng để biết đều ở ngoài kia của thế giới, ở những nơi như Việt Nam và Thụy Sĩ, và không bao giờ gần nhà.

CHA TÔI ĐÃ ỔN ĐỊNH CUỘC sống trong khi tôi vẫn đang tìm kiếm một nơi để gọi là nhà. Thành phố nhỏ nơi ông đã mua nhà khiến tôi nhớ đến những thị trấn mà tôi đã lớn lên. Những thị trấn mà khi trưởng thành, tôi đã không nghĩ mình sẽ đến đó. Tuy nhiên, đối với cha tôi, có vẻ như vẫn là sự lựa chọn quen thuộc – các trung tâm mua sắm tiện dụng, các chuỗi cửa hàng tạp hóa lớn, con đường chính ở trung tâm thành phố, tất cả đều cách nơi ông sống năm phút lái xe – là nhu cầu cần thiết và sự thoải mái để cuộc sống của ông được thuận tiện hơn. Ông dường như không cần phải yêu thành phố mà ông sống. Chúng tôi khác nhau ở điểm đó – những gì chúng tôi tìm và cần từ môi trường chung quanh của mỗi người khá khác biệt. Bây giờ tôi đã hiểu rõ điều đó.

Ngôi nhà cha tôi đã mua, cách nơi ông đã thuê ban đầu mười lăm phút, không giống ngôi nhà mà tôi hình dung là ông đã từng mua, hoặc thậm chí là ông đã thích trong quá khứ. Phần ngoài bao bọc bởi tấm ốp màu trắng và gara ở trước nhà, lọt giữa một dãy nhà không thể phân biệt được. Tuy nhiên, nội thất – hay đúng hơn là các vật dụng – lại có cảm giác giống như ở nhà một cách kỳ lạ. Tường sơn trắng, đồ dùng sắp xếp ngăn nắp, tỉ mỉ và không gian còn trống tạo nên không khí thanh vắng nhất định mà tôi đã dần nhận ra như ở nhà. Đồ đạc trong nhà là kỷ niệm những giai đoạn khác nhau trong cuộc đời ông – những món đồ cũ mà chúng tôi đã cùng nhau đi mua trong những chuyến đi chơi cuối tuần khi tôi còn là một đứa trẻ ở Tennessee, những món đồ mang phong cách châu Á hơn mà dì Alice đã sắm. Có một số đồ vật không còn trong quá trình ông chuyển nhà, như chiếc ghế dài có họa tiết trông giống cánh hoa trong phòng khách, từng là nơi tựa lưng cho cuộc sống của gia đình tôi, những bức tranh hoa và thuyền buồm của ông (ông nói đã tặng cho một trong những thư ký cũ của mình.)

Ở lối vào, cha tôi treo một loạt lồng đèn nhiều màu sắc, đủ kích cỡ và hình dạng, mà tôi đã mang về từ Hội An, một thị trấn du lịch đẹp như tranh vẽ ở trung tâm Hà Nội, sau chuyến đi Việt Nam lần đầu tiên. Trên tay ghế sofa phòng khách, nơi mà tôi chắc chắn là ông chưa bao giờ dùng, là hai chiếc chăn trắng có những hình vuông nhiều màu mà mẹ tôi đã đan trong thời gian ngã bệnh. Mẹ tôi đã trải qua rất nhiều giờ ngồi một mình, đan lát và móc len. Ở góc phòng ăn, cạnh cửa sổ, có một chiếc bàn nhỏ, trên bàn có một vài cây cảnh. Tôi để ý thấy có một mảnh giấy hoa dán trên một trong những chậu cây ấy, trên mảnh giấy là dòng chữ do dì Alice viết tay: Nếu yêu một thứ gì đó, hãy cho nó tự do. Nếu nó quay lại với bạn, thì nó thuộc về bạn mãi mãi. Nếu không, nó đã không là của bạn ngay thuở ban đầu.

Ngôi nhà này là một không gian được chăm sóc tỉ mỉ, là nơi dừng chân ẩn trú bình yên của cuộc đời ông, từ những năm của ông với gia đình chúng tôi cho đến thời gian ông bên cạnh dì Alice. Ông đã bỏ đi nhiều món đồ ông đã từng sống với chúng. Tôi thắc mắc nhưng đã không hỏi, liệu ông có giữ lại cuốn tập ảnh mà ông đã cất giữ bên cạnh nhiều năm rồi không? Những tấm ảnh ông đã chụp trong thời thơ ấu của chúng tôi. Nó được cất ở nơi nào? Trong một cái hộp dưới tầng hầm hay ông đã vứt đi rồi?

Phòng của tôi ở tầng trên, góc phía trong ngôi nhà. Cha đã thay chiếc giường đôi cũ của tôi bằng cái khác lớn hơn. Ông đã sắp những chiếc cúp quần vợt của tôi trên tủ quần áo bằng gỗ sồi. Trên chiếc kệ nhỏ, ông đặt những bức tượng thiên thần mà mẹ của một người bạn cấp ba tặng tôi sau khi mẹ tôi qua đời. Bất kỳ quần áo nào của tôi còn để lại nhà đều được xếp gọn gàng trong các ngăn kéo. Những chiếc váy dạ hội cũ treo trong tủ quần áo; những hộp đựng kỷ niệm, bao gồm thư tình, kỷ yếu và ảnh từ thời trung học và đại học, được xếp chồng lên nhau gọn gàng. Trên đầu giường ngủ của tôi là tấm ảnh quảng cáo lớn của buổi nhạc kịch "A Miss Sài Gòn" mà tôi đã mua khi đi xem chương trình ở New York với bạn trai thời đại học.

Món đồ duy nhất tôi lấy ra ngay lập tức là chiếc mền in hoa của mẹ tôi, một vật làm cho tôi nhớ đến thời gian bà bị bệnh. Tôi lục tung cả nhà để tìm một cái khác thay thế.

Không như những gì cha của tôi đã nói khi trên đường chở tôi về từ sân bay, đó là tủ lạnh đầy ắp thức ăn như trước đây. Những chiếc túi ni lông cột chặt đựng đầy món ăn Việt Nam, thường là hai tô phở và hai phần bún thịt nướng, chiếm hết không gian trên kệ tủ. Ông tự cắt trái cây cho mình, bất cứ trái gì đang vào mùa, cho vào hộp đựng và để đầy không gian còn lại trên kệ. Bây giờ ông đã tự nấu những bữa ăn dinh dưỡng, không phải những gì tôi nhớ ông đã từng nấu – mì gói xào và lạp xưởng. Giờ đây, có vẻ cha tôi đã ý thức hơn về sức khỏe của mình và chuẩn bị những bữa ăn ngon, thậm chí là các món mì Ý, với các loại rau cải. Ông để lại trên bếp một món súp, đơn giản như tàu hũ và cà chua, và ăn trong suốt một ngày. Đến bữa ăn, ông không ngồi vào bàn. Thay vào đó, hoặc ông đứng, hoặc ông ngồi trên chiếc ghế cao ở cạnh bàn bếp, nhìn chằm chằm ra ngoài cửa sổ.

Tôi sớm biết được có một phụ nữ mà tôi chưa từng gặp trước đây đã mua món ăn Việt Nam cho cha tôi và thường xuyên mang đến cho ông. Tôi không chắc đó có phải là người bạn đã khuyên ông chuyển đến Northern Virginia không, hay là một người bạn khác mà ông đã kết bạn trong nhiều năm. Mỗi khi bà đến, ông sẽ ra ngoài, ngồi trong xe với bà, sau đó quay lại với những túi ni lông đầy món ăn Việt Nam, đủ cho chúng tôi ăn trong cả tuần. Tôi biết ngày nào ông cũng nói chuyện với bà; ngay cả trong những lần trước tôi đến thăm, tôi đã nghe thấy ông nói chuyện điện thoại bằng tiếng Việt. Số điện thoại của bà hiện lên trên thông tin người gọi đến là mã vùng Virginia, không có tên. Tôi đã lưu số đó để trong trường hợp tôi không liên lạc được với cha mình. Tôi cảm thấy dễ chịu khi biết có người gọi hỏi thăm cha tôi mỗi đêm – khi biết trách nhiệm đó không dành cho tôi, dù lẽ ra tôi phải đảm nhận, mặc dù cha tôi chưa bao giờ yêu cầu tôi điều gì.

Từ cửa sổ phòng ngủ, tôi đã nhìn thấy người bạn mới của cha tôi một lần. Bà là một phụ nữ "điệu," (một từ tiếng Việt dùng để chỉ người rất chú trọng đến vẻ ngoài) giống mẹ tôi, với mái tóc đen ngắn mà tôi đoán là bà đã uốn xoăn bằng những ống cuốn mỗi sáng. Bà và cha tôi đứng cạnh nhau trò chuyện. Tôi nhận ra bà thấp hơn và không mảnh mai như dì Alice. Bà mặc một chiếc áo lụa đen cổ tròn in hoa và quần áo dài trắng, như là vừa trở về từ một sự kiện của Việt Nam.

Cha tôi không bao giờ giới thiệu tôi với bà hoặc thậm chí nhắc với tôi về bà, và cho đến tận ngày nay cũng thế – cũng giống như chúng tôi không bao giờ nói về mẹ tôi hay dì Alice, mặc dù tôi tin chắc ký ức về những người phụ nữ này luôn in đậm trong tâm trí và trái tim của cả hai chúng tôi.

TRONG NHIỀU NĂM QUA, TÔI ĐÃ chứng kiến cha tôi gắn bó với cộng đồng người Việt nhiều hơn, một điều hầu như chưa bao giờ xảy ra trong đời sống của ông ở miền Nam Indiana. Ông bắt đầu tham dự các cuộc họp mặt với những người bạn học cũ ở trường y và đi du lịch với những người bạn Việt Nam khác. Cha tôi không nói với tôi những điều này; tôi chỉ biết qua những bức ảnh cạnh điện thoại trong bếp, chụp hình ông và những người có vẻ như là bạn của ông. Trong một tấm ảnh, mọi người đều mặc trang phục dự tiệc mà tôi tin là họ chụp khi kết thúc một hội nghị. Trong một bức ảnh khác, cha tôi, người không bao giờ cười rạng rỡ, trông có vẻ mãn nguyện, thậm chí có thể đó là nét hạnh phúc trên gương mặt ông.

Tôi đã thật sự thấy một con người mới ở cha của mình. Ông cũng thành lập tổ chức phi lợi nhuận của riêng ông liên quan đến Việt Nam, với sứ mệnh nêu bật nhận thức về chặng đường người Mỹ gốc Việt đã đi qua.

"Nhiều người không hiểu cuộc sống của chúng ta ở đây," có một lần ông từng giải thích với tôi bằng giọng điệu mạnh mẽ, nồng nhiệt không giống ông như mọi khi. "Chúng ta cố gắng xây dựng nhận thức về cộng đồng người Mỹ gốc Việt di cư. Cuộc sống của những người Mỹ gốc Việt hiện đang sống ở Hoa Kỳ như thế nào."

Thông qua tổ chức phi lợi nhuận này, ông đã cộng tác với người Mỹ gốc Việt trên khắp đất nước, viết các bài luận và tuyển tập, kể câu chuyện của họ về cảnh tù đày, cải tạo, hành trình của họ với tư cách là thuyền nhân và cách họ định hình lại nhân thân ở đất nước mới. Thỉnh thoảng, ông yêu cầu tôi đóng góp các bài viết về những kinh nghiệm của tôi ở Việt Nam. Lần nào tôi cũng đồng ý, mặc dù miễn cưỡng. Tôi không quen với việc cha tôi yêu cầu tôi bất cứ điều gì, ngay cả một câu chuyện ngắn về Việt Nam. Trong những năm gần đây, có lẽ như là một cách để vá lành vết thương, hoặc đơn giản là giết thời gian, ông bắt đầu viết sách về Việt Nam, chủ yếu là về lịch sử của đất nước này. Ông đã viết rất nhiều.

Với tổ chức phi lợi nhuận của mình, ông cũng đã phát triển hội nghị thường niên của riêng ông, nơi ông mời các diễn giả từ khắp cả nước đến để nói về Chiến Tranh Việt Nam. Tôi chưa bao giờ thấy ông làm việc với sự đam mê và thuyết phục như vậy.

Ông không bao giờ kể cho tôi nghe ông đã dựng lại cuộc đời mình như thế nào ở độ tuổi gần 60. Chỉ đến khi ngày càng lớn, lòng tôn kính của tôi dành cho ông mới sâu sắc hơn. Tôi đã mải mê cho hành trình của cá nhân mình mà không để ý đến những đoạn đường của ông. Tôi không nhận ra cha và tôi giống nhau đến thế nào – nó không chỉ là chung một dòng máu.

Qua những người bạn học của mình, tôi biết cha tôi đã tham gia một chương trình thảo luận trên mạng của Đại học University of Minnesota, nơi các giáo sư và sinh viên cùng tranh luận về lịch sử và văn hóa Việt Nam.

"Ông Nghĩa Võ là cha của bạn phải không?" một người bạn đã hỏi tôi khi tôi ở Việt Nam. Chúng tôi đã không gặp nhau trong một thời gian và lần đó tình cờ gặp lại ở Việt Nam.

"Đúng rồi," tôi trả lời và bối rối tại sao cô ấy lại biết tên cha của tôi.

"Tôi đã nghĩ vậy nhưng không chắc chắn," cô ấy nói. "Ông ấy có rất nhiều bình luận trên diễn đàn của chúng tôi. Quan điểm của ông đưa ra rất mạnh mẽ."

"Nhưng, ông viết nhiều không? Ông ấy viết gì?" Tôi tò mò hỏi.

"Rất nhiều – ông viết rất nhiều," người bạn tôi trả lời. "Tôi không nói rằng ông có nhiều sự ủng hộ từ người trong nhóm. Ông có một cách nhìn rõ ràng về những gì đã xảy ra ở Việt Nam. Nhưng tôi nghĩ mọi người tôn trọng việc ông nói lên suy nghĩ của mình và ông ấy đại diện cho một quan điểm cụ thể dành riêng cho thế hệ đó."

Tôi không thể tưởng tượng cha của tôi, người đàn ông ít nói, cương quyết bảo vệ quan điểm của mình. Tôi cũng sợ ông ở trong một không gian, dù là ảo, nơi ông không được người khác nghe hoặc nhìn thấy. Nỗi buồn xâm chiếm tôi khi tôi cố gắng hiểu về một phần nào của cha mà tôi chưa từng biết hoặc thậm chí chưa từng khám phá. Mặc dù tôi không cảm thấy mình hiểu cha mình hoàn toàn, nhưng tôi cũng không thể chịu đựng được suy nghĩ rằng ông bị người khác hiểu lầm.

TÔI ĐÃ NÓI KIM BAY ĐẾN Virginia từ San Jose và đến thăm tôi tại nhà cha của tôi, một phần vì tôi cần một người giúp làm cầu nối với cha, để hàn gắn theo những cách mà tôi không bao giờ có thể làm được.

Khi Kim đến, cô ấy nhìn chung quanh, đặt túi xách xuống bếp và hỏi, "ông sống ở đây một mình sao?" Tôi trả lời, "đúng vậy."

"Cha của bạn chăm sóc ngôi nhà đẹp quá Christina," Kim ngạc nhiên nói. "Nhìn cách ông sắp xếp những đồ trang trí trên lò sưởi kìa."

Tôi đã không quan tâm nhiều đến cách cha tôi sắp xếp đồ đạc, hay cách ông trang trí, ngoài việc chú ý những đồ vật nào trong cuộc sống trước đây của chúng tôi mà ông giữ lại, đồ nào ông bỏ và cất đi. Tôi liếc nhìn bức tranh in hình một chiếc thuyền buồm phía trên lò sưởi, bên dưới có dòng chữ: Thành công. Chỉ có một thành công duy nhất: được sống cuộc sống theo cách của bạn. Ông đã sắp xếp những bức tượng nhỏ đầy màu sắc của những thủy thủ, những con thuyền, chim bồ nông và thậm chí cả chim cánh cụt bên dưới, tạo nên một cảnh biển nhỏ quyến rũ trên lò sưởi.

"Làm sao ông giữ nơi này sạch sẽ như vầy?» Kim hỏi. "Và làm sao ông có thể sống một mình ở đây? Nó quá rộng."

Vài phút sau, cha tôi bước vào, mang theo một chiếc thùng Igloo nhỏ giữ lạnh cho 1 giờ 30 phút chạy xe. Đây là công việc mới của ông, ba buổi một tuần, giúp xem xét các khoản trợ cấp y tế cho một cơ quan chính phủ. Ông đặt thùng đựng đồ xuống cạnh cửa và quay lại xe để lấy đồ giặt khô và phần mì hải sản còn dư lại từ bữa trưa hôm trước. Tôi tưởng tượng cảnh ông đã đến một nhà hàng hải sản bình dân gần văn phòng của mình, và tôi cảm thấy chạnh lòng khi nghĩ đến cảnh cha tôi ngồi một mình trong nhà hàng.

"Ba, đây là Kim, bạn của con,» tôi nói với ông khi ông quay lại bếp.

"Chào bác," Kim chào ông bằng tiếng Việt. "Bác có khỏe không?" – Cô ấy nhìn cha tôi bằng thái độ lễ phép, phong cách của những người trẻ Việt Nam đối với người lớn tuổi.

"Con mang đến cho bác hai loại chả lụa khác nhau từ San Jose," cô ấy tiếp tục nói bằng tiếng Việt. "Mọi người nói là ngon nhất ở thành phố này." Sự tự nhiên của Kim trở nên dịu dàng hơn khi cô ấy nói tiếng Việt, tiếng mẹ đẻ của cô ấy.

"Bác cảm ơn con. Tụi con ăn gì chưa?" Ông vừa hỏi vừa cất vào tủ lạnh những nước uống mà ông chưa dùng.

Sau đó chúng tôi ngồi vào bàn bếp, trò chuyện, và tôi nhận ra cha tôi đã thay đổi như thế nào qua nhiều năm. Cha của tôi của hôm nay, chào đón khách đến nhà, chịu khó giao tiếp, rất khác với cha của tôi khi tôi còn học trung học, là ông sẽ quan sát tôi với bạn bè tôi một cách cẩn thận mà không nói lời nào.

Kim không hề có sự e ngại với cha tôi, và sự thật là ông rất thoải mái khi cô có thể nói chuyện với ông bằng tiếng Việt. Kim liên tục nhẹ nhàng hỏi thăm cha tôi, và ông chỉ có thể mỉm cười đáp lại. "Tổ chức phi lợi nhuận của bác như thế nào?" Kim hỏi. "Bác nghĩ thế nào về việc người ta đang cố gắng đặt tên cho một khu mua sắm ở San Jose?" Kim muốn đề cập đến cuộc tranh cãi đang diễn ra về việc có nên gọi nơi đó là Little Saigon hay không.

"Con có biết một câu mà người thường nói," cha tôi cười nhẹ và nói. "Hai người Việt Nam có thể làm việc cùng nhau, nhưng nếu ghép ba người lại với nhau, sẽ luôn có tranh cãi."

Cả hai tiếp tục nói chuyện theo cách giao tiếp mà tôi chưa từng có với cha của mình. Chúng tôi không có mối quan hệ như vậy. Tôi tự hỏi liệu sự việc có khác đi không nếu tôi nói tiếng Việt trôi chảy.

Khi cha tôi rời khỏi phòng, Kim quay sang tôi. "Cha của bạn dễ thương quá!" cô ấy thốt lên. "Mình không hiểu tại sao bạn lại không gần gũi với ông ấy."

Tôi cần phải hiểu cha của tôi qua lăng kính của Kim – qua một trái tim Việt Nam mà tôi không sở hữu trong người.

NGHĨA

Indiana | 1991

Sau sáu năm ở Tennessee, chúng tôi sống một năm ở Illinois và sau đó chuyển đến Ashland, một thành phố nhỏ ở phía Nam Indiana, bao quanh là những ngọn đồi. Dù không lãng mạn như miền Đông Bắc Hoa Kỳ, thời điểm giữa mùa Thu và mùa Đông rất đẹp. Những chiếc lá nhiều màu hòa vào một vũ điệu mùa Thu – lơ lửng trong không trung, đung đưa qua lại, quay ngược đầu, và lộn vài vòng trước khi nhẹ nhàng đáp xuống đất. Hầu như chúng rơi xuống với cùng một tốc độ, một số trong đó sẽ lao nhanh xuống đất như học sinh phóng ra khỏi lớp học vào cuối ngày.

Cách Ashland gần 50 km, có một cộng đồng nhỏ người Amish. Đàn ông và phụ nữ mặc trang phục màu đen hoặc xám; đàn ông để râu dài và phụ nữ thì buộc tóc vào mũ vải lanh trắng. Đôi khi bạn thấy họ đi xe ngựa, là phương tiện di chuyển chính của họ. Tôi nghe nói rằng họ là những người xây nhà giỏi – chính xác là những gì tôi cần.

Tôi tìm thấy một người đàn ông tên là Abe, 55 tuổi, để bộ râu trông già hơn tuổi của ông ấy. Nếu ông ấy mặc đồ màu đỏ thay vì màu đen, ông ấy sẽ trông rất giống như ông già Noel.

Khi gặp, tôi đưa ông ấy xem bản vẽ của căn nhà mà tôi muốn xây.

"Đây là kiểu nhà mái vòm," tôi nói. "Ông có thể xây nhà như thế này không?"

"Chắc chắn, tôi có thể làm với giá cả phải chăng," ông ta đáp lời.

Tôi hỏi tiếp ông ấy: "Ông nghĩ nó có nhỏ lắm không?"

"Không, và tôi sẽ tính một giá hợp lý," ông ta nói, "nhưng loại gạch sẽ đặc biệt. Tôi sẽ cho phóng to và vẽ lại bản thiết kế này để chúng ta có thể thấy rõ hơn các chi tiết."

"Ông nghĩ khi nào thì có thể bắt đầu công việc?"

"Trong một hoặc hai tuần nữa," anh ta nói.

Người đàn ông này có cách ứng xử nhẹ nhàng nhưng là một người cương quyết trong việc định giá. Sau một buổi thương lượng, trả giá, ông ấy chỉ nhượng bộ duy nhất là giảm giá đề nghị xuống 1 hoặc 2%. Tôi không buộc ông ta giảm giá thêm nữa. Có vẻ như đó là mức giá hợp lý. Chúng tôi chia tay với thỏa thuận ông ấy sẽ cho tôi biết khi nào bản thiết kế sẵn sàng.

SAU VÀI TUẦN, TÔI KHÔNG NHẬN được tin gì từ Abe. Cuối cùng tôi đã để lại tin nhắn cho một trong những nhà thầu người Mỹ của ông ấy, vì Abe không có điện thoại riêng. Vài ngày sau, ông ấy xuất hiện với bản phác thảo sơ bộ.

Nhìn trên bản thiết kế, ngôi nhà có vẻ nhỏ, đúng như tôi đã lo lắng, nhưng Abe bảo đảm với tôi rằng nó đủ lớn theo tiêu chuẩn của ông ấy. Tôi đồng ý để ông ta thực hiện công trình này – và sau đó phát hiện ra ông ấy đang xây dựng hai hoặc ba ngôi nhà cùng một lúc. Sau khi thỏa thuận hợp đồng và bắt đầu xây móng cho một ngôi nhà, sau đó chuyển sang một dự án khác. Vài ngôi nhà có thể cách nhau khoảng 30 km hoặc 40 km. Nếu có điều gì khẩn cấp cần thiết, ông ấy có thể xuất hiện liên tục trong vài ngày hoặc vài tuần, rồi sau đó biến mất, không thể tìm được ông ta trong một khoảng thời gian dài.

Lyne là người giám sát bảo đảm Abe và đội ngũ của ông ta có làm việc. Cô ấy cũng đi theo họ để biết chắc chắn họ dọn dẹp sạch sẽ vào cuối ngày, không rơi đầy mảnh vỡ và dụng cụ ở khu vực xây dựng. Tuy nhiên, họ rất quý cô ấy, vì hầu như ngày nào Lyne cũng mang cơm nóng cho họ vào buổi trưa, mà họ thích hơn là những phần ăn nguội lạnh họ mang theo.

Ở ASHLAND VÀ CÁC VÙNG PHỤ cận, tôi đã gặp những gia đình Việt Nam khác có hành trình tương tự như chúng tôi. Chúng tôi thường gặp nhau trong những buổi tụ họp thân mật, chia sẻ các món ăn Việt Nam, những kinh nghiệm của chúng tôi ở Hoa Kỳ và những khó khăn mà chúng tôi đã trải qua ở trong và sau chiến tranh.

Người bạn của tôi, Tiên, đã kể với tôi về việc anh ấy và người em trai đã ở ba tháng trong một trại tỵ nạn ở Thái Lan sau khi trốn thoát khỏi Việt Nam. Khi đến trại, họ mau chóng phát hiện ra quản lý ở khu trại này rất tệ. Họ bị sốc khi biết những người phụ nữ độc thân ở trại có thể bị nhân viên trong trại bắt đi vào giữa đêm và cưỡng hiếp. Tiên tình nguyện làm đầu bếp trong trại vì anh nghĩ đã đến lúc anh phải học nấu ăn. Anh 19 tuổi và không biết gì về việc bếp núc. Khi lớn lên, anh sống dựa vào cha mẹ trong mọi việc, nhưng giờ đây, Tiên đã bị đẩy ra thế giới rộng lớn hơn – một mình với em trai, không có ai ở đó để hướng dẫn cho anh. Anh biết mình phải làm gì đó, nếu không cả hai sẽ trở thành người vô gia cư.

Sau vài tháng ở Thái Lan, hai anh em chuyển đến Vịnh Subic ở Philippines và họ ở đó thêm sáu tháng. Tiên tiếp tục tình nguyện làm đầu bếp. Cuối cùng, họ được những thành viên nhà thờ ở Massachusetts bảo trợ đến Hoa Kỳ.

Họ đến Boston vào giữa mùa Đông. Từ một trại tỵ nạn ở vùng nhiệt đới chuyển đến một vùng đất lạnh giá phủ đầy tuyết là một trải nghiệm mở rộng tầm mắt cho họ. Cuối cùng, họ chuyển đến Texas, nơi Tiên tìm được công việc trong ngành dầu mỏ. Tiên đã mải ăn chơi tiệc tùng suốt một thời gian, nhưng sau đó anh nhận ra nếu không có học vấn, anh sẽ không thể tiến xa hơn được. Vì vậy, Tiên đã ghi danh vào một trường cao đẳng ở Ohio để lấy bằng kỹ sư. Buổi sáng, anh đi giao báo để kiếm thêm tiền. Ban ngày, anh đi học. Sau khi tốt nghiệp, Tiên chuyển đến Ashland và kết hôn với một kỹ thuật viên y khoa người Việt Nam.

Một người bạn khác, là Vũ, từng là thiếu úy Không quân Việt Nam Cộng Hòa. Năm 1974, anh được cử đến Alabama để dự khóa đào tạo phi công lái trực thăng – nhưng sau khi Sài Gòn sụp đổ, tất cả những học viên như anh đều bị sa thải. Bất thình lình, anh không có bằng cấp và không có kỹ năng nào cụ thể để tìm việc làm. Anh chuyển đến Texas với bạn bè. Họ đi làm cho một công ty sản xuất chuyên về sợi vải làm mát. Mặc dù mức lương khá, nhưng anh bị dị ứng với sợi đến mức phải nghỉ việc. Sau đó, anh được một nông dân địa phương hứa sẽ trả lương cao và cung cấp chỗ ở miễn phí ở chuồng trại. Công việc của anh là đeo găng tay thật dài, đút toàn bộ cánh tay vào hậu môn của con bò, giúp cho nó "giải thoát" phần phân bị bón. Anh chỉ làm được vài ngày. Cuối cùng, Vũ ghi danh vào một trường cao đẳng ở Missouri, nơi anh học ngành kỹ thuật, trước khi đến Indiana.

Trong lúc tôi xây dựng cuộc đời của mình ở Hoa Kỳ và gặp nhiều di dân Việt Nam, tôi đã lắng nghe trong sự tôn kính những câu chuyện về thách thức mà họ phải đối mặt khi dựng lại cuộc sống và ngôi nhà ở một đất nước mới. Tôi biết một ngày nào đó tôi sẽ gom góp những câu chuyện này – những câu chuyện của sức mạnh và quyết tâm để tạo ra một cái gì đó mới hơn – và chia sẻ chúng với thế giới.

CHRISTINA
Hà Nội | 2010

TUỔI THƠ CỦA TÔI LÀ NHỮNG năm tháng du mục. Tôi sinh ra ở Connecticut. Từ đó chúng tôi chuyển đến Utah, Tennessee và Illinois trước khi dừng chân định cư ở miền Nam Indiana. Đối với tôi, Tennessee và Indiana là những ngôi nhà đầu tiên của tuổi thơ mình, vì mỗi nơi tôi đã sống ít nhất sáu năm. Tôi có ký ức rất ít về Connecticut. Cha của tôi từng kể rằng mẹ tôi đã mở một nhà hàng châu Á ở đó, nhưng mẹ tôi thậm chí không biết lái xe nên tôi không thể tưởng tượng được bà có thể quản lý một nhà hàng như thế nào.

Tennessee là nơi chúng tôi đã thực sự vun đắp cho một điều gì đó đẹp đẽ – một cuộc sống gia đình, gắn bó với khu phố, luôn làm việc và hoàn tất ngôi nhà của mình. Tôi nhớ cha tôi trồng một cây thù du trắng trước nhà chúng tôi, và những cây đỗ quyên nở hoa vào mỗi mùa Xuân. Cha của tôi đã mua cho chúng tôi một vé tháng để vào Dollywood ở Pigeon Forge, Tennessee. Ít nhất một vài cuối tuần trong mỗi tháng, chúng tôi sẽ đến đó và Gatlinburg để ăn bánh kẹp và ngắm cảnh núi non. Cuộc sống bình yên, lặng lẽ và chúng tôi đã đang cùng nhau xây dựng một điều gì đó gọi là gia đình. Mặc dù cả nhà tôi cũng đã sống khoảng thời gian như thế ở miền Nam Indiana, nhưng sáu năm đó dường như mờ mịt bởi căn bệnh của mẹ tôi.

Bất cứ ai hỏi tôi từ đâu đến và tôi đã sống ở đâu, tôi đều nhắc đến tất cả những nơi đó. Thường thì mọi người phản ứng lại bằng câu hỏi, "tại sao di chuyển nhiều vậy? Cha của bạn phục vụ trong quân đội ư?"

"Không," tôi trả lời với một cái lắc đầu. "Cha tôi là bác sĩ."

Theo cách tôi có thể nhận thấy, chuyển chỗ ở nhiều như vậy là vô lý, và cha tôi chưa bao giờ giải thích lý do của mình. Có lẽ cuộc sống "rày đây mai đó" đã ăn sâu vào tôi từ khi còn nhỏ; có lẽ đó là lý do khiến tôi, ở độ tuổi đôi mươi, đã chuyển từ nơi này sang nơi khác, không bao giờ dừng lại một nơi nào quá lâu. Nhưng bất kể điều gì đưa đến cảm giác bất an này trong tôi, tôi hy vọng một ngày nào đó có thể giải quyết được nó. Tôi muốn tìm một nơi an trú cuối cùng mà tôi có cảm giác như là nhà.

LẦN THỨ BA VÀ CŨNG LÀ lần cuối cùng tôi chuyển đến Hà Nội, thành phố đang trong thời gian kỷ niệm Đại Lễ 1.000 Năm Thăng Long – Hà Nội vào ngày 10 Tháng Mười năm 2010. Nhiều năm chuẩn bị cho sự kiện kéo dài mười ngày này với rất nhiều sự kiện. Đường phố sạch sẽ. Có tin đồn rằng trẻ em đường phố bị bắt và đưa ra ngoại ô thành phố vì chính quyền không muốn du khách có ấn tượng thành phố này bẩn thỉu. Các loài hoa trồng trên những mảng cây xanh ở không gian ngoài trời, ghép lại thành chữ "1.000 Năm Thăng Long," kỷ niệm 1.000 năm thành lập thủ đô Thăng Long của vua Lý Thái Tổ. Đèn hình hoa sen được treo trên các cây dọc theo Điện Biên Phủ. Những người bán hàng rong đầu đội nón lá tràn ra đường phố, lợi dụng cơ hội để bán thêm hàng hóa, lấn vào bất kỳ khu vực cây xanh hoặc bê tông nào có sẵn để dựng gian hàng bán bắp rang, kẹo bông gòn, kem, trà xanh đóng chai và áo thun in dòng chữ "Tôi ♥ Hà Nội."

Các con đường quanh Hồ Hoàn Kiếm bị cấm xe qua lại, và đông nghẹt người dân từ khắp mọi miền đất nước về Hà Nội để dự đại lễ. Thanh thiếu niên Việt Nam tự hào dán những miếng dán trên má: một trái tim đỏ với một ngôi sao vàng ở giữa, tượng trưng cho lá cờ Việt Nam. Những đứa trẻ mới biết đi ngồi trên vai cha, lạ lẫm ngước nhìn những dây đèn nhiều màu phía trên cao. Tôi hình dung những lễ hội này sẽ đọng lại trong tâm trí của những đứa bé ấy, giống như Tết Trung thu và ngày Tết. Có lẽ niềm tự hào về thành phố của họ đã nở bừng trong tâm hồn họ trong những đêm mùa Thu ấm áp, khi họ nghe nhạc Việt Nam xen kẽ với những thông điệp tuyên truyền được ghi âm sẵn phát ra từ loa phóng thanh: "Nhà nhà, người người gương mẫu thực hiện nếp sống văn minh để kỷ niệm hủy diệt năm Thăng Long-Hà Nội."

Những hình ảnh mới của Hà Nội cùng hiện ra trong tâm trí tôi với những hình ảnh của Hà Nội mà tôi lần đầu gặp cách đây bảy năm.

Thành phố đã thay đổi và phát triển kể từ đó; ngày nay, nó chỉ có nét hơi giống với thành phố quyến rũ, gần như là một vùng quê tỉnh lẻ mà tôi nhớ, khi mới đến Việt Nam. Nhiều tòa nhà cổ thuộc địa Pháp tuyệt đẹp – như tòa nhà từng là quán cà phê Âu Lạc, nơi tôi gặp Thomas lần đầu – đã bị phá bỏ để nhường chỗ cho các tòa nhà văn phòng năm hoặc sáu tầng mang lại lợi nhuận cao hơn. Tôi đã từng hy vọng Hà Nội sẽ giữ được vẻ yêu kiều của mình, sẽ có cách hiện đại hóa mà không phải hy sinh vẻ đẹp truyền thống – nhưng giờ tôi hiểu rằng tôi không thể mong đợi Hà Nội vẫn mãi là một thành phố mà tôi đã biết trong quá khứ.

Tôi đã hỏi một người bạn tốt của tôi ở Việt Nam rằng liệu có thể hoài niệm về một nơi mà rõ ràng bạn đang sống ở đó không, và cô ấy nói rằng tất nhiên là có – với nhiều người ở Việt Nam, hoài niệm này là một phần không thể thiếu trong cuộc sống. Tôi bắt đầu hiểu rằng nỗi nhớ Sài Gòn và miền Nam Việt Nam của cha tôi, mặc dù rất khác so với nỗi nhớ của tôi, nhưng chính là một dạng định dạng khác của những gì tôi đang trải qua.

Kể từ lần cuối tôi ở Hà Nội, các thương hiệu thời trang phương Tây, bao gồm Nine West, Aldo, Mango và French Connection, đã xuất hiện ở những vị trí ưu tiên quanh thành phố, cũng như các cửa hàng thời trang của các nhà thiết kế thời trang Việt Nam đang cố gắng tạo thương hiệu của họ. Những phụ nữ Việt Nam cũng có vẻ sành điệu hơn trước, họ đi giày cao gót bóng loáng cao đến khoảng 7 cm và mặc những chiếc váy bó đầy màu sắc.

Xe đạp, trước đây rất phổ biến, giờ đây dường như chỉ do những người đàn ông lớn tuổi đội mũ nồi, có vẻ như là những người còn sót lại trong một thời đại khác, sử dụng. Những xe máy, từ Honda Waves đến Vespas, giờ đây tràn ngập đường phố cùng với tất cả những Hondas, Toyota đời mới. Và những chiếc xe Kia, bấm còi inh ỏi giữa rừng xe cộ và xe gắn máy. Kẹt xe là chuyện thường ngày trên đường phố, nơi đã quá sức chịu đựng với quá nhiều phương tiện di chuyển. Mọi người, cả người Việt Nam và người nước ngoài, đều lái xe nhanh, lạng lách vào, ra trên đường, phớt lờ tín hiệu giao thông, người đi bộ và các phương tiện khác.

MỘT BUỔI SÁNG, SAU KHI TÔI gọi một tách cà phê tại một chuỗi cửa hàng mới mở của một vợ chồng người Úc, một người đàn ông Mỹ ngoài 50 tuổi đưa cho tôi danh thiếp của ông. Ông ấy giới thiệu là tổng giám đốc của một đại lý xe hơi Ford mới mở ở bên kia đường. Cửa sổ từ sàn đến trần của đại lý này được xếp đầy những chiếc xe bóng loáng sẵn sàng được trao cho những chủ sở hữu mới.

"Tôi nghe cô gọi cà phê," ông ấy nói với tôi. "Chúng tôi cần những người nói tiếng Anh giỏi như cô. Hãy cho tôi biết nếu lúc nào đó cô muốn làm công việc bán hàng."

Ông ta đã nhầm tôi là một cô gái Việt Nam địa phương nói tiếng Anh lưu loát, một người có thể bán bán sản phẩm nước ngoài cho người Việt bản xứ. Tôi không muốn làm vỡ hình ảnh mà ông ấy nghĩ về tôi, vì vậy tôi chỉ nói rằng tôi sẽ cân nhắc lời đề nghị.

Hà Nội không còn như nơi tôi từng mong ước. Đơn giản nó đã từng là nơi tôi ổn định cuộc sống nhất, đặc biệt là cuộc sống tạm thời. Không có gì phải sợ, hay thậm chí lạ lẫm, khi trở về Hà Nội. Khi đến Sân bay Nội Bài, một nơi mà nhiều năm trước tôi thấy rất xa lạ, tôi bật điện thoại Nokia và ngay lập tức bước vào thế giới trước đây của mình. Một lần nữa, tôi lại dùng một thẻ SIM có lưu số điện thoại của bạn bè, quản lý nhà ở, thợ may và đồng nghiệp cũ; mọi thứ đều nằm trong tầm tay tôi.

Thật trùng hợp, một số ít bạn của tôi đã trở về Hà Nội cùng lúc với tôi. Mai đã ở đó, làm việc cho một dự án về môi trường, và Minh cũng ở đó để tiếp tục nghiên cứu, lần này là cho luận án tiến sĩ của anh ấy. Minh và tôi quyết định ở chung trong chỗ ở tạm mà anh ấy đã tìm được, và sau đó tôi nghĩ đến việc tìm một biệt thự để tất cả chúng tôi có thể ở chung.

So với những thành phố khác mà tôi từng sống, Hà Nội có vẻ đơn giản hơn nhiều. Điện thoại không yêu cầu hợp đồng dài hạn, hợp đồng thuê nhà luôn có thể bị cắt ngang, luôn sẵn sàng có phòng cho thuê, thậm chí xe máy cũng có thể thuê chỉ với tiền cọc $50 và một bản sao hộ chiếu.

Có một sự thoải mái khi trở về thành phố này. Mặc dù không khí ô nhiễm hơn, đường phố tấp nập hơn và ảnh hưởng của phương Tây lan rộng hơn, tôi biết mình luôn có thể trở về Hà Nội và tìm thấy điều gì đó chưa biết về bản thân.

Tôi đã gọi cho Đất, cháu trai của chủ nhà cũ của tôi, hỏi xem anh ấy có thể giúp tìm một căn nhà cho tôi và những người bạn của tôi.

"Chào Tuyết. Được chứ," Đất nói với giọng rất nhiệt tình. "Khi nào em trở lại đây?" Không chờ tôi trả lời, anh nói tiếp, "anh sẽ tìm cho em một nơi. Bây giờ thì anh đã hiểu phong cách mà em thích."

Tôi chắc chắn Đất sẽ tìm được cho tôi nơi ở mới. Lần cuối tôi ở Hà Nội, anh đã đi một chiếc xe gắn máy cũ vì muốn dành những chiếc xe đẹp nhất để cho khách hàng thuê, nên giữ lại chiếc xe cũ nát cho mình. Bây giờ thì Đất đã lái một chiếc SUV lớn, bóng loáng và luôn mang theo chiếc iPad trung thành của anh bên cạnh. Đất đã bước lên những nấc thang khác cao hơn trong cuộc sống.

Ngày hôm sau, anh gọi điện thoại cho tôi và hẹn tôi đi xem một căn nhà trên phố Tràng Thi. Anh nghĩ ngôi nhà này sẽ hoàn hảo cho tôi và những người bạn, vì vẫn nhớ tôi thích những nơi mang nét đẹp cổ điển.

Khi tôi chạy xe vào con hẻm nhỏ – tách biệt khỏi tiếng ồn của Tràng Thi, một con đường đông đúc dọc theo bờ Nam của Hồ Hoàn Kiếm – ngay lập tức tôi nhận ra ngôi nhà bốn tầng. Với những ô cửa sổ ốp gỗ màu tối, ngôi nhà nổi bật so với những ngôi nhà khác trong hẻm, tất cả đều được sơn màu vàng kim đậm và xanh lá cây, những màu sắc từ thời Pháp thuộc.

"Em đã từng đến đây," tôi nói với anh. "Em biết người đã từng sống ở nơi này."

"Thật hả, Tuyết?" Hai mắt Đất mở to. "Em biết ngôi nhà này sao?" Đất hỏi lại.

Một người phụ nữ ngoài sáu mươi với mái tóc muối tiêu búi cao bước ra cổng chào chúng tôi. Bà đi chậm rãi, lê đôi dép trên mặt đất. Tôi có thể nhận ra thời trẻ bà là một thiếu nữ đẹp, qua nét mặt và cử chỉ của bà. Tôi tưởng tượng đã từng có một hàng dài "cây si" đứng chờ bà.

"Chào bác, đây là Tuyết," Đất nói. Anh quay sang tôi và nói, "Bác Nhi từng là một diễn viên nổi tiếng, và con trai bác cũng là một trong những nghệ sĩ Việt Nam nổi tiếng nhất."

Khi bác Nhi mở cổng cho chúng tôi, anh nói nhỏ, "Gia đình bà ấy rất nghệ sĩ, rất nổi tiếng."

Tâm trí tôi tràn ngập hình ảnh những lần tôi đã từng đến ngôi nhà này. Thomas đã sống ở đây sau khi chuyển khỏi căn nhà bên Hồ Trúc Bạch. Một lần, khi tôi đến thăm Hà Nội, tôi đã ngủ ở phòng khách và tôi đã rất sợ khi thấy một con chuột bò ngang qua. Tôi đã chạy lên lầu để ngủ trên ghế sofa trong phòng ngủ của Thomas. Khi tôi làm việc cho UNICEF, tôi đã dự buổi tiệc Lễ Tạ Ơn do một Logan, người Mỹ khác, tổ chức. Sau lần đầu đến Hà Nội theo học bổng Fulbright, Logan đã chọn sống ở đây. Anh đã học nói tiếng Việt và tiếp tục làm việc tại Việt Nam. Tôi nhớ vào một buổi sáng khi đang sống ở Geneva, tôi vào Facebook và bàng hoàng khi thấy một trang tưởng niệm dành riêng cho Logan. Một người bạn khác ở Việt Nam ngay sau đó cho tôi biết anh đã tự tử bằng cách nhảy xuống từ một tòa nhà ở Sài Gòn. Cái chết của Thomas khiến cho tôi và nhiều người bạn từng sống ở Việt Nam liên lạc với nhau. Tất cả chúng tôi đều ngạc nhiên và sốc khi biết về thảm kịch này. Nó khiến tôi nhận ra tầm quan trọng của tình bạn ở một vùng đất xa lạ; những người bạn đó trở thành những thành viên trong gia đình mở rộng của nhau, mang dòng máu của nhau, khi chúng tôi sống xa gia đình ruột thịt của mình.

Chúng tôi đi ngang qua tầng trệt, vào một không gian mở mà bác Nhi dùng làm phòng khách. Đất nói bác dùng nơi này làm nơi giải trí và chứa đồ. Một đống hộp và một chiếc xe máy cũ phủ đầy bụi ở góc nhà. Có hai bức chân dung đen trắng lớn của bác và chồng của bác treo phía trên chiếc ghế sofa bằng mây. Một cánh cửa lưới ngăn bếp và phòng ngủ của bác với khu vực chung. Tôi không thể nhìn vào phòng riêng của bà, mặc dù tôi tò mò về cuộc sống của người phụ nữ này – bà ở một mình, dưới một nhóm người nước ngoài. Chỉ có một cánh cửa nhựa mỏng manh, thậm chí không khóa, ngăn cách tầng trệt nơi bác sống với ba tầng lầu bác cho thuê. "Bác Nhi vẫn sống ở dưới này, ngay cả khi em thuê nhà," Đất nói với tôi.

"Không có vấn đề gì," tôi trả lời. Tôi giờ đã quen với việc chủ nhà ở Việt Nam sống trong cùng một tòa nhà, thậm chí ngay phía trên tôi.

Bác Nhi có thể tự lo cho cuộc sống, nhưng bác thoải mái hơn trong ngôi nhà ở Tràng Thi và thích nghe tiếng bạn bè đến và đi ở phía trên. Nhiều cảm xúc trong tôi trỗi dậy khi cùng bác Nhi và Đất đi qua những nơi còn lại trong nhà. Tôi đã biết rằng ngôi nhà này sẽ là nơi lý tưởng để chúng tôi thuê – hơn rất nhiều so với bất kỳ nơi nào khác.

Phần cho thuê trong nhà gồm ba tầng, năm phòng ngủ, bốn phòng tắm đầy đủ tiện nghi, một nhà bếp và một phòng khách. Ngôi nhà được xây theo phong cách đặc trưng của Việt Nam, để nhiều thế hệ trong một gia đình có thể sống ở các tầng riêng biệt dưới cùng một mái nhà. Nó thoáng rộng, có đèn trong tất cả các phòng, toàn bộ sàn gỗ có màu sậm, ngoại trừ nhà bếp có sàn bằng gạch đất nung.

Không giống những chủ nhà Việt Nam khác, những người có vẻ chuộng giải pháp rẻ tiền với lớp sơn đơn giản, hiện đại, sàn gỗ sáng bóng, để bảo đảm việc cho thuê nhanh chóng, bác Nhi dường như hiểu được giá trị của việc gìn giữ bản chất của ngôi nhà, của nét quyến rũ và bản sắc trong linh hồn của nơi này.

"Thấy không, đây là một thỏa thuận tốt," Đất nói. "Nếu em không thích giá này, anh có thể nói chuyện với con trai của bác ấy, để có một giá tốt hơn cho em."

"Em nghĩ sẽ ổn," tôi nói với Đất.

"Con trai của bác kể với anh là anh ấy đã cho các nghệ sĩ Miến Điện thuê căn nhà này khi họ đang tổ chức một buổi tĩnh tâm cho các nghệ sĩ," anh nói. "Ngôi nhà này mang vẻ sáng tạo lắm, em thấy vậy không?"

Tôi gật đầu. "Em phải nói chuyện với bạn bè và xem họ nghĩ thế nào." Chúng tôi cảm ơn bác Nhi, chào tạm biệt và rời khỏi nhà.

Đất nhìn tôi cười toe toét khi tôi leo lên xe gắn máy và anh ấy đi đến chiếc SUV. "Tuyệt, anh có một ý tưởng. Nếu em không thuê nhà với bạn em, em và anh có thể thuê nó. Chúng ta có thể chia thành các phòng riêng biệt ở mỗi tầng. Em có thể là nhà thiết kế và anh có thể là doanh nhân. Em có thể làm cho nó hấp dẫn, và anh có thể kiếm tiền cho chúng ta."

Ý tưởng của Đất làm tôi bật cười, và mặc dù trước đây mối quan hệ của chúng tôi không thân thiết lắm, tôi vẫn đánh giá cao tinh thần dám nghĩ dám làm của anh ấy - một tính cách mà tôi nhận thấy và ngưỡng mộ ở nhiều người Việt Nam.

NGHĨA

Indiana | 1993

K H I   N G Ô I   N H À   H O À N   T H À N H ,   C H Ú N G tôi tận hưởng cuộc sống
gia đình chúng tôi ở Indiana. Lyne đặc biệt thích cuộc sống tĩnh
lặng. Cô ấy vẫn không học lái xe và không có việc làm. Lyne đã
học các khóa thiết kế nội thất trực tuyến nhưng lại không dám
hoàn thành kỳ thi cuối kỳ. Tuy nhiên, cô ấy đã có vài người bạn
mới, gồm một vài phụ nữ Pháp đang dạy cô cách đan len. Một
trong số đó là Eloise, đã gặp chồng của bà, là bác sĩ, khi ông ấy
phục vụ trong Lực lượng vũ trang Hoa Kỳ và đóng quân tại Pháp
trong Đệ Nhị Thế Chiến. Khi họ mới gặp nhau, họ không thể giao
tiếp, nhưng dần dần cả hai vượt qua rào cản ngôn ngữ. Cuối cùng,
ông ấy đã cầu hôn và đưa bà trở lại Indiana, nơi bà trở thành y tá
của ông. Bà ấy để ý và khá nghiêm khắc với hai cô con gái của
chúng tôi.

Mùa Xuân năm 1993, chứng ho mãn tính của Lyne tái phát, các
bác sĩ điều trị như một bệnh dị ứng. Lyne chích thuốc dị ứng trong
nhiều tháng nhưng không có tiến triển gì. Trong lúc chúng tôi đang
đi nghỉ ở Tennessee, nơi chúng tôi đến đó suốt một tuần vào mỗi
mùa Hè, cô ấy bị đau bụng dữ dội. Nhìn lại tiền sử bệnh của Lyne, cô
ấy đã bị các vấn đề về ruột trong một thời gian mà chúng tôi đáng lẽ
phải chữa trị sớm hơn.

Chúng tôi kết thúc chuyến đi nghỉ sớm và đưa Lyne đến bác sĩ
gia đình. Khi khám cho cô, họ phát hiện ra một khối u đại tràng
có biến chứng của ung thư. Họ tiến hành phẫu thuật và cắt bỏ
khối u, nhưng nó đã di căn đến gan và phổi. Lyne đã được hóa trị,
giúp cô ổn định trong vài tháng, nhưng cô ấy đau dữ dội phần

hông trái do di căn vào xương chậu. Xạ trị chỉ có thể làm giảm bớt cơn đau.

Do ảnh hưởng của cả xạ trị và hóa trị, Lyne không còn cảm giác thèm ăn trong thời gian này. Sau mỗi lần hóa trị, cô bị tình trạng muốn ói từ hai đến ba ngày. Mọi thứ đều có vị đắng và cô không thể ăn được gì. Cô dùng Ensure Plus như một chất bổ sung, cố gắng duy trì thể trạng, nhưng Lyne rất khó chịu vị thuốc của nó.

Chúng tôi đoán được những gì diễn ra một năm sau đó: Lyne sẽ phải trải qua hai tháng hóa trị và sau đó nghỉ vài tuần, rồi phải xạ trị hàng ngày trong bốn đến năm tuần nữa. Cô ấy yếu hẳn đi, nhưng vẫn tiếp tục chiến đấu.

THỜI GIAN LYNE BỆNH, GIA ĐÌNH cô ấy từ Châu Âu và khắp nơi khác ở Hoa Kỳ đến thăm. Đã 17 năm trôi qua kể từ khi Lyne liên lạc với gia đình. Thật tình cờ, ngay sau bác sĩ chẩn đoán bệnh của Lyne, anh của cô cũng vừa hỏi một trong những người bạn bác sĩ của anh ấy ở New Orleans xem có biết tin tức của anh của tôi không – một dược sĩ ở New Orleans. Vài ngày sau, anh nhận được số điện thoại của chúng tôi trên tin nhắn máy trả lời tự động của anh. Thời điểm không thể chu toàn hơn, vì chúng tôi dự kiến rằng đến lúc này Lyne chỉ còn sống được nhiều nhất là tám tháng nữa.

Những vị khách đầu tiên của Lyne là chị Margot, anh rể Gerard và mẹ của cô, những người đã bay từ Paris đến. Gerard học kinh doanh ở Pháp vào cuối những năm 60s. Để kiếm thêm thu nhập, Gerard đã làm việc tại một nhà hàng Trung Hoa. Sau nhiều năm làm việc trong môi trường đó, anh đã trở thành một đầu bếp giỏi. Cuối cùng, anh trở về Việt Nam một thời gian. Trên chuyến bay từ Pháp về, anh và Margot đã gặp nhau. Rõ ràng là Gerard đã trúng tiếng ái tình với Margot ngay lúc đó, nhưng anh phải mất một thời gian mới có thể chinh phục được cô. Họ hiện đang sống ở trung tâm Paris, trước một tu viện, nơi họ giúp các nữ tu làm những công việc cơ bản. Họ đã chọn cuộc sống ở đó, vì cả hai đều có sự nghiệp riêng và bất động sản đầu tư ở Paris.

Anh của Lyne, anh Cường, người đã tìm ra số điện thoại của chúng tôi thông qua anh của tôi, cũng đến thăm. Anh là một bác sĩ chuyên khoa trẻ sơ sinh đã lập gia đình với một tiếp viên hàng không và có ba đứa con với cô ấy ở Việt Nam. Anh là một doanh nhân giỏi, làm thêm cho một công ty của Mỹ ở Sài Gòn và tạo được một cuộc sống khá giả trong khi các bạn học của anh hầu như không đủ sống bằng đồng lương quân nhân của họ. Anh kể với Lyne, anh đã làm việc như điên để nuôi gia đình khi anh đến Hoa Kỳ. Anh đã có hai người con với người vợ đầu tiên trong thời gian nội trú, vì vậy anh có năm đứa con phải nuôi dưỡng. Suốt một thời gian dài, họ sống trong một căn nhà nhỏ ở một khu phố nghèo không có hệ thống vệ sinh. Mọi chuyện thay đổi khi anh nhìn thấy con trai út của mình chơi đùa trong một con suối bị ô nhiễm. Lúc đó anh biết mình phải thay đổi cuộc sống tốt hơn vì các con.

Người vợ đầu tiên của anh đưa đơn ly hôn và bỏ đi. Anh tốt nghiệp chương trình nội trú và bắt đầu hành nghề ở Louisiana. Ở đây anh gặp người vợ thứ hai, một y tá. Họ có hai đứa con với nhau. Riêng cô ấy đã có hai đứa con từ cuộc hôn nhân đầu tiên. Do đó, hai người có tổng cộng chín đứa con.

Solange, em gái út của Lyne, cũng bay từ Thụy Sĩ đến để thăm cô. Solange đã rời Campuchia khi cô mười tám tuổi và kết hôn với một người đàn ông Thụy Sĩ và sau đó về quê hương của chồng. Cô yêu Thụy Sĩ và dãy núi Alps của Thụy Sĩ. Trong nhiều năm, hai vợ chồng đã cố gắng có con. Nhưng chưa đầy một năm sau khi đứa trẻ ra đời, chồng cô đã qua đời vì suy thận. Sau đó, cô gặp một người đàn ông Mỹ và cô có đứa con thứ hai. Nhưng rồi cuộc hôn nhân đó cũng kết thúc với tờ giấy ly hôn.

Khi tất cả người thân đã đến thành phố, Lyne trở thành một chủ nhà đặc biệt. Cô rất hạnh phúc khi được ở bên gia đình vào cuối đời. Họ cùng nhau nấu ăn mỗi ngày, và căn bếp luôn tràn ngập tiếng cười cùng những câu chuyện. Lyne rất vui khi mời những người bạn Pháp của mình đến gặp gia đình lớn của cô và lắng nghe họ nói chuyện với nhau bằng tiếng Pháp.

CHÚNG TÔI ĐÃ LÀM THÊM MỘT nỗ lực nữa để cứu mạng sống của Lyne bằng cách đến thăm Trung tâm Ung thư MD Anderson ở Houston. Ban đầu, họ cho cuộc hẹn là lúc 11 giờ sáng, nhưng khi đến nơi, chúng tôi mới biết rằng cuộc gặp chỉ nhằm mục đích giải thích về bảo hiểm. Mãi đến 3 giờ chiều bác sĩ mới đến. Trong vòng 10 phút, họ đưa ra phán quyết: Không thể làm gì được nữa.

Sau cuộc gặp với bác sĩ, chúng tôi đưa Lyne đi ăn món ăn Việt Nam. Cô ấy chỉ nhìn chằm chằm vào khoảng không, hầu như không ăn được hết tô phở đã gọi.

KHI TRỞ VỀ INDIANA, LYNE YẾU đi rất nhanh. Một tuần sau, cô phải vào bệnh viện để điều trị thêm. Chị cả và anh trai Lyne đã bay đến thành phố để thăm cô trong những ngày cuối đời.

Một ngày trước khi mất, cô ấy nói với chúng tôi rằng cô đã mơ một giấc mơ vào sáng hôm đó: Có hai người mặc áo choàng trắng đến bên, hỏi cô đã sẵn sàng đi chưa. Người lớn tuổi hơn, bằng một giọng nhẹ nhàng ngọt ngào, bảo cô đã đến lúc phải đi. Nhưng Lyne đã xin cho cô thêm một ngày nữa để gặp gia đình mình. Họ cho Lyne một ân huệ và nói sẽ quay lại vào ngày mai. Đêm hôm sau, Lyne qua đời.

CÁI CHẾT CỦA LYNE LÀ MỘT bi kịch của gia đình chúng tôi, và dư âm mất mát kéo dài nhiều năm sau. Đám tang của Lyne, tôi đã gửi cô ấy lời từ biệt cuối cùng:

> *Thay mặt Lyne, tôi xin cảm ơn tất cả, những người đã đến từ xa như Pháp, Thụy Sĩ, California, Louisiana và Illinois, cũng như trong thành phố này, để tỏ lòng tôn kính với một người vợ, một người mẹ và một người bạn.*
>
> *Nếu tôi có viết một cuốn sách về vợ tôi, tôi sẽ đặt tên "Nếu Cuộc Đời Là Một Thập Tự Giá..." để Chúa biết được cô ấy đã phải mang bao nhiêu cây thập tự giá trên lưng trong suốt chuyến lữ hành của mình ở thế giới này.*
>
> *Lyne sinh ra cách đây 48 năm tại Campuchia, là con của gia đình thế hệ người Việt Nam thứ ba đã định cư ở đó nhiều năm trước. Nơi đó luôn có sự hiềm khích giữa người Việt Nam và người Campuchia. Để thoát khỏi sự đàn áp, cô ấy phải chạy trốn khỏi*

Campuchia vào năm 1972. Tôi gặp vợ tôi lần đầu tiên tại Đại học Sài Gòn năm 1973, và sau đó chúng tôi thành vợ chồng.

Năm 1975, sau khi Sài Gòn sụp đổ, Lyne bị kẹt lại ở Việt Nam và phải chịu đựng sống dưới chế độ cộng sản. Sự đau khổ của vợ tôi càng chồng chất khi mất đứa con đầu lòng của chúng tôi. Vợ tôi đã tự đứng lên, trở thành bác sĩ tại bệnh viện French Grall và kiếm đủ tiền cho chuyến đi thoát khỏi Việt Nam.

Có bao nhiêu người đã từng bị khổ ải ở hai quốc gia khác nhau như vợ của tôi?

Vợ chồng tôi gặp lại nhau ở Hoa Kỳ vào năm 1976. Các khóa đào tạo của tôi đã đưa chúng tôi đến Connecticut, New York và Utah, và cô ấy chung thủy theo tôi khắp mọi nơi mà không hỏi bất kỳ câu hỏi nào. Chúng tôi định cư ở Tennessee trong năm năm trước khi chuyển đến Ashland, Indiana.

Năm 1993, Lyne bị ung thư đại tràng, một căn bệnh hiếm gặp ở người châu Á. Vợ tôi phải trải qua hai ca phẫu thuật trước khi được hóa trị mỗi tuần kéo dài trong tám tuần. Các loại thuốc làm cho cô ấy khó chịu. Cảm giác khó chịu kéo dài trong hai hoặc ba ngày sau mỗi lần điều trị, và chỉ kết thúc trước khi bắt đầu đợt điều trị tiếp theo vài ngày. Lyne mất cảm giác thèm ăn, và sụt cân.

Ung thư đã di căn vào phổi, khiến cô ấy ho liên tục và khó thở. Vợ tôi phải chịu đựng thêm sáu ngày nữa trong bệnh viện trước khi Chúa đưa cô ấy đi. Tôi tự hỏi: "Một con người có thể chịu đựng thêm như thế nào nữa để không bị gục ngã?"

Cuộc đời là một thập tự giá. Và vợ tôi đã mang trên lưng cây thập tự giá của chính mình một cách kiên cường và can đảm.

Lyne là một người tốt bụng, là một trong số ít người sẽ cho đi quần áo của mình nếu cần thiết. Nếu ai đó cho cô ấy một thứ gì đó, cô ấy sẽ cho lại gấp mười lần. Từ Paris, mẹ của Lyne đã đến thăm trong thời gian cô ấy bị bệnh. Mặc dù đau đớn và di chuyển khó khăn, cô ấy vẫn vui vẻ đến Cincinnati để đón mẹ, cả đi và về mất năm giờ đồng hồ, sau đó lái xe đưa bà về. Lyne lo cho mẹ cô ấy đủ ba bữa ăn mỗi ngày. Những ai có thể làm được nhiều hơn thế? Lyne, giờ đây em đang ngủ ngon trước mặt chúng tôi. Cuối cùng, em không còn phải lo lắng về những cơn đau, không còn ho, không còn táo bón, không còn buồn nôn, hay chán ăn - tất cả đau khổ về thể chất mà đã làm em suy sụp.

Em đã chịu đựng đủ lâu và đủ vất vả rồi. Em đã gánh tất cả những cây thập tự giá của đời mình một cách dũng cảm và kiên cường trong một thời gian dài như vậy. Và vì điều đó, anh biết rằng Chúa sẽ cho em trở thành một trong những thiên thần của Người.

CHRISTINA
Hà Nội | 2010

GIỐNG NHƯ NHỮNG NGÔI NHÀ VÀ con hẻm ở Hà Nội, biệt thự của chúng tôi cũng có những âm thanh ồn ào riêng của nó. Công trình bắt đầu lúc 5 giờ 30 phút sáng hàng ngày – tiếng đập, tiếng khoan, tiếng công nhân nói chuyện bằng tiếng Việt mà không thể hiểu được trong con hẻm sau nhà chúng tôi. Con mèo của chủ nhà kêu thét lên trong con hẻm vào giữa đêm, một âm thanh chói tai mà tôi đặc biệt khó chịu vì nó nghe giống như tiếng trẻ con kêu cứu. Con chim của hàng xóm, nằm trong lồng phủ áo thun đỏ, chào mọi người bằng tiếng hót dễ nhận ra của nó khi họ đến gần cửa trước nhà chúng tôi.

Mai cứ bắt tôi thuê toàn bộ tầng trên cùng của biệt thự. Đó là căn phòng rộng nhất, gần giống như một studio, có phòng tắm riêng. Cũng đủ rộng để có thể có một phòng khách riêng trên đó.

"Giống như bạn sẽ có một căn nhà của riêng mình ở trên đó vậy," Mai nói hoài với tôi như vậy.

Tôi thích căn phòng nhỏ hơn, căn phòng ngay đối diện với bếp và phòng khách. Nó cổ kính và duyên dáng, và có cảm giác gắn bó hơn với cuộc sống trong ngôi nhà – đó là những gì tôi cần vào thời điểm đó. Căn phòng trên cùng nằm đối diện với bàn thờ, nơi bác Nhi ghé đến mỗi ngày để thắp hương và tưởng nhớ tổ tiên, khiến tôi cảm thấy gần gũi với người đã khuất hơn là với người còn sống.

Dù tôi cảm thấy được an ủi khi có những người bạn như Mai bên cạnh, những người tôi đã quen biết nhiều năm, tôi vẫn cảm thấy có một khoảng cách khá rõ với mọi người. Ở một khía cạnh nào đó, tôi đang vượt qua nỗi đau mà tôi vừa phải chịu đựng – nhưng ở khía cạnh khác, tôi cảm thấy một đoạn đường sắp kết thúc, và tôi chưa sẵn sàng cho điều đó xảy ra. Vì lý do nào đó, tôi cần thêm một chút thời gian để khép lại chương này ở Hà Nội.

MAI ĐÃ TRỞ VỀ HÀ NỘI để làm việc cho một dự án về môi trường. Cô ấy đã nghỉ việc ở văn phòng luật sư và đang giúp bố mẹ quản lý khu nghỉ mát gồm 17 phòng do gia đình mở ở Phú Quốc – chính xác là những gì Mai mơ ước thực hiện khi chúng tôi đến đó lần đầu tiên. Cô cũng đang loay hoay tìm hướng đi cho một mối quan hệ phức tạp. Cả hai chúng tôi đều đang trên chuyến hành trình của mình, vì vậy trong khi đây là thời điểm tôi hy vọng Mai có thể trở thành "người chị lớn" thì tôi nhanh chóng nhận ra rằng cô ấy có quá nhiều việc phải làm thay vì đảm nhiệm vai trò "chị" của tôi.

Cha của Mai, giống như cha tôi, từng tuyên bố ông sẽ không bao giờ trở về Việt Nam, nhưng bây giờ thì ông đang dạy học tại một trường luật ở Hà Nội. Tất cả chúng tôi đều là một trong số ngày càng nhiều Việt Kiều trở về Việt Nam – để làm việc, để đóng góp và để kết nối, hoặc kết nối lại, với quê hương của họ. Bây giờ, khi Mai đã ở Việt Nam và quản lý khu nghỉ mát với cha mẹ của cô, cô có thể gặp họ nhiều hơn so với khi họ còn sống ở Hoa Kỳ. Ở Việt Nam, một đất nước có thể làm họ gần nhau, họ chia sẻ các đề cương và niềm đam mê. Tôi ao ước có mối quan hệ đó với cha của mình.

TÔI CẢM THẤY BẤT AN TRONG ngôi nhà trên phố Tràng Thi. Tôi thường xuyên bị bệnh, và ngay cả khi không bệnh, tôi vẫn thấy lạnh vì luồng không khí thổi qua các khe cửa sổ. Tôi biết rằng lần này tôi chỉ ở Hà Nội một năm. Tôi đã bắt đầu lên kế hoạch trở lại San Francisco. Tôi mơ về một căn nhà duyên dáng quyến rũ ở San Francisco – một tòa nhà theo phong cách Victoria hoặc Edwardian cách nhiệt và ấm áp. Mặc dù San Francisco có thể bị sương mù bao phủ dày đặc, nhưng ít nhất thì không bị ô nhiễm như không khí ở Hà Nội và khiến tôi khó thở. Với nhiều lý do, rời khỏi Hà Nội trước khi quá sức chịu đựng của tôi, là điều khẩn thiết.

Tôi chỉ ở tầng trên cùng của căn biệt thự trong vài tuần, và trong thời gian đó, tôi tìm mọi lý do để không ngủ trên ấy: khung giường bị gãy; tấm nệm rẻ tiền không đủ dày, trông giống một tấm ván hơn là một tấm nệm sang trọng; cửa sổ không kín, khiến muỗi và gió lạnh dễ dàng vào phòng. Những điều này đã tạo ra một vết nứt trong mối quan hệ của tôi với Mai. Tôi cảm thấy Mai muốn tôi ở trên đó để có một khoảng cách, một phần là để cô ấy tránh không phải giải quyết một mối quan hệ rườm rà khác. Thay vì nói chuyện, chúng tôi gửi email cho nhau về nỗi phiền muộn của mình, mặc dù chúng tôi sống dưới cùng một mái nhà và chỉ cách nhau ba mươi bước chân để có thể nói chuyện trực tiếp.

Mỗi buổi tối, tôi rón rén xuống cầu thang và lẻn vào phòng khách hoặc nằm trên ghế sofa ở phòng khách để ngủ. Tôi tin nếu tôi ở tầng một thì sự khó chịu khi sống ở Tràng Thi sẽ giảm đi.

Không để cho Mai biết, tôi chuyển vào căn phòng nhỏ hơn. Người giúp việc nhà của chúng tôi, cô Lộc, đã giúp tôi chuyển phòng. Cô Lộc làm việc cho một nhóm nhỏ bạn bè người Mỹ gốc Việt của tôi và gia đình họ ở Hà Nội trong tám năm qua và đã quen với việc chứng kiến chúng tôi chuyển đến nhiều nơi ở khác nhau ở Hà Nội, thay đổi phòng trong một ngôi nhà, thậm chí rời khỏi Hà Nội rồi tìm đường quay lại sau vài năm. Đôi khi, cô ấy biết nhiều về cuộc sống của bạn bè tôi hơn cả tôi. Cô sẽ cẩn thận cập nhật vài thông tin: "Hôm nay Mai hơi buồn. Tuyết nói chuyện với Mai chưa? Nếu cô ấy biết một trong chúng tôi sẽ đi dự tiệc, cô sẽ hỏi xem những người khác có đi không.

Cô Lộc bỏ quần áo của tôi vào những chiếc túi đựng rác lớn màu đen rồi treo chúng lên chiếc móc treo quần áo bằng sắt nhỏ trong phòng ngủ mới của tôi. Cô ấy từ tốn đi lên đi xuống cầu thang, chuyển đồ đạc của tôi một cách cẩn thận và khoa học. Chỉ trong vài giờ, căn phòng của tôi đã được dọn dẹp xong.

CÔ LỘC LÀ MỘT PHỤ NỮ mạnh mẽ, chăm chỉ, không nhờ người khác sửa chữa bất cứ cái gì cho đến khi cô tự mình làm thử. Cô sửa đèn và thậm chí cố gắng sửa những lỗi nhỏ về hệ thống ống nước trước khi quyết định gọi cho chủ nhà. Sự có mặt của cô khiến chúng tôi thoải mái, không chỉ vì sự giúp đỡ của cô đối với mọi việc trong nhà, mà vì theo nhiều cách, cô đã trở thành một phần của gia đình ở Hà Nội của chúng tôi.

Vào sáng Thứ Tư và Thứ Bảy, khi cô Lộc dọn dẹp nhà cửa xong, tôi có thể nghe thấy cô ấy đang cắt nhỏ rau, chiên cơm hoặc một bữa ăn nào đó từ thức ăn còn lại của chúng tôi trong bếp. Cô sẽ dò tìm trong tủ lạnh và chuẩn bị một bữa ăn nóng hổi từ bất cứ thứ gì có sẵn. Chúng tôi thức dậy và thấy một loạt các món ăn để sẵn trên quầy bếp.

"Ăn đi," cô Lộc nói và đẩy dĩa thức ăn đến trước mặt tôi.

"Nhưng nhiều quá," tôi trả lời.

"Không nhiều, ăn hết đi."

Mỗi khi nghe tôi ho hoặc hắt hơi, cô sẽ chạy đến phòng tôi với một tách trà gừng tươi cắt lát mỏng, một chút chanh và một ít mật ong.

"Hôm nay có bị bệnh không?" – cô hỏi trong khi đưa cho tôi tách trà. Thay vì gọi tôi bằng tên tiếng Việt, cô ấy thường cố gọi tôi là Christina, cuối cùng nghe giống như "Tritina."

Đôi khi, tôi ngồi với cô Lộc ở bàn giữa bếp, nói chuyện và san sẻ tách cà phê tôi pha trong máy ép kiểu Pháp.

"Cô muốn uống không?" Tôi hỏi.

"Một chút thôi", cô sẽ trả lời một cách rụt rè.

Sau đó, tôi nhận ra rằng cô ấy không thích cà phê phương Tây nhưng vì lịch sự nên đã uống để tôi vui lòng.

Bằng nghề giúp việc nhà cho người nước ngoài, cô Lộc dành dụm đủ tiền để xây nhà ở ngoại ô thành phố. Tôi nhận thấy cô ấy trở nên "điệu" hơn, như người Việt Nam vẫn nói, theo thời gian, cô chăm chút hơn về quần áo mặc –áo bó sát, hở cổ, giày cao gót và thậm chí là một chút son môi. Một người bạn nói với tôi là cô ấy đã tìm được người yêu, một người đàn ông từng làm tài xế xe ôm cho cô ấy. Tôi đã nhanh chóng hiểu được nguyên nhân sự tự tin mới xuất hiện và nụ cười rạng rỡ mà cô ấy có trên môi khi đến nhà.

Một ngày nọ, khi thấy tôi đã trở nên thoải mái trong căn phòng mới, cô ấy hỏi, "Tại sao Tuyết còn một mình? Tại sao Tuyết chưa lập gia đình?"

Những người bạn và đồng nghiệp người Việt của tôi cũng có những câu hỏi tương tự khi họ tình cờ gặp tôi ở Hà Nội. "Tôi đã nghĩ là bạn sẽ quay lại đây với gia đình," họ sẽ nói với tôi như thế.

"Em chưa gặp đúng người," tôi đã trả lời. "Em sẽ lập gia đình một ngày nào đó." Tôi đã không thể giải thích với cô Lộc bằng tiếng Việt những gì tôi muốn nói với cô.

"Sống chung với một người khác không đơn giản," cô ấy nói với tôi.

"Sống một mình vui hơn," tôi gật đầu đồng ý.

Tuy nhiên, tôi chưa bao giờ cảm thấy cô đơn khi sống trong ngôi nhà trên phố Tràng Thi, chúng tôi liên tục có khách đến thăm. Bạn trai của Mai từ New York bay đến. Cuối cùng, Mai đã cho một cô gái Tây Ban Nha đang làm việc tại Việt Nam thuê một trong những phòng ngủ còn lại trong thời gian ngắn. Sau khi cô ấy rời đi, hai phòng ở tầng trên do hai sinh viên y khoa từ Tasmania đang thực tập tại một bệnh viện địa phương thuê lại.

TỪ PHÒNG NGỦ, TÔI CÓ THỂ nghe thấy tiếng dòng người đều đặn ra vào nhà khi họ đi làm hoặc ra ngoài gặp bạn bè vào buổi tối. Đôi khi, những người bạn cùng nhà của chúng tôi sẽ gọi tên tôi từ bên ngoài nếu họ quên chìa khóa. Nhiều người lạ đi ngang qua lại suốt cả ngày – người đàn ông thu tiền điện, nhân viên bán hàng La Vie giao nước đóng chai.

Tôi bắt đầu tạm lắng lại cuộc sống của mình và khởi sự viết lách. Tôi viết về tất cả những vết thương trong lòng mình, ghi lại những câu chuyện của gia đình tôi. Những câu chuyện cứ thế tuôn trào. Tôi viết về gia đình của mẹ tôi và những gì tôi biết về họ. Tôi viết về giây phút chứng kiến mẹ tôi qua đời. Tôi kê một chiếc bàn ngay trước cửa sổ và mỗi sáng sau khi thức dậy, tôi ngồi ở đó hàng giờ. Qua những bài viết của mình, tôi bắt đầu hiểu rằng mình đã mạo hiểm đi đến tận Việt Nam để kết nối với cội nguồn gia đình, nhưng tôi vẫn giữ khoảng cách với gia đình "hạt nhân" của mình. Tôi không có một kế hoạch cụ thể nào về việc tôi sẽ làm gì với bài viết của mình. Tất cả những gì tôi biết là tôi sẽ viết để hiểu về cha tôi, cá nhân tôi và Việt Nam của tôi.

Tôi cũng nhận ra rằng tôi đã không cần phải "nói chuyện" với linh hồn của mẹ tôi vào thời điểm đó nữa; tôi cần học cách kết nối với gia đình mình và đặc biệt là với cha tôi. Tôi không muốn cha và tôi là hai hòn đảo riêng biệt với một đại dương bao la ở giữa chúng tôi nữa. Tôi muốn cha và tôi hiểu nhau.

NGHĨA
Orange County, CA | 1970s–Today

CUỘC SỐNG CÓ NHIỀU KHÓ KHĂN đối với những người di dân vào cuối những năm 1970. Bên cạnh rào cản ngôn ngữ, việc tìm kiếm một công việc với mức lương tốt, thiếu những món ăn quen thuộc và bản thân nền văn hóa Mỹ cũng gây ra nhiều vấn đề cho những người tỵ nạn. Không có gì thách thức hơn đối với họ hơn chính nền văn hóa phương Tây. Trong khi văn hóa Việt Nam cứng ngắc, cũ kỹ và được hình thành theo các nguyên tắc của Khổng Tử, thì văn hóa Mỹ lại trẻ trung, sôi động, ồn ào và phóng khoáng.

Chuyến đi khỏi quê hương không biết trước và không có kế hoạch khiến những người tỵ nạn Việt Nam đã không kịp chuẩn bị cho tất cả những thay đổi này khi họ đến Hoa Kỳ. Khi họ xếp hàng trên thuyền để chạy khỏi Việt Nam, trốn thoát khỏi những người cộng sản, ý nghĩ sống ở một vùng đất xa lạ có thể thậm chí không hề xuất hiện trong đầu họ. Phần lớn họ không biết điểm đến cuối cùng của họ sẽ là gì, và họ chắc chắn không có thời gian để học ngôn ngữ và văn hóa nước ngoài mà họ sắp phải đối mặt. Ưu tiên trước mắt là bỏ chạy. Những thứ còn lại sẽ được giải quyết sau.

Ngay sau khi những người tỵ nạn này ra khỏi các trại, họ phải làm việc để kiếm sống và tự lập ở đất nước mới. Họ lao động ngày đêm, những công việc dơ bẩn, lương thấp mà phần lớn mọi người không muốn làm.

Một trong những khu vực mà nhiều người tỵ nạn Việt Nam định cư là Orange County, California, gần Los Angeles. Trước đây chủ yếu là đất nông nghiệp và vườn cam, giờ đây nơi này là một thành phố dân cư sống rải rác với một vài cửa hàng Hàn Quốc dọc theo những đại lộ vắng vẻ. Dần dần, những người ty nạn từ trại Pendleton gần San Diego bắt đầu định cư ở đây. Họ nhận ra vùng đất hoang sơ này là nơi lý tưởng để xây dựng lại cuộc sống. Khu vực họ định cư nhanh chóng được gọi là "Little Saigon."

Little Saigon hiện đã phát triển lớn đến mức có cộng đồng người cao tuổi và những công viên riêng của thành phố mà người lui tới chủ yếu là người gốc Á. Bệnh viện Fountain Valley, cũng như các bệnh viện địa phương khác, phục vụ người Việt Nam với đội ngũ nhân viên y tế chủ yếu là bác sĩ và y tá người Việt. Thậm chí bệnh nhân được phục vụ món ăn của dân tộc họ. Có một nhà tang lễ và nghĩa trang của người Việt. Trung tâm thương mại Phước Lộc Thọ trước đây tự hào ở vị trí duy nhất trong khu vực thì giờ đây, các trung tâm thương mại mới được xây dựng khắp nơi, nhanh chóng thay đổi diện mạo của Little Saigon.

Rất nhiều cửa hàng mang biển hiệu tiếng Việt. Có một chuỗi cửa hàng tạp hóa gồm ba gian hàng tại Little Saigon. Có nhiều cửa hàng vải, nơi người mua sắm có thể chọn loại vải mình thích và may áo dài theo yêu cầu tại các cửa tiệm gần đó. Các nhà hàng hải sản cung cấp nhiều món ăn, bao gồm cua Dungeness hấp, tôm hùm xào, tôm chiên, cá hấp... Nhiều phòng khám y khoa, nha khoa và luật của người Việt đã mở cửa để đáp ứng nhu cầu của cộng đồng trong cuộc sống.

Qua nhiều năm, Little Saigon đã trở thành một thành phố phồn thịnh, khiến nhiều người ty nạn cảm thấy như họ đang ở nhà giữa lòng nước Mỹ. Nơi đây đã trở thành một nơi quen thuộc và đón nhận nhiều người miền Nam Việt Nam đã trốn thoát khỏi những người cộng sản trong hành trình tìm kiếm tự do. Tôi chắc chắn thời tiết ấm áp gợi cho họ nhớ đến Sài Gòn xưa, một thành phố nơi nhiều người trong số họ đã sinh ra hoặc sống trong một thời gian, một ngôi nhà mà họ đã mãi mãi mất đi.

Theo nhiều cách, Little Saigon đã trở thành trung tâm văn hóa và kinh tế của Việt Kiều. Đây là điểm tập hợp và liên kết những người di dân này. Nó đại diện cho tinh thần đấu tranh và khả năng phục hồi kiên cường của họ. Đây là nơi họ có thể thể hiện trí thông minh, đạo đức nghề nghiệp, sự năng động, tính quyết đoán trong kinh tế và kiến thức văn hóa khoa học.

Khi chiến tranh kết thúc, họ bị đuổi khỏi quê hương vì theo sự yêu chuộng quyền tự do lựa chọn, chính trị, tôn giáo và thương mại. Họ đã chiến đấu để giành lấy mạng sống, bám vào bất kỳ con tàu nổi nào chỉ để thoát khỏi đất nước. Những người ty nạn này đã mất Sài Gòn và miền Nam Việt Nam mà họ yêu thương, nhưng ngày nay họ đã xây dựng lại một thành phố mới - nơi tự do được tôn trọng và tài năng của họ có thể thăng hoa thay vì bị kềm hãm bởi hệ tư tưởng cộng sản. Kết quả là một Little Saigon hấn dẫn, năng động tiếp tục phát triển và trở thành ngọn hải đăng cho những người Việt Nam tự do.

Một lần nọ, chủ của một cửa tiệm ở Little Saigon dán lên cửa kiếng tấm ảnh Bác Hồ và lá cờ cộng sản. Những người Mỹ gốc Việt tức giận và phản ứng mạnh, tẩy chay cửa hàng của ông ấy, cho đến khi ông gỡ bỏ những bức ảnh và đóng cửa tiệm. Kể từ đó, tất cả cửa hàng ở Little Saigon đều treo cờ Việt Nam Cộng Hòa: lá cờ ba sọc ngang trên nền vàng. Những sọc đỏ tượng trưng cho cuộc đổ máu bảo vệ đất nước của những người từ ba miền Nam, Trung, Bắc Việt Nam. Màu vàng tượng trưng cho màu da của họ. Orange County và một số thành phố khác của Hoa Kỳ nơi người Mỹ gốc Việt sinh sống đã thông qua các sắc lệnh công nhận lá cờ Việt Nam Cộng Hòa là lá cờ chính thức của người Việt Nam.

Little Saigon, "đứa con ghẻ" của Sài Gòn cũ, đã trỗi dậy trong nhiều năm qua để đại diện cho một quê hương lưu vong của người Mỹ gốc Việt - nhiều người trong số họ đã sống ở nước ngoài hơn nửa đời người.

CHRISTINA
Hà Nội | 2011

MẸ CỦA MAI, BÁC NGA, đến ở cùng với chúng tôi khi bác thăm Hà Nội và không vướng bận với một trong những dự án của họ ở miền Nam. Trước đây, Mai từng kể về mối quan hệ của họ không được thuận lợi.

Tôi hiểu mối quan hệ giữa phụ nữ và mẹ của họ có thể khó khăn, và tôi cũng nhận ra, sau khi sống ở Việt Nam, có những kỳ vọng mà phụ nữ Việt Nam lớn tuổi đặt lên những người phụ nữ trẻ hơn, đặc biệt là các thành viên trong gia đình họ. Nhưng bất cứ khi nào một người bạn của tôi phàn nàn về mẹ của cô ấy, tất cả những gì tôi có thể nghĩ là, ít nhất thì mẹ của bạn vẫn còn sống, và bạn có cơ hội để hàn gắn mối quan hệ của mình và hiểu bà ấy. Tôi đã không có được diễm phúc đó.

Một sáng thứ Bảy khi bác Nga đang ở với chúng tôi, tôi đi ngang qua phòng của Mai, liếc thấy hai mẹ con nằm trên giường nói chuyện, đối diện nhau, đầu họ tựa vào hai đầu giường. Mai ngồi thẳng, dựa vào đầu giường, còn bác Nga nằm đầu ở chân giường. Họ đang nói chuyện nhỏ nhẹ với nhau bằng tiếng Việt.

Trong lần đến chơi đó, tôi thấy bác Nga ngồi trên ghế mây, trong phòng khách chung. Bà đang chấm bài cho chồng. Ánh nắng mặt trời chiếu sáng rực rỡ từ phía sau bà, chiếu vào những tờ giấy và tập vở trên chiếc bàn nhỏ trước mặt bà.

Hình ảnh mẹ tôi đang ngồi trên chiếc ghế dài thêu hoa và đan len hiện lên trong đầu tôi. Tôi tự hỏi sẽ như thế nào nếu có thời gian bên mẹ tôi ở Việt Nam. Mẹ có đến Việt Nam thăm tôi không? Mẹ có muốn tôi sống ở Hà Nội không? Chúng tôi có ngồi trên giường trò chuyện vào sáng thứ Bảy không?

Bác Nga bắt gặp ánh mắt tôi đang nhìn. "Bác nghe Mai nói con bị ốm», bà nói. "Bác mua súp cho con từ nhà bên cạnh." Bà đứng dậy. "Để bác lấy dầu Tiger Balm cho con. Thoa sau tai và cổ. Con sẽ thấy dễ chịu hơn."

Bà cũng trang trí thêm cho ngôi nhà bằng những chiếc bao gối thủ công nhiều màu sắc, có thêu hoa mà bà mua từ một trong những cửa hàng du lịch gần Hồ Hoàn Kiếm.

"Mẹ mua cho các con mấy cái bao gối," bà nói khi mang chúng về nhà. "Mẹ nghĩ con có thể để cái này ở đây." Bác Nga đặt một cái gối lên ghế sofa màu nâu của cây gỗ gụ. "Con cần phải có chút màu sắc trong phòng."

Bà bước đến tủ lạnh và lấy ra một đĩa hồng bác đã cắt nhỏ. "Mẹ đã cắt cái này cho mấy đứa mà không ai ăn cả," bà gọi. "Sao các con không ăn trái cây?"

Tôi cảm thấy chạnh lòng, ghen tỵ với Mai. Tôi ao ước có một người mẹ như thế – một người sẽ mua đồ trang trí cho nhà tôi, và làm theo dõi bắt tôi ăn nhiều trái cây hơn. Mai đã không biết mình may mắn đến thế nào.

CUỐI NGÀY KHI GẶP MAI, TÔI đã nói, "Chị rất may mắn có mẹ ở đây."

"Ừ, mẹ cũng ok," cô ấy nói với cái nhún vai. "Mẹ đã dần tốt hơn rồi. Giữa mẹ và chị vẫn còn nhiều điều cần phải cải thiện, nhưng mẹ đã thay đổi tốt hơn trước nhiều." Đôi mắt của Mai sáng lên khi cô nhớ ra điều gì đó. "Ồ, Christina, chúng ta sẽ đi gặp người phụ nữ mà chị đã nhắc đến, người có thể liên kết với ma. Em có muốn hỏi về mẹ của em không? Có lẽ bà ấy có thể nói chuyện với mẹ em thay em? Em có thể hỏi bà ấy những câu hỏi em muốn."

Tôi cảm thấy háo hức khi nghe điều này, tôi hỏi Mai: "Nhắc lại cho em đó là ai vậy?"

Mai đã nói người phụ nữ sắp gặp là người có khả năng ngoại cảm, nghĩa là "nói chuyện" với linh hồn người chết, và đã trở nên nổi tiếng đến mức bà ấy thường được đưa đến Campuchia để tìm kiếm xác thi hài của những người Campuchia bị thảm sát trong chế độ Pol Pot. Mai và mẹ cô ấy đang có kế hoạch thuê bà ấy để tìm kiếm mộ mẹ của bác Nga ở một ngôi làng nhỏ thuộc miền Bắc Việt Nam.

Ý nghĩ về việc trò chuyện với của người mẹ đã khuất khiến tôi thấy thích thú. Tôi tò mò về những gì bà sẽ nói về cuộc đời tôi, những gì trong tương lai mà bà sẽ khuyên tôi. Nhưng sau khi suy nghĩ một chút, tôi quyết định từ chối. Tôi cảm thấy mẹ tôi sẽ hài lòng với cách tôi đã chọn để sống cuộc đời mình – du hành để tìm kiếm câu chuyện của mình, tìm cách hiểu bà hơn, tách từng mảng từng lớp câu chuyện của gia đình tôi và khám phá bản thân tôi trên đường thiên lý. Mẹ tôi đã đồng hành cùng tôi trong hành trình này, vì vậy tôi không cần phải hỏi bà bất cứ điều gì khác.

Ngược lại, mối quan hệ của tôi với cha tôi vẫn chưa được hòa giải. Có lẽ đó là lý do tại sao tôi cảm thấy cần phải sống ở tầng chính của ngôi nhà, gần gũi với những người còn sống, thay vì tổ tiên đã khuất của chủ nhà.

Lần đầu tiên tôi đến Hà Nội là năm tôi 22 tuổi. Giờ đây, chín năm sau, tôi đang mừng sinh nhật lần thứ 31 của mình ở đó. Quá nhiều thứ đã thay đổi, thời gian cũng đã trôi qua nhiều. Tuy nhiên, lần này, khi tôi đã chuẩn bị cho những bước tiếp theo của mình - xây dựng cuộc sống ở San Francisco - mọi thứ có vẻ khác. Việc tôi rời đi không phải vì sự thiếu kiên nhẫn hay không vừa ý với Hà Nội; không phải vì trốn chạy và không phải vì xử lý vết thương của mình. Nó không phải vì sợ hãi, không phải vì chạy trốn. Lần này, việc rời đi là để hướng tới một cuộc sống khác. Cuối cùng, tôi đã sẵn sàng để làm một điều gì đó ổn định, và tôi hy vọng việc trở về Hoa Kỳ sẽ cho tôi cơ hội để gần gũi hơn với cha mình.

Vào một trong những tối cuối cùng của tôi ở Hà Nội, một nhóm bạn đã đưa tôi đến tiệc khai trương quán bar mới. Đó là một địa điểm hiện đại với tường và sàn bê tông, nhân viên phục vụ mặc đồ như công nhân nhà máy. Trên tường treo những bức tranh trừu tượng kích cỡ lớn do một nghệ sĩ mới nổi sáng tác. Giống như hầu hết các quán bar mới khai trương ở Hà Nội, nơi này chật kín người nước ngoài và người Việt Nam – nhưng đây là một kỷ nguyên mới của Hà Nội, một kỷ nguyên mà tôi và bạn bè tôi dường như không còn là một phần của nó nữa.

Tôi ngồi xuống một chiếc bàn ngoài trời với những người bạn, và nghe thấy cô gái người Mỹ gốc Việt ở cuối bàn đang ngồi với hai người bạn Pháp. Cô ấy đầy nhiệt huyết khi kể cho bạn bè nghe về mối liên hệ của cô ấy với Việt Nam.

"Mẹ của tôi đến từ một tỉnh nhỏ ở miền Bắc, bố tôi là người Sài Gòn," cô nói với họ. "Tôi vừa có chuyến đi thăm Sài Gòn. Tôi không thích lắm mặc dù bố tôi là người Sài Gòn. Tôi thích sự quyến rũ của Hà Nội hơn. Nơi đây đẹp quá."

Với tôi, cô gái có vẻ rất thơ ngây, nhưng cô cũng nhắc tôi nhớ đến bản thân mình khi tôi mới đến Hà Nội, háo hức muốn xem cuộc sống ở đó sẽ diễn ra như thế nào. Tôi muốn ngắt lời cuộc trò chuyện và đưa ra những gợi ý dựa trên những điều hối tiếc mà tôi có về thời gian ở đó. Tôi muốn gọi cô ấy là em và khuyên cô ấy theo cách mà rất nhiều phụ nữ Việt Nam đã khuyên tôi trong nhiều năm qua. Đừng để mình cô đơn. Tìm một người bạn đời. Tạo dựng một gia đình. Quan trọng nhất là học tiếng Việt.

Tôi đã không mở lời. Tôi biết cô gái sẽ tự tìm ra con đường cô sẽ đi và học những bài học cho bản thân ở Việt Nam, giống như tôi đã từng. Cô ấy sẽ khám phá ra con đường của riêng cô, bắt đầu hiểu được lịch sử gia đình mình, tạo nên những điều gì giống với cha của mình. Cô ấy sẽ gom góp quá khứ của gia đình vào sự hiểu biết về bản sắc của mình, và sau đó, khi đã sẵn sàng, cô gái ấy sẽ tìm đường trở về nhà.

NGHĨA

Everywhere, U.S.A | 1970s–2000s

VÀO NHỮNG NGÀY LỄ VÀ KỲ nghỉ Hè, tôi thường đưa các con gái đến New Orleans để thăm anh tôi và gia đình anh ấy. Tôi nghĩ New Orleans là một thành phố rực rỡ sắc màu và sôi động với French Quarter, chợ nông sản, lễ hội Mardi Gras thường niên và Đại Nhạc Hội Jazz và Di Sản. Đó là một thành phố của sự tương phản, với nhiều địa danh lịch sử và là nơi diễn ra nhiều hội nghị và các cuộc gặp cấp quốc gia. Nơi đây được biết đến với cái tên "Big Easy," nơi người ta có thể "laissez le bon temps rouler" – hãy tận hưởng thời gian tốt đẹp. Tuy nhiên, ngay cả khi có rất nhiều tiền đổ vào thành phố, nơi đây vẫn nghèo nàn và đầy tội phạm.

Người miền Nam Việt Nam đến New Orleans vào cuối năm 1975. Vào thời điểm đó, phía Đông của thành phố là một vùng đất ngập nước chưa có người ở và chưa phát triển. Một phần của khu vực đó đã được giao cho một nhóm người Công giáo miền Nam Việt Nam để phát triển. Không có phát triển nào khác ở chung quanh, ngoại trừ một trung tâm thương mại vẫn đang trong quá trình xây dựng.

Những người Việt đầu tiên tạo nên sự sống cho khu vực đó là một nhóm ngư dân xóm đạo từ miền Nam Việt Nam. Sau khi trốn khỏi đất nước dưới sự lãnh đạo của linh mục địa phương, họ định cư tại vùng này, bắt đầu mở cửa hàng và xây nhà. Dần dần, nó trở thành một ngôi làng nhỏ dọc theo xa lộ Chef Menteur và là điểm tập hợp của người Việt Nam ở Louisiana, miền Nam Alabama và Mississippi.

Sau khi Lyne qua đời, anh của tôi giới thiệu tôi với Alice, một sinh viên y khoa người Việt Nam ở New Orleans.

Cha của Alice, ông Lê, là cựu chính trị gia và thượng nghị sĩ của chính quyền Việt Nam Cộng Hòa. Ông rời Việt Nam vào ngày 29 Tháng Tư năm 1975 bằng trực thăng từ nóc tòa của Tòa Đại Sứ Mỹ ở Sài Gòn. Cuộc di tản bằng phi cơ đã thả các cựu bộ trưởng, quan chức cấp cao và thượng nghị sĩ xuống một chiến hạm của Hải Quân ngoài khơi lãnh hải Việt Nam. Cùng với nhiều người tỵ nạn khác, ông Lê đã đến "Thành phố Lều» nổi tiếng ở Guam. Sau khi đến Hoa Kỳ và thử sống ở một vài nơi, cuối cùng ông và gia đình quyết định định cư tại New Orleans.

Là chính trị gia, ông Lê tin người dân là sức mạnh của quốc gia. Ở Việt Nam, dù ông có thể nhận hối lộ để trở thành người giàu có, nhưng ông đã từ chối tất cả. Ông biết nếu ông nhận hối lộ, ông sẽ bị phụ thuộc và phải quy phục người tài trợ – và khi một chính trị gia bị người tài trợ kiểm soát, ông không thể công minh và bỏ phiếu với lương tâm trong sạch hoặc vì lợi ích tốt nhất cho đất nước mình.

Khi ông Lê đến New Orleans, giống như hầu hết những người tỵ nạn khác, ông không có nhiều tiền. Ông kiếm sống bằng nghề bán gà chiên ở một siêu thị. Một bức tranh tương phản đáng kinh ngạc: hôm qua ông là một thượng nghị sĩ quyền lực, ngày hôm sau ông lại đi bán gà.

Ông từng nói với Alice về Nguyễn Công Trứ, một vị quan cao cấp của triều đình vào thế kỷ 18, người đã được thăng chức và giáng chức bảy hoặc tám lần trong cuộc đời làm quan. Chức vụ cao nhất của Nguyễn Công Trứ là Thượng thư Bộ binh, còn chức vụ thấp nhất và cuối cùng của ông là Hữu tham tri Bộ binh. Tuy nhiên, Nguyễn Công Trứ không bao giờ tuyệt vọng và luôn hoàn thành trách nhiệm của mình với lòng tự hào cao nhất. Cũng với tinh thần đó, vào cuối ngày làm việc, thay vì vứt bỏ những miếng gà rán còn thừa, ông Lê sẽ tặng chúng cho những đứa trẻ nghèo và những người vô gia cư sống trong khu phố của mình.

Cha của Alice nhắc nhở gia đình của ông rằng mọi người trong gia đình cần phải làm việc để trả các hóa đơn. Trong thời gian đại học, Alice đi học ban ngày, sau đó làm nhân viên thu ngân tại một siêu thị địa phương từ 4 giờ chiều đến nửa đêm. Sau khi tốt nghiệp đại học, cô làm kỹ sư máy tính cho NASA và mang về nhà thêm thu nhập để hỗ trợ gia đình. Cô luôn mơ ước trở thành bác sĩ, nhưng vì tài chính của gia đình, cô phải đặt sự ổn định kinh tế lên trên đam mê của mình. Khi gia đình đã khá giả hơn, cô quay lại trường, học các lớp ban đêm trong khi vẫn làm việc toàn thời gian để có thể hoàn thành các yêu cầu trước khi học y khoa. Cuối cùng, Alice thực hiện được ước mơ là được nhận vào trường y.

Ông Lê, người cũng là giáo sư toán tại Đại học Hải Quân Sài Gòn, cuối cùng đã tìm được công việc là một giáo viên toán tại một trường đại học cộng đồng. Kỹ năng giao tiếp tuyệt vời của ông đã giúp rất nhiều sinh viên đại học hiểu được sự phức tạp của môn học khô khan này.

Khi Alice đang học năm đầu tiên y khoa, cha của cô bị bệnh. Ông bị chẩn đoán ung thư tuyến tụy. Họ sớm biết căn bệnh di căn đến gan và phổi của ông. Thời gian từ khi chẩn đoán đến khi qua đời chỉ là một tháng. Dù ông Lê không có tài sản vật chất để lại cho các con, nhưng ông đã trao cho mỗi người quyền được thừa hưởng nền giáo dục phương Tây bên cạnh những lời dạy của tri thức Việt Nam truyền thống. Ông đã để lại cho họ những bài học rút ra từ tất cả những kinh nghiệm sống phong phú của ông – một người lính, một nhà lãnh đạo chính trị, một nghệ sĩ và một con người sâu sắc – với tất cả những điểm mạnh và điểm yếu của ông.

Alice và tôi trải qua mối quan hệ cách xa địa lý trong nhiều năm, khi cô ấy đang trải qua quá trình đào tạo của mình. Sau đó chúng tôi đã kết hôn, hợp thức hóa mối quan hệ tại một tòa án ở Tennessee khi chúng tôi đang đi nghỉ mát với con gái út của tôi. Sau đó chúng tôi đã tổ chức một bữa tiệc ở Indiana. Hôm đó, Elvis Phương đã đến hát chung vui. Chúng tôi đã khiêu vũ và ăn mừng.

Vài năm sau khi kết hôn, chúng tôi ly dị. Mặc dù đến thời điểm này, tôi đã mất nhiều thứ trong cuộc sống của mình – quê hương, người vợ đầu tiên, con trai – cuộc ly hôn này là một cuộc chia tay đầy khó khăn đối với tôi. Tuy nhiên, tôi nhớ lại lịch sử của mình và lịch sử của dân tộc Việt Nam cũng đã bắt đầu với vụ ly hôn đầu tiên được ghi nhận như thế nào.

Có lẽ có điều gì đó về một đất nước đã bị chia cắt ngay từ khi mới thành lập và hậu duệ của nước ấy chiến đấu chống lại nhau, và cuối cùng là với chính chúng ta. Nhưng có một điều tôi biết về người Việt Nam, bất kể miền Bắc hay miền Nam, chúng tôi rất kiên cường. Ngay cả sau khi ly hôn với Alice, tôi biết rằng mình sẽ vượt qua, và một lần nữa tìm ra cách để tiến về phía trước trong cuộc sống. Sự quyết tâm đó đã giúp tôi đến được ngày hôm nay trong cuộc đời mình.

TÔI CÓ THỂ TƯỞNG TƯỢNG HÌNH ảnh mẹ tôi 60 tuổi trong lớp tiếng Anh của bà tại một trường cao đẳng cộng đồng. Bà sẽ là một trong số khoảng hai mươi người, bao gồm một nhà sư Phật giáo và phần lớn là sinh viên nói tiếng Tây Ban Nha.

Tôi hình dung ra người phụ nữ nhỏ nhắn nhưng mạnh mẽ với mái tóc dài màu xám buộc chặt thành một búi trên đỉnh đầu, tự giới thiệu với lớp học bà là Daisy, tên từ tên tiếng Việt của bà. Họ sẽ không biết rằng tận sâu thẳm bên trong người phụ nữ Việt Nam này là một sự tiếc nuối to lớn. Do điều kiện xã hội và thực tế là cha bà mất sớm, bà đã không thể tiếp tục đến trường học ở Việt Nam. Họ sẽ không bao giờ biết được quá khứ dai dẳng về sức mạnh và khả năng chịu đựng của bà; sự quyết tâm bà luôn canh cánh trong suốt cuộc đời mình, gánh nặng mà bà phải đối mặt suốt thời thơ ấu ở Việt Nam, khi bà phải gánh vác, chăm sóc gia đình từ nhỏ sau khi cha bà qua đời. Họ sẽ không bao giờ biết được sự kiên cường của bà trong việc nuôi dạy năm người con trai, để truyền cho chúng sự hiểu biết về tầm quan trọng của giáo dục.

Khi ở California, bà đã cố gắng tự lập sau khi bốn người em của tôi tốt nghiệp phổ thông, và bà thậm chí còn học lái xe khi đã ngoài 70 tuổi. Ban đầu bà đã trượt bài kiểm tra viết, mà thực tế là bà đã rớt nhiều lần. Có người nói với bà rằng những buổi học tư có thể có lợi hơn cho bà, và sau năm mươi giờ học, cuối cùng bà đã vượt qua. Mẹ tôi nói đùa rằng họ đã phát chán khi thấy bà phải thi đi thi lại.

Trước khi mẹ tôi qua đời, chúng tôi đã có thể đến thăm bà vào dịp Giáng Sinh cuối cùng. Bốn người con trai và tất cả cháu nội đều có mặt. Trong thời gian đó, bà ho rất nhiều, và khoảng một tuần sau chuyến thăm, bà bị bệnh. Các bác sĩ phát hiện ra bà có tế bào ung thư ở tuyến tụy tận cũng như gan. Lưng của bà đau dữ dội, và ngay cả thuốc giảm đau cũng không thuyên giảm. Bà mất cảm giác thèm ăn và sụt cân nhiều. Tôi quay lại thăm bà lần thứ hai, và ngay sau khi về nhà sau chuyến đi đó, mẹ tôi được đưa trở lại bệnh viện. Bà ở lại đó thêm hai tuần nữa trước khi qua đời.

Một đêm trước đám tang, tôi đã không ngủ được. Tôi biết có một việc tôi cần phải làm: viết điếu văn cho bà. Tôi bước xuống khỏi giường và ghi xuống:

Ngước nhìn mẹ tôi đang nằm trước mặt, ở nơi an nghỉ vĩnh hằng của bà, tôi nhớ rằng mặc dù bà là một người phụ nữ có vóc dáng nhỏ bé, nhưng bà lại là người có ý chí mạnh mẽ, thông minh và giàu tình yêu thương.

Mẹ tôi sinh ra tại Bà Rịa, một thị trấn nhỏ ở Việt Nam, cách đây 77 năm. Vì cha mất sớm nên mẹ tôi đã hy sinh mọi thứ để nuôi dưỡng anh trai và ba chị gái, tất cả họ đều thành đạt. Bà có một gia đình gồm năm người con trai. Mẹ tâm sự rằng sống chỉ với con trai đôi khi khá khó khăn đối với bà. Bà từng nói với tôi, bà không thể tâm sự với các con trai dễ dàng như khi bà có con gái, nhưng bà đã nuôi dạy các con nên người và thành danh (một dược sĩ, hai bác sĩ y khoa, một nha sĩ và một doanh nhân.) Đó là thành công của riêng mẹ tôi.

Một thành công nữa của bà là có năm người con dâu thành đạt (một dược sĩ, một bác sĩ y khoa, hai nha sĩ và một giám đốc kinh doanh.)

Sau khi Sài Gòn sụp đổ năm 1975, mẹ tôi kẹt lại ở Việt Nam. Bà đã bảo vệ ba người con trai nhỏ của mình khỏi chính quyền cộng sản và cuối cùng đưa họ đến Hoa Kỳ an toàn. Đó lại là một thành tựu khác của mẹ tôi.

Sau này, khi bị ung thư, bà đã dũng cảm chịu đựng nỗi đau do căn bệnh và phẫu thuật gây ra mà không hề kêu than.

Khi nhìn bà, tôi nhận ra rằng:

Không có người phụ nữ nào đã chiến đấu vì anh chị em mình, vì gia đình mình và vì con cái mình nhiều như mẹ tôi.

Không có ai đã hy sinh nhiều như mẹ tôi.

Không có người nào đã phải chịu đựng trong im lặng nhiều hơn mẹ tôi.

Cuộc đời của bà khiến tôi nhớ đến nhân vật Sisyphus trong thần thoại Hy Lạp. Sisyphus đã từng bị các vị thần trừng phạt bằng cách bắt đẩy một tảng đá lớn lên dốc. Khi ông đẩy nó lên dốc, tảng đá lăn trở xuống và đè lên ông. Mẹ tôi không xem vai trò của mình là đẩy một tảng đá lên dốc, mà là mang cây thập tự giá lên đỉnh núi. Khi bà nhích từng chút lên con dốc, nó sẽ rơi xuống người, nhưng mẹ tôi không bao giờ tuyệt vọng.

Hôm nay, mẹ tôi đã mang cây thập tự giá của mình lên đỉnh núi. Bà đã đến điểm cuối cùng của chuyến lữ hành và đã hoàn thành sứ mệnh của mình trong cõi trần gian này.

Hoa sen trong văn hóa Việt Nam và Phật Giáo tượng trưng cho vẻ đẹp giản dị, tinh khiết và sự thanh tao của tinh thần. Nếu có ai đó đã nhân cách hóa hình ảnh hoa sen trong cuộc sống, thì đó chính là người phụ nữ giản dị và phi thường, là mẹ tôi. Bà sinh ra trong sự vô danh, nhưng thông qua ý chí của mình, bà đã để lại một di sản lâu dài. Cơ hội thành công của bà trong cuộc sống là rất nhỏ. Bà có thể đổ lỗi cho số phận, nhưng thay vào đó, bà quyết định nắm bắt cơ hội và làm việc chăm chỉ để nắm nhiều phần thắng trong ván bài của định mệnh.

Trong suốt cuộc đời mình, tôi đã nghĩ về biểu tượng của một hoa sen giản dị - nở giữa bùn lầy - dù nằm phẳng lì trong nước đục hay khô trong bình hoa của nhà hàng, hoa sen luôn đẹp. Những người Việt tỵ nạn trong ánh mắt của tôi giống như hoa sen, bên trong chúng ta có một sức mạnh tinh thần và quyết tâm vô tiền khoáng hậu. Đó là lý do tại sao trên khắp thế giới, bạn sẽ thấy những người gốc Việt không chỉ xây dựng lại cuộc sống của họ, mà còn góp phần đáng kể cho các quốc gia mới mà họ gọi là quê hương.

CHRISTINA
Virginia | 2011

Cha tôi và tôi không nói về Việt Nam. Tôi nhận ra rằng chúng tôi có thể không bao giờ hiểu được tình yêu của mỗi người dành cho quê hương và chúng tôi có thể không bao giờ nói về Việt Nam. Trong những năm qua, những gì chúng tôi biết về nhau và về hai đất nước Việt Nam là thông qua những bài viết của chúng tôi – những từ ngữ chúng tôi trao đổi qua lại qua thư điện tử.

Cha gửi cho tôi các bài luận và sách của ông viết. Tôi gửi cho cha các phần của một tác phẩm đang thực hiện. Những bài viết của cha mang tính lịch sử — nhưng được không viết ra từ một góc nhìn khách quan. Trong bài viết của cha, tôi nhận ra một cảm giác mất mát, và đôi khi là một sự oán giận khôn nguôi. Ngược lại, tôi viết về Hà Nội thông qua một quan điểm cá nhân rõ ràng, dựa trên những năm tháng tôi sống và làm việc ở đó. Tôi không viết về sức nặng của lịch sử (mặc dù tôi nhận ra và thông cảm với nỗi đau mà nó gây ra cho hàng triệu người, bao gồm cả gia đình tôi) bởi vì, giống như 60% những người Việt Nam sinh ra sau chiến tranh, nó không chỉ định nghĩa sự hiểu biết của tôi về Việt Nam.

Do đó, khi tôi viết về Việt Nam, đó là sự cố gắng để diễn đạt những gì tôi đã đạt được trong thời gian ở đó.

Tôi đã từng đọc một bài luận văn mà cha tôi viết cho bản tin hàng tháng của tổ chức phi lợi nhuận của ông, có tên là "Người Việt Nam." Câu nói rằng "Hà Nội không bao giờ đáng để tin" được lặp lại ở cuối mỗi đoạn văn.

Liệu ông có biết rằng Hà Nội chính là nơi tôi đã trưởng thành không? Tôi tự hỏi khi đọc những dòng này, liệu ông có biết là có bao nhiêu người Hà Nội không chỉ trở thành bạn của tôi mà còn là nguồn động viên sâu sắc cho tôi không?

Giống như nhiều người Việt trẻ lớn lên ở Việt Nam ngày nay, tôi không trưởng thành trong chiến tranh, và mặc dù nó ảnh hưởng nặng nề đến gia đình tôi, nhưng đó không phải là cách tôi định nghĩa về Việt Nam. Tôi tự hỏi cha tôi sẽ nghĩ gì nếu ông biết rằng trong thời gian tôi ở Việt Nam, tôi đã yêu cả Hà Nội và Sài Gòn – hai thành phố rất khác nhau, mỗi thành phố đều có nét quyến rũ riêng.

Trong bài viết "Trở thành Việt Kiều," cha tôi khẳng định rằng: "Những Việt Kiều trẻ, sinh ra và lớn lên ở nước ngoài, ngây thơ về chính trị và do đó 'thiếu hiểu biết về lịch sử' hơn những người lớn tuổi hơn. Không thiên vị, họ trở về rất nhiều, khám phá đất nước, nhìn thấy một thế giới mới và trở thành cầu nối giữa các thế hệ cũ hơn – những người ở lại Việt Nam – và những người đã vượt thoát."

Có lẽ ông coi tôi là một trong những Việt Kiều trẻ tuổi, ngây thơ về chính trị. Tuy nhiên, thỉnh thoảng khi tôi trở lại vai trò của một cô con gái đang chờ đợi sự đồng ý của cha mình, tôi không thể ngừng hy vọng ông nhìn thấy ở tôi - thông qua bài viết hoặc tác phẩm khác của tôi – khả năng rút ngắn khoảng cách thế hệ, hiểu được lịch sử của những người lớn hơn tôi và hiểu đúng sự thật trong kinh nghiệm cá nhân của tôi về Việt Nam có ý nghĩa như thế nào đối với tôi.

SAU KHI RỜI VIỆT NAM LẦN thứ ba và cũng là lần cuối cùng, tôi đến thăm cha tôi ở Virginia. Ông không hỏi gì ở tôi, và tôi cũng không hỏi gì ở ông.

Tôi ngồi đó, với sự im lặng đã từng làm tôi buồn tủi. Tôi dựng một khu vực làm việc trong phòng ăn, dành phần lớn thời gian để sắp xếp những gì cần thiết cho việc chuyển đến San Francisco. Tựa lưng vào bức tường gần đó, tôi thấy một chứng chỉ từ Hội Y khoa Việt Nam, và một chứng chỉ khác mà cha tôi nhận được từ nơi làm việc hiện tại của ông.

Tôi sẽ không quay lại Việt Nam để sống, và giữa lúc có rất nhiều suy nghĩ chạy qua tâm trí, tôi không thể chia sẻ với cha tôi tất cả những gì đang xáo trộn trong lòng tôi. Chúng tôi hầu như không có sự tương tác qua lại với nhau, và đôi khi không đi ngang qua nhau trong suốt cả ngày. Điều này cũng làm tôi nhớ lại những năm tháng cha tôi và tôi cùng chung một mái nhà sau khi mẹ tôi qua đời. Tôi nghe thấy tiếng ho của ông và tiếng đong đưa kẽo kẹt của chiếc ghế xoay khi ông làm việc trong văn phòng tại nhà, những âm thanh đơn giản nhắc tôi biết là ông đang hiện diện trong nhà.

Cha tôi đang viết một cuốn sách về lịch sử Sài Gòn. Thỉnh thoảng, tôi nghe thấy một bản nhạc Việt Nam - một bài hát du dương với giọng hát của một người phụ nữ xinh đẹp - mà cha vội tắt đi. Đôi khi ông cũng nghe toàn bộ bài hát. Tôi không bao giờ có thể nghe thấy lời bài hát, và ngay cả khi tôi có nghe được, tôi cũng không thể "giải mã" được.

Chúng tôi giao tiếp bằng cách gửi email cho nhau, mặc dù cả hai sống chung một mái nhà, chỉ cách nhau một tầng lầu. Cha gửi cho tôi các đường dẫn về những nhà văn người Mỹ gốc Việt mới nổi tiếng, hay Việt Kiều, những người đã thành công ở Hoa Kỳ thông qua các dự án kinh doanh. Tôi gửi cho cha thông tin về các chương trình thú vị, như chương trình nội trú nghệ sĩ, mà tôi nghe nói đang được thực hiện tại Việt Nam.

Việt Nam của cha và tôi khác nhau - điều đó quá rõ ràng.

Một ngày nọ, tôi nhận được email từ một người bạn trẻ ở Sài Gòn tên là Giao. Cô ấy là một người trẻ thông minh, lớn lên ở Sài Gòn với một người mẹ đơn thân. Cha của cô là người gốc Bắc, đã mất khi cô ấy còn nhỏ. Chúng tôi gắn bó với nhau vì điểm chung đó — một cuộc tìm kiếm để khám phá và gần gũi hơn với cha của chúng tôi, mặc dù cha tôi vẫn còn sống. Cô ấy đang tổ chức một trong những hội nghị TEDx đầu tiên tại Việt Nam, nơi sẽ tập hợp một số nhà tư tưởng hàng đầu của Việt Nam tại Sài Gòn. Tôi đã chuyển cho cha tôi một email cô ấy đã viết khéo léo theo góc nhìn của một người Việt Nam để mời diễn giả cho sự kiện sắp tới.

Tên của tôi là Sài Gòn. Tôi lớn lên từ chiến tranh và trải qua một thập kỷ, nền kinh tế của tôi đã phát triển dần một cách thuyết phục, so với các thành phố khác ở Việt Nam, cũng như các nước láng giềng - đi kèm với sự gia tăng về bất bình đẳng trong thu nhập, xung đột giữa các lựa chọn tiêu dùng, sự khác biệt về bản sắc văn hóa và các mối quan hệ xã hội lỏng lẻo.

Tuy nhiên, là một thành phố trẻ, năng động và có khả năng phục hồi cao, tôi biết mình không đơn độc giữa những câu hỏi về siêu đô thị. Tôi đã thấy nhiều người đến đây - người Việt Nam từ khắp mọi miền Việt Nam, những người không phải người Việt Nam đã trở thành bạn của tôi, và những Việt Kiều giờ đây hiểu tôi hơn cả tôi. Phần lớn họ đều đạt được ước mơ phát triển đang diễn ra. Họ thực hiện ước mơ đó bằng chính chuyên môn của mình, có thể là kiến trúc, giáo dục, công tác xã hội, truyền thông hoặc âm nhạc ...

Chỉ trong năm phút, cha của tôi gửi lại một lá thư để gửi cho cô ấy.

Đó là thời gian.

Tên tôi cũng là Sài Gòn, một danh hiệu của tất cả Việt Kiều. Đúng là họ biết thành phố này như trong lòng bàn tay vì họ đã sống ở đó trong suốt cuộc chiến, lớn lên ở đó và trốn thoát khi thành phố sụp đổ.

Sài Gòn không phải là thành phố mà nhiều người khóc than vì họ đã mất cô ấy, mà về một khái niệm tự do, về sự ra đời của một sáng kiến, được khai sinh từ các đầm lầy của Đồng Bằng Sông Cửu Long để trở thành ngọn hải đăng chỉ đường cho người miền Nam Việt Nam.

Bắt đầu năm 1698 khi người Việt tiếp quản từ người Khmer,

Trước đó cô ấy là một thành phố của người Chăm, được gọi là Baigur Cô đã chứng kiến nhiều cuộc chiến tranh, nổi loạn, tàn phá Nhưng cô ấy luôn hồi sinh, bởi vì khái đó đã ở đó và vẫn còn đó.

Đó là tự do, là thương mại.

Sài Gòn

Tôi thực sự ấn tượng bởi vẻ đẹp trong cuộc trao đổi giữa hai người họ, giữa hai thế hệ rất khác nhau.

KHI TÔI ĐẾN THĂM CHA TÔI hôm nay, tôi lẻn vào phòng làm việc của ông – giống như tôi đã làm khi còn nhỏ. Tôi nhìn vào những cuốn sách trên giá sách của ông, hầu hết đều được xếp ngay ngắn với những cuốn sách lịch sử về chiến tranh — The Vietnamese Gulag, Hearts of Sorrow, South Wind Changing, The Perfect War. Có một vài kệ sách với những cuốn sách tự vấn bản thân được sắp xếp gọn gàng, về tình yêu, sự riêng tư, tâm linh, thiền định và cái chết.

Ông dán lên tường phía trên bàn làm việc của mình những tấm ảnh — một bức ảnh nhỏ của Đức Mẹ Đồng Trinh với đôi tay giơ lên cầu nguyện, một mặt trời lặn sau đại dương, một bông hoa sen và một cây cọ trên một bãi biển hoang sơ. Tôi vẫn nhìn chằm chằm vào những câu trích dẫn mà ông đã dán trên tường — từ Mẹ Teresa, Antoine de St. Exupery, Nguyễn An Ninh (một người theo chủ nghĩa cấp tiến có tầm quan trọng lớn đối với Cách mạng Việt Nam trong những năm 20 và 30), và những người khác.

Chúng tôi không biết về Việt Nam của nhau. Tình yêu dành cho Việt Nam của cha và tôi khác nhau, một ý nghĩa về sự hiện diện của Việt Nam trong cuộc sống của chúng tôi khác nhau. Và có lẽ tôi không bao giờ biết niềm ao ước của một người đối với một đất nước mà họ đã mất.

Nhưng điều mà cha và tôi chia sẻ là nỗi nhớ Việt Nam - một giá trị khao khát tồn tại trong nhiều người Việt Nam. Đối với thế hệ cũ, đó là nỗi nhớ pha lẫn nỗi đau, mất mát, hối tiếc, tội lỗi, tình yêu và sự oán giận. Nỗi nhớ của riêng tôi, và có lẽ của những Việt Kiều khác cùng thế hệ đã trở về Việt Nam, thì khác: tôi ao ước về một Hà Nội mà tôi đã biết cách đây mười năm. Hà Nội của tôi, theo một cách nào đó, cũng đang mất dần - vì sự phát triển, vì chủ nghĩa vật chất, vì giao thông quá tải, vì ô nhiễm, vì cái gọi là tiến bộ.

Cha tôi đã dành mười năm để viết một cuốn sách về Sài Gòn. Ông viết say mê về thành phố vốn là nguồn cảm hứng của ông. "Tinh thần tự do của cô ấy khiến cô ấy trở nên hấp dẫn, quyến rũ và mang nhiều thách thức. Cô ấy cũng bất khuất, kiên cường và độc đáo. Tự mình lớn lên rất nhanh khi có sự tự do, cô ấy cũng là người phụ nữ quyến rũ trên sông Mekong, là một nữ thần chịu nhiều oan ức từ người đời."

Tôi nghĩ cha tôi sẽ ngạc nhiên nếu ông quay về Sài Gòn.

Nếu ông trở về, ông sẽ cảm nhận được tinh thần của thành phố vẫn sống mãi trong ký ức và trái tim ông. Ông sẽ vẫn có thể ngửi thấy mùi trái me trong không khí; ông vẫn có thể ngắm những chiếc thuyền đủ mọi kích cỡ và đa dạng lướt nhẹ trên sông Sài Gòn; ông vẫn có thể ăn ở những quầy hàng thực phẩm phía sau chợ Bến Thành. Vào dịp Tết, chợ hoa vẫn tràn ngập phố Nguyễn Huệ, và mọi người vẫn dành hàng giờ ở đó để tìm những chậu hoa mai đẹp nhất. Trong khi nhiều tòa nhà có thể đã được thay thế bằng các trung tâm mua sắm lớn, thì những nơi quan trọng mà ông nhớ đã đạp xe qua khi còn nhỏ vẫn còn đó.

Cha tôi không còn tặng tôi những cuốn sách tự vấn như hồi tôi còn là thiếu niên nữa. Bây giờ cha tặng tôi những cuốn sách về Việt Nam. Trong một chuyến về thăm nhà, cha tặng tôi cuốn Fallen Leaves: Memoirs of a Vietnamese Woman from 1940–1975, của Nguyễn Thị Thu Làm.

Tôi mở cuốn sách đến trang cuối và đọc:

> *Đối với tôi và những người Việt Nam cùng thế hệ, chúng tôi sẽ luôn có những ký ức về một thời gian và địa điểm khác, một cuộc sống khác. Tôi sẽ mãi mãi là một người nhập cư ở đây. Và ngay cả khi tôi hạnh phúc nhất, tôi sẽ nhớ về Việt Nam thân yêu của tôi và số phận của dân tộc tôi.*
>
> *Tôi là một đứa con của chiến tranh; Tôi là một đứa con của Việt Nam.*

Tôi sẽ kể cho cha tôi nghe về Việt Nam trong cái nhìn của tôi. Nhưng ông sẽ bao giờ hiểu được Việt Nam của tôi không?

Ngay cả khi quan điểm của chúng tôi không bao giờ thay đổi, ít nhất chúng tôi có thể tìm thấy sự tương đồng thông qua nỗi nhớ chung về đất nước mà chúng tôi đã bỏ lại phía sau.

Cha tôi ngồi trên lầu và viết về Việt Nam của ông, còn tôi ngồi dưới lầu và viết về Việt Nam của tôi.

Cùng với nhau, chúng tôi dệt nên một câu chuyện vang vọng qua nhiều thế hệ. Câu chuyện về một người Việt tỵ nạn, bị mất gốc vì sự hỗn loạn, người gieo mầm cho một cuộc sống mới trong không gian mênh mông và yên bình của Hoa Kỳ. Đó là câu chuyện về một người Mỹ gốc Việt trở về Việt Nam, trái tim cô bồi hồi vì khao khát hiểu về gia đình và lịch sử. Đó là câu chuyện của một người cha và một cô con gái, cố gắng thu hẹp khoảng cách — của các thế hệ, của thời gian và không gian, và của cùng một quê hương.

Cùng nhau, chúng tôi chạm khắc nên một câu chuyện kể về quá khứ của chúng tôi, phản chiếu tình yêu chung dành cho quê hương, phức tạp và mang sắc thái riêng, nơi đã nâng niu chúng tôi bằng sự dịu dàng như bàn tay của người mẹ. Một quê hương đã nuôi lớn chúng tôi, định hình chúng tôi bằng một ảnh hưởng sâu sắc như chính những người mẹ; một sợi chỉ khác trong tấm thảm thêu phức tạp của chúng tôi — những người mẹ vang lên trong suy nghĩ của chúng tôi nhiều hơn là sự hiện diện trong cuộc sống mỗi ngày.

Cùng nhau, chúng tôi thêm vào nỗi nhớ da diết và dai dẳng về một quê hương để trái tim rung lên những nhịp rộn ràng hơn khi nghĩ về ký ức trong hiện tại của chúng tôi. Giống như vô số người Việt tỵ nạn và Việt Kiều khác trên khắp thế giới, chúng tôi trú ngụ trong một không gian của ranh giới hạn hẹp - một hình thức "thép đã tôi thế đấy."

Việt Nam Của Con, Việt Nam Của Cha — chính tại đây, chúng tôi nuôi dưỡng một nỗi khao khát đau đớn về một ngôi nhà và một quê hương mà có lẽ chỉ có thể vang vọng trong ranh giới của quá khứ.

LỜI KẾT

NGHĨA
Virginia | 2023

ĐÃ 50 NĂM TRÔI QUA KỂ từ khi Việt Kiều đặt chân lên những bờ biển xa lạ. Từ vài ngàn người tỵ nạn chạy trốn khỏi Việt Nam trước năm 1975, cộng đồng này đã phát triển thành một nhóm lớn mạnh gồm ba triệu người, nhiều người trong số họ đã tìm thấy ngôi nhà của mình ở phương Tây. Tại Hoa Kỳ, người Việt Kiều là một trong những nhóm người tỵ nạn lớn nhất, sự gia tăng dân số theo cấp số nhân của họ là minh chứng cho bản tính chăm chỉ và kiên trì.

Hành trình của họ không hề dễ dàng, nhưng với tinh thần và quyết tâm không lay chuyển đã thúc đẩy họ đạt được thành công lớn, cả về kinh tế và văn hóa. Thành công này là nhờ những nỗ lực không biết mệt mỏi của tất cả các thành viên trong cộng đồng, cùng nhau hướng tới một tương lai tươi sáng hơn.

Trước đây thuật ngữ Việt Kiều do chính quyền Hà Nội dùng để chỉ những người đã trốn ra nước ngoài, nhưng theo thời gian, ý nghĩa của nó đã thoáng hơn. Ngày nay, Việt Kiều không chỉ mang ý nghĩa là sống ở nước ngoài, nó còn bao gồm sự hỗ trợ và tình yêu thương của những người gửi viện trợ về cho người thân ở Việt Nam, những người đã trở về quê hương với kiến thức và gia tài để củng cố nền kinh tế của đất nước.

Định nghĩa Việt Kiều là một vấn đề phức tạp, vì họ là một nhóm đa dạng gồm nhiều cá nhân với những kinh nghiệm và quan điểm khác nhau. Các tướng lĩnh, binh lính, chuyên gia và ngư dân, già và trẻ, giàu và nghèo, người Công giáo và Phật tử, tất cả đều có mối ràng buộc chung trong di sản miền Nam Việt Nam của họ và khát vọng chung về tự do. Trong số họ có những người Mỹ gốc Việt thế hệ thứ

293

hai, sinh ra và lớn lên ở phương Tây, một thế hệ đặt nhân sinh quan độc đáo của mình vào định nghĩa Việt Kiều.

Đối với nhiều Việt Kiều cao niên, họ đã tôi luyện tình yêu dành cho đất nước của họ bằng niềm tin vào dân chủ và tự do, và họ thề sẽ không bao giờ quay trở lại trừ khi những giá trị này được gìn giữ. Tuy nhiên, rất nhiều thế hệ trẻ hơn - lớn lên ở nước ngoài và không bị ảnh hưởng bởi những thành kiến chính trị - đã trở về, háo hức khám phá nguồn cội và rút ngắn khoảng cách giữa người lớn tuổi và người ở lại Việt Nam.

Những ký ức kinh hoàng của chiến tranh vẫn tiếp tục đóng khung cuộc sống của người đã trải qua nó, đặc biệt là những người đàn ông đã chiến đấu và chịu đựng tổn thương, mất mát vì cuộc chiến. Việc mất quê hương, các chủ quyền và cả chính bản thân mình khiến họ cảm thấy bị tàn phá thể chất, vật chất và tinh thần. Họ đã mất rất nhiều sức lực, khả năng phục hồi để vượt qua những thử thách, để trở thành một "chủng tộc" mới có tên Việt Kiều - những người tiên phong và những người hành hương đã vượt qua nghịch cảnh, tái sinh thành những cá nhân kiên cường, đầy hy vọng cống hiến cho tự do và độc lập.

Là Việt Kiều không phải chỉ định nghĩa về hình dáng, mà còn về tinh thần. Đó là sự sẵn sàng chấp nhận rủi ro, khả năng hồi phục bản thân và cam kết không chùn bước với tự do, độc lập. Đây là di sản của Việt Kiều, minh chứng cho sức mạnh và kiên cường, và là nguồn cảm hứng cho các thế hệ mai sau.

CHRISTINA
Texas | 2023

GẦN đây, tôi chạy xe từ Santa Fe đến Lubbock để dự một hội nghị tại đại học Texas Tech University tập trung vào lịch sử Việt Nam. Đây là lần thứ hai tôi tham gia hội nghị cùng cha tôi; lần đầu tiên là ở Orange County một năm trước.

Suốt năm giờ chạy xe, tôi cảm thấy hồi hộp khi phải gặp cha của tôi, năm nay ông sẽ 76 tuổi. Mỗi lần gặp ông, tôi đều chứng kiến sức khỏe của ông yếu hơn, và dù tôi hiểu rằng đó là một phần tự nhiên của tạo hóa , nhưng ý nghĩ mất cha rất khó chịu, mặc dù khoảng cách giữa cha và tôi vẫn còn đó.

Khi tôi thấy cha ngồi ở sảnh, ông cười và đưa cho tôi chìa khóa phòng. Cha nói ông đang đợi nói chuyện với vài người bạn và bảo tôi vào phòng của mình.

Mười phút sau, bạn gái của cha, dì Giang – người phụ nữ Việt Nam thường gọi điện thoại và mang thức ăn cho ông, nhưng cha đã không giới thiệu tôi cho đến khi họ đã ở bên nhau ít nhất bảy năm – gõ cửa phòng của tôi. Nhiều năm qua, chúng tôi đã trở nên gần gũi, rất giống mẹ tôi, và dì Alice. Dì Giang đã trở thành cầu nối trong mối quan hệ của tôi với cha tôi. Ngồi trong phòng của tôi, dì giải thích về chứng ngừng thở khi ngủ của ông, tình trạng khó thở của ông, và cách dì khuyến khích ông nói với tôi về những gì sẽ xảy ra nếu ông không còn nữa. Dì bày tỏ sự quan tâm của dì về những gì sẽ làm nếu cha tôi là người ra đi trước, vì hai người không ở chung với nhau, dì không được biết về các chi tiết trong cuộc sống riêng tư của ông. Dì nói với tôi rằng cha chỉ mới hồi hưu công việc nghiên cứu gần đây thôi. Ông muốn làm công việc này càng lâu càng tốt, một sự thật mà chính cha sẽ không bao giờ nói với tôi.

Sự thật là cha tôi có vẻ rất vui tại hội nghị, giữa những người bạn cũng có niềm đam mê với lịch sử Việt Nam. Có nhiều người tham dự mà ông đã gặp trên các diễn đàn trực tuyến khi họ chia sẻ với nhau sở thích nghiên cứu. Nhiều năm trước, theo dì Giang, ông đã mời một số người trong số đó đến một hội nghị về Việt Nam mà ông tổ chức ở Northern Virginia thông qua tổ chức phi lợi nhuận của ông, SACEI. Ông đã nói chuyện với một số cựu chiến binh Mỹ - những cá nhân cũng bị ảnh hưởng không nhỏ bởi chiến tranh - như thể ông đã biết họ trong nhiều năm. Ông nở nụ cười ấm áp khi họ nói chuyện với nhau, và cười nhẹ nhàng trước những câu chuyện vui của mọi người. Tôi thấy cha tôi thoải mái khi ông hòa nhập trong cộng đồng này.

Năm nay, bài thuyết trình của ông là về "Hai Việt Nam," và bởi niềm say mê vô hạn ông dành cho Việt Nam, tôi không mang nỗi sợ hãi như khi nghe ông nói chuyện tại đám tang của mẹ tôi nhiều năm trước, và tại buổi họp lớp y khoa lần thứ 25 của ông. Đến giờ, tôi đã hiểu chính xác rằng một trong những tình yêu lớn nhất của ông là Việt Nam, và khi một người nói với niềm đam mê, nó dễ dàng lan tỏa. Cha tôi bắt đầu bài thuyết trình với một truyền thuyết – rằng Việt Nam và dân tộc Việt Nam là con cháu của Lạc Long Quân và Âu Cơ. Hai người chia tay và cuộc ly hôn này tạo thành hai nhóm người riêng biệt, cuối cùng trở thành Bắc và Nam Việt Nam. Khi lắng nghe những lời của cha tôi, tôi thấy hợp lý khi nói Việt Nam là một đất nước bắt đầu bằng sự chia cắt. Vùng đất kỳ diệu đó, nơi truyền cảm hứng cho những cổ tích và truyền thuyết vĩ đại, đã chịu đựng hàng thế kỷ chiến tranh và nội chiến. Mối quan hệ của tôi với cha tôi, và có lẽ của tất cả những con cháu của người Việt Nam, là những khúc bức xạ từ lịch sử và di sản đó. Mối quan hệ cha-con của chúng tôi thể hiện tính hai mặt của Việt Nam – chúng tôi bị chia cắt bởi một cuộc phân ly, nhưng bằng cách nào đó, chúng tôi vẫn là một.

LỜI BẠT

TRONG MỘT CUỘC TRÒ CHUYỆN GẦN đây với một người bạn, sau khi biết về *Việt Nam Của Con, Việt Nam Của Cha,* cô ấy đã đặt ra một câu hỏi thú vị: "Làm sao mà bạn có thể đồng sáng tác một cuốn sách với cha mình mà không thảo luận với ông ấy?" Tôi bật cười, chỉ trả lời đơn giản là: "Câu hỏi hay." Tuy nhiên, câu hỏi đó mở ra một sự thật đáng chú ý về cuốn sách này. Mọi người thường khó tin khi tôi tiết lộ rằng cha tôi và tôi hầu như không trao đổi với nhau. Thiếu những cuộc nói chuyện với cha đã định hình nên mối quan hệ của chúng tôi và đè nặng lên trái tim tôi trong suốt phần lớn cuộc đời, ảnh hưởng đến cả những mối quan hệ của tôi – đặc biệt là sự kết giao thân thiết của tôi với nam giới. Tuy nhiên, việc hoàn thành cuốn sách này đã giúp tôi đạt đến chặng cuối của một hành trình dài hàn gắn mối quan hệ cha mẹ. Bằng cách tìm hiểu sâu câu chuyện đời ông, tôi đã thiết lập được sự hiểu biết sâu xa và tình yêu dành cho cha mình, và cuối cùng đã hiểu được cách ông bày tỏ tình yêu của ông dành cho tôi.

Nguồn gốc của cuốn sách này bắt đầu từ 25 năm trước khi cha tôi viết câu chuyện của mình, "Đóa Sen Hồng," và tự xuất bản sách một vài năm sau khi mẹ tôi qua đời. Mười năm sau, khi tôi đang sống ở Việt Nam, tôi nghiệm ra rằng, ngày nào đó tôi sẽ chia sẻ câu chuyện của ông, mặc dù vào thời điểm đó, tôi không có chút ý niệm làm sao để điều đó thành hiện thực, nhưng không tiết lộ cấu trúc câu chuyện.

Sau đó, năm 2022, khi hoàn thành cuốn hồi ký đầu tiên của mình, tôi nhận ra rằng những câu chuyện của chúng tôi có thể xen lẫn nhau – một cuốn sách có thể kể cả câu chuyện của cha và của tôi. Tôi đã liên lạc với cha để hỏi ông còn giữ tài liệu gốc ông đã đánh máy cuốn "Đóa Sen Hồng" không. Thật không may, ông không còn giữ. Vì vậy, với cuốn sách trong tay, tôi đã đánh máy lại những gì ông viết cùng lúc với phát triển những bài viết của tôi về Việt Nam, tìm cách xen kẽ các chủ đề về tình yêu và trải nghiệm độc đáo của chúng tôi về quê hương.

Trong lúc thực hiện cuốn sách, tôi giữ ý định đan xen những kinh nghiệm về Việt Nam của tôi với những điều cha tôi đã giấu kín, và kỳ lạ, ông không bao giờ hỏi tôi. Thỉnh thoảng, tôi tìm đến cha để làm rõ những chi tiết hoặc diễn tả sâu hơn những nội dung cần mô tả.

Tháng Ba năm 2023, trong lúc tham dự một hội nghị ở Texas Tech University với cha tôi, tôi đã nghe cha trình bày suy nghĩ của ông về "Hai Việt Nam." Khi cha nói, tâm trí tôi quay cuồng, nhận ra những ẩn chứa bên trong không chỉ định hình phần giới thiệu của cuốn sách mà còn làm sáng tỏ những quan điểm và trải nghiệm khác nhau của chúng tôi, và ám chỉ đến những chia rẽ lịch sử trong đất nước trong hàng trăm năm.

Khi hội thảo kết thúc và trong lúc cha tôi trên đường về Virginia, tôi đã nhắn tin cho ông, xin ông bản tóm tắt bài nói chuyện của ông. Tôi rất phấn khởi về chuyện xảy ra trùng hợp kỳ lạ này, và cha của tôi đã ngầm hiểu được.

Trong những tháng tiếp theo, giữa lúc tìm kiếm một nhà xuất bản, cha tôi vẫn hoàn toàn không biết gì về cấu tứ của cuốn sách hoặc quan điểm viết của tôi. Chỉ sau khi tìm được một nhà xuất bản và sau nhiều lần biên tập tỉ mỉ, tôi mới chia sẻ toàn bộ bản thảo với ông. Nỗi sợ và lo lắng của tôi rất rõ; tôi lo rằng ông có thể không đồng ý với cấu trúc hoặc nội dung cụ thể. Mục đích chính của tôi khi để ông đọc toàn bộ bản thảo là xem xét các âm dấu tiếng Việt, vì trình độ tiếng Việt giới hạn của tôi. Tuy nhiên, phản ứng của ông, làm cho tôi vừa ngạc nhiên vừa an lòng. Ông đã đọc nội dung cẩn thận chỉ trong hai ngày, cho tôi phản hồi với sự ân cần vốn có nhưng luôn giấu kín trong mối quan hệ của chúng tôi.

Cùng với bản thảo đã hiệu đính, ông đã gửi tin nhắn này:

Christina,

Đây là một quyển sách hay.

Cảm ơn con đã viết ra.

Kèm theo đây là bản hiệu đính.

Chúc con may mắn.

Ba

Mặc dù ông chỉ viết vài chữ, nhưng những chữ ấy đi thẳng vào trái tim tôi. Nỗi lo không nhận được sự đồng ý của cha đã tan biến. Tôi cảm nhận cha trân trọng sự sáng tạo của tôi. Những dòng chữ ngắn gọn của cha làm cho tôi an tâm. Quan trọng nhất, nó cho tôi thấy tình yêu cha tôi dành cho tôi.

Sự ngưỡng mộ và lòng cảm kích của tôi dành cho cha tôi càng sâu đậm. Niềm tin và cách xây dựng những câu chuyện của chúng tôi đan xen vào nhau nhấn mạnh sự tôn trọng của tôi đối với cuộc hành trình của ông. Kinh nghiệm tuổi trẻ của tôi ở Việt Nam không là gì so với cuộc phiêu bạt của ông, nhưng hai hành trình phiêu lưu, của cha và tôi, đã tìm thấy sự đồng điệu. Niềm tin bất tận của ông vào công việc sáng tạo của tôi đã chứng minh tình yêu ông dành cho tôi, cũng như lòng tin của ông đối với nhân sinh quan của tôi.

Khi tôi viết thư trả lời cho cha, tôi bày tỏ lòng tôn kính với chuyến lữ hành của đời ông, lòng can đảm, trí thông minh và không ngần ngại chia sẻ. Tôi cảm thấy vinh dự và may mắn có một người cha thông minh, tốt bụng, tôn trọng, ân cần và uyên bác như thế. Dù cha và tôi không có nhiều cuộc nói chuyện, nhưng cảm xúc, sự quan tâm và chăm sóc có thể thấy được qua những trang giấy này.

Cho đến ngày nay, cha tôi vẫn tiếp tục truyền cảm hứng cho tôi đi tìm sự hiểu biết sâu sắc hơn và mục đích rộng lớn hơn trong cuộc đời.

VỀ TÁC GIẢ

CHRISTINA Võ là tác giả của cuốn hồi ký "Bức Màn Giữa Hai Thế Giới" (The Veil Between Two Worlds – nhà xuất bản She Writes Press.) Cô hiện đang làm việc cho bộ phận phát triển thuộc Đại học Stanford University. Trước đây cô từng làm việc cho các tổ chức quốc tế tại Việt Nam và Thụy Sĩ và điều hành cửa hàng hoa tươi ở San Francisco. Christina hiện đang sống ở Santa Fe, New Mexico.

NGHĨA M. Võ, là cha của Christina. Ông là một bác sĩ hồi hưu và nhà nghiên cứu độc lập về lịch sử và văn hoá Việt Nam. Ông đã viết rất nhiều sách về nền văn hóa Việt Nam, thực hiện tài liệu về văn hóa người Mỹ gốc Việt qua những hội thảo và tác phẩm xuất bản, bao gồm Thuyền Nhân Việt Nam và Sài Gòn: Một Lịch Sử.

RECENT AND FORTHCOMING BOOKS FROM THREE ROOMS PRESS

FICTION

Lucy Jane Bledsoe
No Stopping Us Now

Rishab Borah
The Door to Inferna

Meagan Brothers
Weird Girl and What's His Name

Christopher Chambers
Scavenger
Standalone
StreetWhys

Ebele Chizea
Aquarian Dawn

Ron Dakron
Hello Devilfish!

Robert Duncan
Loudmouth

Amanda Eisenberg
People Are Talking

Michael T. Fournier
Hidden Wheel
Swing State

Kate Gale
Under a Neon Sun

Aaron Hamburger
Nirvana Is Here

William Least Heat-Moon
Celestial Mechanics

Aimee Herman
Everything Grows

Kelly Ann Jacobson
Tink and Wendy
Robin and Her Misfits
The Lies of the Toymaker

Jethro K. Lieberman
Everything Is Jake

Eamon Loingsigh
Light of the Diddicoy
Exile on Bridge Street

John Marshall
The Greenfather

Alvin Orloff
Vulgarian Rhapsody

Micki Janae
Of Blood and Lightning

Aram Saroyan
Still Night in L.A.

Robert Silverberg
The Face of the Waters

Stephen Spotte
Animal Wrongs

Richard Vetere
The Writers Afterlife
Champagne and Cocaine

Jessamyn Violet
Secret Rules to Being a Rockstar

Julia Watts
Quiver
Needlework
Lovesick Blossoms

Gina Yates
Narcissus Nobody

MEMOIR & BIOGRAPHY

Nassrine Azimi and Michel Wasserman
Last Boat to Yokohama: The Life and Legacy of Beate Sirota Gordon

William S. Burroughs & Allen Ginsberg
Don't Hide the Madness:
William S. Burroughs in Conversation with Allen Ginsberg
edited by Steven Taylor

James Carr
BAD: The Autobiography of James Carr

Judy Gumbo
Yippie Girl: Exploits in Protest and Defeating the FBI

Judith Malina
Full Moon Stages: Personal Notes from 50 Years of The Living Theatre

Phil Marcade
Punk Avenue: Inside the New York City Underground, 1972–1982

Jillian Marshall
Japanthem: Counter-Cultural Experiences; Cross-Cultural Remixes

Alvin Orloff
Disasterama! Adventures in the Queer Underground 1977–1997

Nicca Ray
Ray by Ray: A Daughter's Take on the Legend of Nicholas Ray

Stephen Spotte
My Watery Self:
Memoirs of a Marine Scientist

Christina Vo & Nghia M. Vo
My Vietnam, Your Vietnam
Vietnamese translation: *Việt Nam Của Con, Việt Nam Của Cha*

PHOTOGRAPHY-MEMOIR

Mike Watt
On & Off Bass

SHORT STORY ANTHOLOGIES

SINGLE AUTHOR

Alien Archives: Stories
by Robert Silverberg

First-Person Singularities: Stories
by Robert Silverberg

Tales from the Eternal Café: Stories
by Janet Hamill, intro by Patti Smith

Time and Time Again:
Sixteen Trips in Time
by Robert Silverberg

The Unvarnished Gary Phillips:
A Mondo Pulp Collection
by Gary Phillips

Voyagers: Twelve Journeys in Space and Time
by Robert Silverberg

MULTI-AUTHOR

The Colors of April
edited by Quan Manh Ha & Cab Trần

Crime + Music: Nineteen Stories of Music-Themed Noir
edited by Jim Fusilli

Dark City Lights: New York Stories
edited by Lawrence Block

The Faking of the President: Twenty Stories of White House Noir
edited by Peter Carlaftes

Florida Happens:
Bouchercon 2018 Anthology
edited by Greg Herren

Have a NYC I, II & III:
New York Short Stories;
edited by Peter Carlaftes
& Kat Georges

No Body, No Crime: Twenty-two Tales of Taylor Swift-Inspired Noir
edited by Alex Segura & Joe Clifford

Songs of My Selfie:
An Anthology of Millennial Stories
edited by Constance Renfrow

The Obama Inheritance:
15 Stories of Conspiracy Noir
edited by Gary Phillips

This Way to the End Times:
Classic & New Stories of the Apocalypse
edited by Robert Silverberg

DADA

Maintenant: A Journal of Contemporary Dada Writing & Art
(annual, since 2008)

MIXED MEDIA

John S. Paul
Sign Language: A Painter's Notebook
(photography, poetry and prose)

HUMOR

Peter Carlaftes
A Year on Facebook

FILM & PLAYS

Israel Horovitz
My Old Lady: Complete Stage Play and Screenplay with an Essay on Adaptation

Peter Carlaftes
Triumph For Rent (3 Plays)
Teatrophy (3 More Plays)

Kat Georges
Three Somebodies:
Plays about Notorious Dissidents

TRANSLATIONS

Thomas Bernhard
On Earth and in Hell
(poems of Thomas Bernhard with English translations by Peter Waugh)

Patrizia Gattaceca
Isula d'Anima / Soul Island

César Vallejo | Gerard Malanga
Malanga Chasing Vallejo

George Wallace
EOS: Abductor of Men
(selected poems in Greek & English)

ESSAYS

Richard Katrovas
Raising Girls in Bohemia:
Meditations of an American Father

Vanessa Baden Kelly
Far Away From Close to Home

Erin Wildermuth (editor)
Womentality

POETRY COLLECTIONS

Hala Alyan
Atrium

Peter Carlaftes
DrunkYard Dog
I Fold with the Hand I Was Dealt
Life in the Past Lane

Thomas Fucaloro
It Starts from the Belly and Blooms

Kat Georges
Our Lady of the Hunger
Awe and Other Words Like Wow

Robert Gibbons
Close to the Tree

Israel Horovitz
Heaven and Other Poems

David Lawton
Sharp Blue Stream

Jane LeCroy
Signature Play

Philip Meersman
This Is Belgian Chocolate

Jane Ormerod
Recreational Vehicles on Fire
Welcome to the Museum of Cattle

Lisa Panepinto
On This Borrowed Bike

George Wallace
Poppin' Johnny

 Three Rooms Press | New York, NY | Current Catalog: www.threeroomspress.com
Three Rooms Press books are distributed by Publishers Group West: www.pgw.com